Sơn Diệm Vũ Ngọc Ánh

ĐƯỜNG XƯA
LỐI CŨ

2009

Millennium Publishing
Los Angeles - USA

ISBN 978-1-61539-662 -7

Library of Congress Control Number 2009904973

Millennium Publishing books are available at special discounts for bulk purchases for sales promotions, premiums, fund-raising or education use

For details, contact:

Sales Manager
Millennium Publishing
3339 E, Springcreek Rd.
West Covina, CA 91791

Kính nhớ Tiền nhân
Thân phụ và Thân mẫu.

Thương mến tặng hiền nội
và toàn thể các con, các cháu.

Thành thật cám ơn các thân hữu
đã khuyến khích, đề bạt, giới thiệu hoặc giúp đỡ
chúng tôi trong việc ấn loát và xuất bản cuốn sách này
Đặc biệt cảm mến mối thâm tình của em tôi, Hồ Linh, và
sự trợ giúp rất cần thiết của trưởng-tử Vũ Ngọc Doanh Châu.

Đường xưa, lối cũ...

Tuyển tập

Sơn Diệm
VŨ NGỌC ÁNH

MỤC LỤC

Một vài cảm nghĩ
về
"ĐƯỜNG XƯA LỐI CŨ"

Phạm Phú Minh

Ai cũng có một quê hương, có một thời thơ ấu, một thời lớn lên, rồi có một đời sống gia đình và xã hội với biết bao giao tiếp, gặp gỡ, và trải qua biết bao biến cố... Khi đã lớn tuổi, con người thường có khuynh hướng nhìn về, ôn lại quá khứ, có người kể những "chuyện ngày xưa" của đời mình cho con cháu nghe, có người thích tìm những người bạn già để chia sẻ những kỷ niệm đã qua mà họ luôn luôn thấy là rất đẹp đẽ, và một số ít người thì viết lại các biến cố hay những kỷ niệm xa xưa mà họ đã trải qua. Đó có lẽ cũng là một khuynh hướng tự nhiên của con người xã hội, có nhu cầu truyền lại cho người của lớp sau mình các kinh nghiệm của đời mình.

Cuốn "Đường Xưa Lối Cũ" của Sơn Diệm Vũ Ngọc Ánh là một hồi tưởng rất nhiều việc liên quan đến ông và quê hương, đất nước trong quá khứ. Ông vốn là người Kim Sơn, Phát Diệm, lớn lên đi học và đi dạy ở Hànội rồi di cư vào Nam năm 1954, tiếp tục nghề dạy học, sau bước chân vào chính trường cho đến 1975 thì sang Mỹ..

Một cuộc đời như thế thì rõ ràng là phong phú, đã trải qua tương đối đầy đủ những biến cố quan trọng nhất của Việt Nam trong nửa sau thế kỷ 20. Ông lại là người có tâm hồn văn nghệ, giàu tình cảm, ít định kiến và ham viết lách, nên cuốn sách ghi lại chuyện xưa trong đời ông tự nó đã

13

chứa đựng nhiều điều đáng để chúng ta tìm hiểu và chia sẻ với ông. Đó là chưa kể ông có kiến thức và khả năng cao về âm nhạc, và chỉ riêng điểm này không thôi cũng đã đủ để ông kể lại cho chúng ta nhiều điều lý thú.

Chỉ riêng đề tài về vùng đất quê hương của ông với cái tựa đề đơn giản "*Đất cũ*" tôi nghĩ rằng rất nhiều người muốn biết.

Đó là một vùng đất có một sắc thái riêng biệt của miền Bắc mà phần nhiều người Việt Nam chỉ nghe nói chứ ít người có dịp đến thăm tận nơi: đất Kim Sơn, Phát Diệm. Họ chỉ biết đại khái đó là một vùng đạo Công giáo thành hình rất sớm ở Việt Nam, một phần nào đó mang một sắc thái văn hóa riêng biệt chịu ảnh hưởng sâu đậm của một tôn giáo lớn đến từ Tây phương, và vùng đất đó đã có một vai trò đặc biệt trong một số giai đoạn của lịch sử Việt Nam từ cuối thế kỷ 19 cho đến nay. Nhưng khi biết một cái gì chỉ có tính cách "đại khái" thì thường rất thiếu sót vì chỉ là một ý niệm mơ hồ chưa có các chi tiết cần thiết, đó là chưa kể nếu có sẵn một mớ thành kiến nữa thì rất dễ biến những điều mơ hồ ấy thành những điều sai lệch. Thực vậy, sau khi đọc "*Đất cũ*" tôi đã phát giác là phần lớn những hiểu biết đại khái trên đây đều sai lầm.

Bài "*Đất cũ*" đã mở ra cho tôi và có thể cho nhiều người khác nữa những hiểu biết trung thực về vùng Kim Sơn, Phát Diệm, về các nhân vật như Trần Lục, Lê Hữu Từ và giúp tôi điều chỉnh cái nhìn có thể nhiều lúc không chính xác lắm về vùng đất ấy.

Ngày xưa, mỗi lần đi qua trường trung học Trần Lục trên đường Nguyễn Đình Chiểu, cũng như phần đông mọi người, kể cả giáo sư và học sinh trường này, tôi rất thắc mắc về nguồn gốc cái tên Trần Lục rất lạ lùng kia.

Trần Lục, ông là ai? Mãi tới bây giờ, nhờ *"Đường xưa lối cũ"* tôi đã hiểu. Hiểu một cách tường tận và thích thú.

Trước hết, về Kim Sơn, Phát Diệm (cho đến nay tôi mới hiểu lý do tại sao mà Vũ Ngọc Ánh đã lấy tên hiệu là Sơn Diệm) theo tác giả, đó là một vùng đất ven biển mới, rất mới, do quan Doanh Diền sứ Nguyễn Công Trứ tạo dựng nên (1840), dân chúng cũng nghèo khổ không khác gì những vùng quê khác trong đất nước chúng ta. Đó là một cái mẫu số chung cho toàn thể dân tộc Việt Nam qua bao nhiêu đời, người dân quê ở đâu cũng phải dãi dầu sương nắng trên đồng ruộng, nơi sườn non hay biển cả, và cũng đều mang một cái tâm hồn đôn hậu chất phác như nhau. Dân chúng Phát Diệm tuy theo Công giáo với tục lệ tín ngưỡng Tây phương, nhưng không vì thế mà người dân mất đi những nét đặc thù của con người Việt Nam truyền thống.

Đầu tiên là quần thể nhà thờ Phát Diệm, biểu tượng quan trọng nhất của đời sống tinh thần và tâm linh của cả xứ đạo này, được linh mục Trần Lục xây dựng vào cuối thế kỷ 19, nổi tiếng là một kiến trúc vô cùng độc đáo, đã được tác giả nhìn ra những nét đặc biệt như sau: *Thực ra nhà thờ không to lớn bao nhiêu nhưng vì được làm toàn bằng những cây gỗ và phiến đá nặng hàng mấy chục tấn nên ai cũng phải công nhận là một công trình kiến trúc khá vĩ đại có một không hai ở Việt Nam. Ngoài ra, lối kiến trúc hoàn toàn Việt Nam có pha lẫn đôi chút nghệ thuật baroque của nhà thờ rất độc đáo, uy nghi mà vẫn mỹ lệ, duyên dáng, và nhất là đầy dân tộc tính. ... Cho mãi tới gần đây, trên một số những phù điêu và hoa văn, (đặc biệt là quanh bàn thờ trong ngôi nhà thờ Đá) (...) người ta đã phát giác những chi tiết thể hiện một cách rõ rệt sự hòa hợp giữa Thiên Chúa giáo với Phật giáo và Đạo giáo, giữa* *nghệ thuật cổ truyền Việt Nam với nghệ thuật Phục Hưng và Cổ điển Tây phương, và đặc biệt hơn nữa giữa quan niệm triết lý vuông tròn rất nhân bản và thực tiễn của Việt Nam và hệ thống tư tưởng có tính cách siêu linh và nhiệm mầu của Thiên Chúa giáo, một sự phối hợp hết sức chặt chẽ, hài hòa và rộng lớn về phương diện **nghệ thuật và tư tưởng có thể nói là chưa từng thấy được thể hiện ở bất cứ thời nào, nơi nào trên thế giới.***

Đã có người nhận xét rằng Việt Nam là một dân tộc có khả năng dung hóa những nét hay đẹp của văn minh thế giới và biến chúng thành văn hóa của chính mình.

Quá khứ mấy ngàn năm qua của dân tộc ta đã chứng tỏ điều đó với Nho, Thích, Lão. Riêng đối với Thiên Chúa giáo thì còn quá sớm để có một kết luận, nhưng những điều tác giả Vũ Ngọc Ánh nhìn ra trong kiến trúc nhà thờ Phát Diệm cũng đã cho chúng ta thấy thấp thoáng cái tinh thần dung hóa ấy, và hơn nữa, chính tâm hồn ông cũng đã chứa đầy một truyền thống rất Việt Nam nên ông mới có cái khả năng nhìn ra những điều như: *"...về phương diện đem Ki-tô giáo hội nhập vào nền văn hóa cổ truyền địa phương, cha Sáu đã phần nào đồng ý với các giáo sĩ Dòng Tên (les pères Jésuites) để rồi mạnh dạn đi trước Công Đồng Vatican hơn nửa thế kỷ ... Cha Sáu đã vô hình trung thành công một cách tuyệt diệu trong cố gắng Việt Nam hóa đạo Thiên Chúa qua quần thể nhà thờ lớn Phát Diệm, tác phẩm để đời độc nhất vô nhị của ông."*

Quần thể nhà thờ Phát Diệm đã nổi tiếng trong nửa đầu của thế kỷ 20, ngoài người Pháp, nhiều nhân vật nổi tiếng trên thế giới đã đến đây để chiêm ngưỡng cái kiến trúc độc đáo này, và đặc biệt khi chiến tranh Việt Pháp đang diễn ra, nhiều người như giáo sư Honey thuộc Đại học London, nhà văn nổi tiếng Graham Green v.v. đã đến đây để tìm hiểu vai trò của vùng đất này trước thời cuộc. Từ 1945 với những biến chuyển lớn của tình hình, Phát Diệm đã nổi lên như một thế lực chính trị và đã đóng một vai trò thiệt độc đáo. Nhờ những ký ức của Sơn Diệm Vũ Ngọc Ánh chúng ta biết được con người và ảnh hưởng của Giám Mục Lê Hữu Từ đối với chính phủ Hồ Chí Minh lúc đó như thế nào; biết được rằng từ Cố vấn Vĩnh Thụy cho đến Chủ tịch Hồ Chí Minh, các ông Phạm Văn Đồng, Võ Nguyên Giáp, Trần Huy Liệu... thời đó đều có về thăm Phát Diệm; biết được thế nào là "an toàn khu," và nó đã đóng vai trò tạo ra một nơi cư trú an toàn cho các chiến sĩ quốc gia trước chiến dịch tàn sát của phe cộng sản ra sao... Không phải với cung cách của một sử gia mà chỉ là kể chuyện bình thường, Vũ Ngọc Ánh đã cho người đọc biết rất nhiều điều đặc biệt về một giai đoạn lịch sử vừa lớn lao vừa bi đát có liên quan đến vùng đất này.

Nhưng tác phẩm không phải chỉ có chính trị, mà văn nghệ mới là điều lý thú. Từ một vùng biển xa khuất, trong thời kháng chiến Pháp nơi đây đã trở thành một nơi thị tứ với rất đông văn nghệ sĩ thủ đô trên đường đi tản cư hay công tác đã ghé ngang qua.

Và từ điểm này chúng ta mới biết đến một Vũ Ngọc Ánh nhạc sĩ, giao du rất rộng rãi với nhiều văn nghệ sĩ khác, và ông đã mở cửa đón họ vào nhà của mình giữa "mùa chinh chiến." Những Tử Phác, Tô Vũ, Ngọc Bích, Hoàng Trọng, Nguyễn Văn Hiếu, Đỗ Thế Phiệt, Lương Ngọc Châu, Nguyễn Văn Quỳ v.v. đều đã đến đây.

Trong thời kỳ đầu kháng chiến tác giả đã cùng bạn bè làm một việc để đời, là tổ chức một buổi hòa nhạc cổ điển

Tây phương ngay tại Phát Diệm, một việc mà không ai có thể tưởng tượng nổi là có thể thực hiện được trong hoàn cảnh kháng chiến. Khi đọc những trang tác giả kể lại chuyện này, tôi thấy thú vị quá, đó quả là một biến cố văn nghệ rất lãng mạn mà toàn nước Việt Nam thời đó không nơi nào có được, kể cả trong các đô thị do Pháp kiểm soát. Nghiệm lại, thì thấy rằng chỉ có đất Kim Sơn, Phát Diệm với vị thế đặc biệt của nó về văn hóa cũng như chính trị thời đầu kháng chiến, với những con người mang trong tâm hồn đầy say đắm nghệ thuật như Vũ Ngọc Ánh thì mới có đủ khả năng và sức thu hút để tổ chức nên một công tác nghệ thuật "động trời" như vậy.

Như đã nói ở trên, ông Vũ Ngọc Ánh trong thời đệ nhị Cộng Hòa ở miền Nam đã bước vào con đường chính trị, ông tham gia Lực lượng đấu tranh Đại đoàn kết và trúng cử vào Thượng viện nhiệm kỳ 1 (1967) và ông đã có những hoạt động rất tích cực, đặc biệt là trên mặt trận ngoại giao. Trước sự chống đối và chè bửu của một số đồng viện, ông là người đã mạnh dạn đứng ra tổ chức đoàn văn nghệ đi các nước Âu Châu, với sự tham gia của các ca nhạc sĩ như Nguyễn Đức Quang, Thanh Lan, Khánh Ly, Kim Oanh v.v. để tranh thủ sự ủng hộ bên ngoài cho Việt Nam trong thời kỳ hòa đàm Paris, nhất là đối với những khối Việt Kiều đã bị Cộng sản làm ung thối. Một công cuộc như thế có lẽ chỉ có Vũ Ngọc Ánh nghĩ tới và thực hiện nổi mà thôi.

Ngay cả thời gian tị nạn tại Hoa Kỳ ông cũng có một số hoạt động liên quan đến chính trị cho Việt Nam. Cho dù tất cả đều không đi tới đâu, (mà rồi ai đã làm được gì đây?) nhưng ông đã kể lại cho chúng ta nghe mọi chuyện mà tôi nghĩ là một cách rất thành thật, đơn sơ, hồn nhiên nhưng rất ý nhị, và tôi hy vọng rằng đó sẽ là một ít tài liệu quý báu cho các nhà nghiên cứu sử sau này. Nhưng tự thâm tâm tôi, tôi vẫn thấy ông là một con người giàu tình cảm, nhiều chất nghệ sĩ hơn là chất chính trị, vì thế các chương nói về âm nhạc, về đất lề quê thói của vùng biển Phát Diệm, về Hà Nội, về chuyến về thăm quê gần đây sau mấy chục năm xa cách v.v... vẫn làm cho tôi xúc động một cách sâu xa và thú vị.

Một người xa quê từ tuổi thanh niên, sau khi đi tứ xứ trên thế giới nay ở tuổi 80 mới về thăm chốn cũ, lại được ăn một bữa cơm với những món quê mùa mộc mạc như xưa mà vẫn thưởng thức được một cách trọn vẹn chẳng khác nào thời niên thiếu, thì tôi cho rằng đó quả là một hạnh phúc hiếm có ở đời. Thường thì người ta thất vọng, và khám phá ra rằng những nỗi niềm nhớ nhung các món ăn tuổi nhỏ chỉ là những ảo tưởng. Nhưng với Vũ Ngọc Ánh thì không. *"Sau cuộc thăm viếng Nhà Thờ đầy cảm xúc vui buồn lẫn lộn, chúng tôi thấy như được an ủi và đền bù một phần nào khi được Đức Cha cho hưởng dụng một bữa ăn trưa thanh đạm thuần túy miền đồng bể, với những món ăn mà kể từ khi di cư vào Nam, rồi sang đến Hoa Kỳ, tôi thường chỉ thấy trong những giấc mơ. Thực ra thì rau muống, rau lang, rau đay, rau mồng tơi, mắm tôm, đậu phụ v.v... đâu có thiếu trên đất Mỹ, nhưng nếu đem ra mà so sánh với những sản phẩm của Phát Diệm, những sản phẩm tại Mỹ chẳng khác gì đồ mạo hóa hoặc lại giống."* ("Tôi đã trở về Phát Diệm")

Sau khi xa quê hương trên 50 năm, đứng trước cảnh cũ nay đã khác xưa, ta hãy nghe tác giả ngậm ngùi phân tách sự xúc động của mình: *"...Không biết cái tâm tình Từ Thức thực sự như thế nào, riêng tôi, khi đứng giữa phố Trong*

Phát Diệm trong một buổi chiều nắng nhạt hoang vắng, tôi cảm thấy như lạc vào một thế giới xa lạ nào. Đầu óc bỗng trống rỗng, tôi cảm nghiệm thấy một cái gì không đầu không đuôi. Phải chăng đó là cái trạng thái của một con người đi lạc vào Twilight zone. Nói là như thế, làm gì có Twilight zone, có phải không các bạn? Nhưng quả thực lúc đó, trong ánh nắng quái xiên khoai của một buổi chiều vàng úa, tôi đã thực sự lạc vào một thứ Twilight zone nào đó...” (“Tôi đã trở về Phát Diệm”)

Và từ những hình ảnh rất tầm thường hoặc nhỏ bé của quê hương ông gặp lại khi trở về VN, tác giả đã chia sẻ với chúng ta những cảm xúc thiệt tế nhị, thắm thiết và cảm động tới rơi nước mắt:”... *Đứng trước tiền đình nhà thờ nhìn ra đồng ruộng, con sông nhỏ và những mái nhà bổi sau lũy tre ở phía xa, tôi cảm thấy một cái gì thiệt thê thiết và ấm lòng......... Nhìn mấy con vịt đương mò ăn cạnh mấy luống khoai ngứa trồng dọc bờ sông tôi cảm động và thấy vui vui như được gặp lại cố tri........ Tôi nay kể ra cũng đã già rồi, thế mà mắt ướt cay lúc nào mà không hay...”* (“Tôi đã trở về Phát Diệm”)

Và sau đây, một hình ảnh khác của quê hương ông: ”... *thuyền lênh đênh trên mặt sông sương phủ trắng xoá, thấp thoáng xa xa có ánh đèn của những chiếc thuyền chài thả lưới dưới ánh trăng lạnh mùa thu, đúng như cái cảnh mê ảo trong mấy câu thơ đầy thần khí của Trương Kế:*

"Nguyệt lạc ô đề sương mãn thiên
Giang phong ngư hỏa đối sầu miên..."

(Tôi đã về Phát Diệm)

Phải có cái tâm hồn thiệt Việt Nam lại rất yêu quê hương mới có thể có những cái nhìn như vậy, uẩn xúc, thắm thiết và Việt Nam biết bao nhưng đồng thời cũng chan

20

chứa Đường thi tính.

Trong chương nói về âm nhạc, những mẩu chuyện ông viết tôi nghĩ có thể góp phần chi tiết cho một bộ lịch sử về tân nhạc Việt Nam.

Nhạc mới Việt Nam chịu ảnh hưởng nhạc Tây phương, điều đó ai cũng biết, nhưng ảnh hưởng của sinh hoạt âm nhạc của một giáo xứ như Phát Diệm đối với các con em của mình như Lê Hữu Mục, Cung Tiến, Nguyễn Khắc Cung, Vũ Ngọc Ánh...thì chưa chắc ai cũng biết.

Nhưng tôi cũng bắt gặp đó đây những nét vô cùng uẩn áo của tâm hồn tác giả, lớn lên trong môi trường hấp thụ hầu như toàn nhạc nhà thờ và nhạc Tây phương, nhưng sức mạnh truyền thống Việt Nam xưa cũ lúc nào cũng sẵn sàng trào dâng, như đã được chứa đựng sẵn đầy ắp trong tâm khảm của ông. Ở tuổi thiếu niên, ông đã được nghe bài Tiếng Đàn (mà riêng tôi được biết đó là bài *Bản Đàn Xuân*) của Lê Thương sáng tác khoảng năm 1938, ông kể về "sự kiện" ấy như sau:*"... Trước hết đó là bản 'Tiếng Đàn' của Lê Thương. Vào khoảng 1937 hay 1938 gì đó, có một lần thân phụ tôi đi Hà Nội về hát cho mẹ tôi nghe một bài hát tiếng Việt tựa đề là "Tiếng Đàn Âm Thầm" (?), nói là do một người tên là Lê Thương mới đặt ra. Bố mẹ tôi đều rất lấy làm thích thú và khen bản nhạc không tiếc lời. (...) Riêng tôi, vốn quen nghe và hát những bài hát Tây, khi nghe bố tôi hát bài Tiếng Đàn tôi xúc động đến tê tái một cách thiệt khó tả. (...) Âm điệu buồn buồn của bài hát mới trên đây làm tôi tưởng nhớ tới những cái gì mang mang ở đâu đâu. Phải chăng "những cái gì mang mang ở đâu đâu" đó là tinh thần dân tộc vẫn hằng tiềm tàng trong tâm hồn con người Việt Nam của tôi."* (Âm nhạc và cuộc đời)

Khi nói về hai bài quốc ca của hai miền Nam, Bắc,

Vũ Ngọc Ánh đã có cái can đảm hiếm có khi đưa ra những nhận định hết sức thành thực như sau: *"Đối với tôi, bài "Tiến quân ca" giống như một mối tình đầu bị phản bội, và cũng chỉ vì yêu nên tình hoá thành hận. Ngược lại bài "Tiếng gọi công dân" giống như cô hàng xóm vô duyên kia cha mẹ cưới cho, tuy chẳng có mấy tình cảm, nhưng sau bao năm chăn gối, hoạn nạn, vui buồn, sống chết có nhau, dù không có tình thì cũng có nghĩa"* ("Âm nhạc và cuộc đời"). Đúng vậy, phải là những người có tầm vóc (stature) mới dám phát biểu toạc móng heo ra như vậy mà không sợ thiên hạ chống đối.

Đối với lứa tuổi lớp sau như chúng tôi (sinh vào cuối thập niên 1930, đầu thập niên 1940) thì những bản tân nhạc đầu tiên của Việt Nam thuộc về một dĩ vãng giống như thần thoại, trong đó hình ảnh của nhạc sĩ Đặng Thế Phong mang rất nhiều vẻ huyền hoặc. Những bản nhạc của ông, như *Con Thuyền Không Bến, Giọt Mưa Thu, Đêm Thu* thì quá nổi tiếng, nhưng khác các nhạc sĩ đồng thời với ông như Dương Thiệu Tước, Lê Thương, Thẩm Oánh... mà chúng tôi được biết sau này, ông đã biến mất trước khi chúng tôi bắt đầu có trí khôn. Con người thật của ông đối với chúng tôi chỉ như là một vệt sương khói mơ hồ. Nhưng tôi hoàn toàn không ngờ được "gặp" ông trong *"Đường xưa, lối cũ"* (Âm nhạc và cuộc đời) và có lẽ đây là lần đầu tiên tôi được "tiếp xúc" với ông một cách cụ thể.

".......... Tiếp đó mấy năm sau (1941), vào một buổi tối mùa đông mưa phùn và lầm lội, tại Hội quán Tri Tri Hàng Quạt Hànội, nhân dịp một buổi họp đại hội của Hội Truyền bá Quốc ngữ, Đặng Thế Phong trình bày tác phẩm đắc ý và mới nhất của anh: "Con Thuyền Không Bến".

Bản nhạc đã được toàn thể hội trường tán thưởng một

cách thực là nồng nhiệt. Riêng tôi, tôi hết sức xúc động.
(.....) Theo ý tôi lúc đó, Con Thuyền Không Bến quả thực
đã đánh dấu một bước tiến dài của nhạc mới V.N., và điểm
này đã là nguyên nhân sự xúc động và hào hứng của tôi.
Sau buổi họp, tôi cố la cà ở lại để có dịp gặp và nói
chuyện với Đặng Thế Phong. Có người hỏi đùa họ Đặng:
"Con thuyền không bến của anh thực sự là con thuyền nào
đây?' Đặng Thế Phong chỉ nhũn nhặn cười trừ không trả
lời (...) Anh Nguyễn Hữu Đang lúc đó là Tổng thơ ký của
hội lớn tiếng đoán mò:"Tôi biết! Con thuyền không bến
của anh Phong là con thuyền Việt Nam chúng ta hiện nay
đấy thôi."

Câu chuyện này có thể thành một giai thoại có ý nghĩa nhiều mặt cho chúng ta ngày nay!

Tôi thành thật biết ơn cuốn ĐƯỜNG XƯA LỐI CŨ của Sơn Diệm Vũ Ngọc Ánh, vì nó đã đem lại cho tôi nhiều hiểu biết về một miền đất đặc biệt của Việt Nam, cho tôi nhiều chi tiết lạ lùng về một thời kỳ lịch sử sôi động của đất nước và cải chính một số hiểu lầm có lẽ đã chất chứa nhiều năm trong lòng tôi. Tôi cho tất cả là do cái tâm rất thuần hậu của tác giả, quan niệm vừa phóng khoáng vừa hòa hợp của ông về dân tộc và tôn giáo, thái độ rất trí thức không thiên vị của ông trong mọi vấn đề.

Làm sống lại một cách linh động những gì đã qua trong đời mình, đâu phải là việc dễ? Một việc đơn giản nhất là "kể chuyện đời xưa" đâu phải là không cần nghệ thuật? Có thể ông không để ý nhiều về khía cạnh nghệ thuật khi viết cuốn sách này, nhưng có lẽ cái lối viết tự do phóng khoáng đó tự nó đã là một nghệ thuật. Phải chăng cái lối viết xem ra như con cà con kê, con dê con ngỗng, và dường như không chịu ràng buộc vào một ước lệ nào là cái nghệ thuật kể chuyện riêng của mấy cụ già Việt Nam.

Trong một cuộc tranh luận tay đôi giữa ông và Tử Phác trong một đêm cách đây trên 50 năm, khi chống lại cái chủ trương nghệ thuật vị nhân sinh và trường phái hiện thực của Tử Phác, ngoài cái chủ trương "nghệ thuật vị nghệ thuật", Vũ ngọc Ánh đã cao hứng đi xa hơn nữa với chủ trương táo bạo "nghệ thuật không vị gì hết." (l'art pour rien). Đâu có ai ngờ là mấy chục năm sau, cái chủ trương mà Vũ Ngọc Ánh coi như một chuyện đùa và bá láp kia lại được coi như mới và tiến bộ nhất hiện nay.

Nay thì Vũ Ngọc Ánh đã ngoài 80 nhưng ông vẫn luôn luôn trẻ trung và phóng khoáng như vậy.

Dẫu sao chúng ta cũng phải công nhận là ông đã đạt được sự thành công rất cao khi ông kể mọi chuyện một cách rất tự nhiên và với một sự mẫn cảm rất tinh tế trong nhận xét, có lẽ vốn là bản chất của con người vừa giàu tình cảm vừa có kiến thức rộng lại rất cởi mở và thành thực nơi ông.

Từ xưa đến giờ, những cái gì là đất cũ và người xưa luôn luôn cần thiết cho các thế hệ đang nối tiếp trong cuộc sống này. Mỗi thế hệ phải liên tục nhận được những bài học từ quá khứ. Nhất là đối với Việt Nam, một dân tộc đã trải qua quá nhiều biến cố và đổi thay trong suốt một thế kỷ qua. Tôi tin chắc rằng *Đường xưa, lối cũ* của Sơn Diệm Vũ Ngọc Ánh chẳng những là một tác phẩm có giá trị về văn chương mà còn là một tập tài liệu liên quan tới nhiều vấn đề quan trọng của quê hương, đất nước mà chúng ta không biết rõ hoặc hiểu lầm. Những tài liệu có tính cách lịch sử đó quả rất quý cho tất cả chúng ta, bây giờ và mai sau.

Phạm Phú Minh

Chủ bút, *Tạp chí Thế kỷ 21*

Đất cũ

Đất cũ

Suốt 50 năm qua, đêm đêm tôi thường nằm mơ về quê tôi, Phát Diệm.

Có lần tôi mơ thấy mình hình như ở giữa lòng Phát-diệm nhưng không làm sao tìm được con đường đưa tôi về khu nhà bên Phố Ngoài, nơi mà suốt bốn đời họ Vũ đã tiếp nối nhau sinh sống.

Một lần khác, tôi thấy mình luẩn-quẩn tìm không ra con đường Giữa để vào thăm khuân-viên nhà Thờ Lớn Phát-Diệm.

Có lần tôi mơ mình vừa mới về tới đầu Cầu Ngói thì bị Công An chận bắt và tới khi bí lối cùng đường thì giật mình tỉnh dậy.

Sau những giấc mơ như thế, tôi thường cảm thấy mệt nhọc và nhất là rất buồn, rất buồn để rồi nghĩ-ngợi vẩn vơ, xa gần cho tới sáng, nhớ nhung những tháng ngày hạnh phúc nào rất xa...

27

Năm 1950, với chút tiền độ đường và một mớ quần áo cũ, bạc phếch màu thời gian, tôi rời bỏ Phát Diệm để đi Hànội dạy học và tiếp tục việc học mà vì thời-cuộc tôi đã phải bỏ dở từ 5,6 năm trước. Lúc bước chân ra đi, tôi không ngờ ra đi lần này là đi mãi, không có ngày trở về. Quả đúng là như vậy, vì từ ngày đó, cùng với đứa em trai 16 tuổi theo tôi đi học, tôi đã chẳng bao giờ còn có cơ hội trở lại Phát Diệm.

Năm đó tôi kể ra cũng đã bắt đầu trưởng-thành nên còn nhớ và biết khá nhiều về Phát Diệm và Kim Sơn.

Những người thuộc thế-hệ tôi nay chỉ còn lại một mớ mấy ông già 7,8 chục tuổi. Và những ông già đôi khi rất lẩm cẩm này cũng đương lần lần kể trước người sau nhất định lìa bỏ cuộc đời ô-trọc này để đi kiếm chỗ đánh một giấc ngủ dài thật kỹ để quên hết mọi sự đời. Nhưng một giấc ngủ tuyệt-đối thiệt kỹ tìm đâu ra, ngoài cái sự việc chấp nhận vĩnh viễn nằm sâu trong lòng đất lạnh.

Thế-hệ trước tôi lại càng hiếm, tới nay chẳng còn mấy ai, nếu có thì cũng như mẹ tôi, nghĩa là năm nay đã suýt soát gần 100 tuổi nên hầu như chẳng còn nhớ được gì minh bạch. May mắn lắm thì được như tài tử cội George Burns xì-gà, hay cố nội Bob Hope, đã có thể ăn gần hết một nửa ly kem dâu nhân kỳ sinh-nhật thứ 100 của ông.

Buồn cười là từ mấy năm nay mỗi khi chúc thọ mẹ tôi vào dịp Tết Nguyên Đán chúng tôi đã không dám chúc cụ sống lâu 100 tuổi theo như thường lệ ở trên đời, mà phải chúc cụ sống lâu "ngoài" trăm tuổi. Cụ năm nay đã gần 97, nếu con cháu chúc cụ sống lâu 100 tuổi thì sẽ chẳng khác gì mong cụ ra đi cho sớm.

Những người trên dưới 50 thì hầu như chẳng có ý niệm gì về quê cũ của mình.

Một vị linh-mục nói với tôi là khi gia-đình cha rời bỏ khu Cồn Thoi lên Phát Diệm để tìm đường vào Nam, cha ngồi trong một cái thúng để mẹ gánh đi, do đó Phát Diệm xưa, ngang dọc ra sao cha không nhớ và cũng không thể hình dung được như thế nào.

Vị linh-mục trên đây có thể coi như là sau tôi có một thế-hệ mà đã không thể có một ý-niệm gì về quê cha đất tổ của mình, huống chi những thế-hệ trẻ sau này, sinh đẻ tại miền Nam hoặc trên khắp thế-giới sau 1975.

Hơn 50 năm trước tôi có viết báo lai rai một cách tài-tử, sau đó cũng có viết khá nhiều sách, trên dưới 30 cuốn, nhưng đều là biên-khảo hoặc sách giáo-khoa vô tích sự đối với thời buổi ngày nay. vì nghĩ rằng mình không có cái nghiệp viết văn, hơn nữa hồi trẻ, vì sinh-kế, ngoài các loại khảo-cứu và giáo-khoa, tôi đâu viết được gì khác.

Nay nghĩ lại, nếu như không cố gắng ghi lại dưới một hình thức nào đó, sẽ có rất nhiều sự việc liên quan đến phong tục, tập quán và sinh họat địa phương của người xưa sẽ mãi mãi mai một.

Chính vì lý-do đó, với ý muốn giúp các thế-hệ trẻ hiểu biết thêm về quê cha đất tổ của mình nói riêng, quê hương Việt Nam chúng ta nói chung, tôi muốn viết một cuốn sách nói về một vài khía cạnh của đời sống những người nông dân đất Bắc từ trên nửa thế-kỷ trước đây, đặc-biệt là người miền "đồng bể" Kim Sơn, Phát Diệm, một nếp sống mà từ bao thế-kỷ qua cho tới tận thời gian cuộc Thế-chiến II kết thúc hầu như bị "đông lạnh", hoặc nói một cách khác: bị "thạch hóa", có nghĩa là hầu như đứng yên tại chỗ, không có gì thay đổi, một nếp sống có lẽ cũng vẫn thô sơ, đạm bạc, nghèo nàn và tối tăm như dưới các thời Lý, Trần, Đại Lê hay cùng lắm là như trong mấy thế-kỷ trước đây mà thôi. Ngay cả đến cây đèn dầu hôi nhỏ bé đem đến cho họ chút ánh sáng trong đêm tối họ cũng không sắm nổi.

Thiệt vậy, nhà ở phần lớn vẫn thấp lè tè, không có cửa sổ, nền đất, tường đất, mái lợp bổi, quanh năm ẩm ướt, chẳng bao giờ có lấy chút ánh sáng mặt trời rọi vào.

Vợ chồng mới cưới có được đôi chiếu mới để đắp và trải giường nằm là may mắn lắm rồi.

Trong một vài câu ca-dao, đôi chiếu của cặp vợ chồng mới cưới được người xưa nhắc tới một cách thiệt lãng mạn. Nhưng đôi chiếu bằng cói vẫn là đôi chiếu bằng cói, mỏng manh, lạnh lẽo và cứng nhắc, làm thế nào sánh được với chiếc chăn bông mịn màng và ấm-áp. Có nhiều gia-đình tuy gọi là giầu có nhưng chưa khi nào có chiếc chăn ấm để đắp và coi đó như một xa-xỉ phẩm mà suốt cuộc đời họ chưa bao giờ dám mơ tưởng tới.

Đại-khái các tiện-nghi và đời sống vật chất của họ tự bao đời là như thế. Và rồi cho tới giữa thế kỷ 20, giầu cũng như nghèo, hầu như không có một chút gì có thể nói là cải thiện hay tiến bộ.

Chính tôi hồi nhỏ cũng đã có nhiều lần được hưởng cái thú về mùa đông đắp chiếu nằm ngủ trên ổ rơm thơm mùi đồng ruộng Việt Nam.

Thú thiệt, một vài lần thì còn tạm được vì đối với tôi quả là chuyện mới lạ, nhưng chắc chắn không chịu được lâu với lối ăn ở rất thô lậu và kém vệ sinh này. Tệ hơn nữa là có những ổ rơm đã được trải quá lâu nên bị thối mục hoặc để chuột bọ, có khi cả rắn rết nữa, làm tổ bên dưới mà người nằm ở trên không hay.

Tiếc rằng cho tới nay, vì hoàn cảnh chưa thuận tiện, tài-liệu chưa thu-thập đầy đủ nên tôi vẫn chưa sao thực-hiện được ước vọng kể trên. Chờ đợi được là tốt, nhưng chờ đợi đến bao giờ đây, trong khi tuổi tôi đã ngoài 80.

Vậy thì, dù ít dù nhiều, tôi cũng xin được bắt đầu câu chuyện về quê hương xa xưa của tôi, khả dĩ giải-tỏa được phần nào những thôi thúc tâm-tư của riêng tôi đối với mảnh đất nhỏ bé nằm lọt ở giữa cửa Sông Đáy và chặng cuối cùng của dãy núi đá vôi Tam Diệp, có cái tên rất quê mùa là Phát Diệm, mảnh đất đã cưu mang tôi từ khi còn là một bào thai trong lòng mẹ cho tới khi trưởng thành.

Đó cũng chính là cái nơi mà trước đây gần một trăm năm mươi năm, giữa một thời nhiễu nhương, tao-loạn, đói khát, dịch tễ, đầy chết chóc, cố tam-đại tôi đã từ miền bể Kiên-chính, thuộc tỉnh Nam Định, đem toàn thể gia-đình tới tìm một đời sống an-toàn và no ấm.

Phát Diệm mà tôi muốn nói ở đây không phải chỉ vẻn vẹn có làng Phát-Diệm, hoặc giáo-phận Phát-Diêm (Diocese of Phat Diêm), gồm toàn hạt tỉnh Ninh Bình và một phần tỉnh Hoà-bình (huyện Lạc Thủy), mà là thị-xã Phát Diệm gồm 6 làng, kể từ Tây sang Đông: Lưu Phương, Phát Diệm, Phu Vinh, Thượng Kiệm, Trì Chính, Kiến Thái, và các vùng phụ cận kể từ Điền-hộ trở ra, Tôn đạo và Quy Hậu trở xuống, hay nói một cách khác, bao gồm phần lớn huyện Kim Sơn, với trung tâm là thị-xã Phát Diệm. Đó chính là cái vùng người ta thường gọi gọn là Phát Diệm-Kim Sơn.

Cách đây chừng 4,5 trăm năm vùng Phát Diệm, Kim Sơn chắc chắn vẫn còn là biển cả. Hòn Nẹ, tức hòn núi nhỏ nhất ở tận cùng phía Nam của dãy núi Tam Điệp, lúc đó cách xa bờ biển tới gần 20 cây số (theo đường chim bay).

Hòn Nẹ trông giống như mình một con trâu đầm mình dưới nước nên tục truyền rằng bà Nữ Oa một mình đội đá vá trời không nổi, nên tức giận sai một con trâu vàng kéo đá lấp biển Đông. Vừa lóp ngóp ra tới biển trâu bị sa lầy, sau hoá thành đá, tức Hòn Nẹ. Những tảng đá kéo sau cũng vẫn còn nằm trơ trơ tới tận ngày nay: đó là dãy núi đá vôi Tam Diệp rất kì khu kia vậy.

Vào thời đó, thuyền bè từ Thanh, Nghệ ra Bắc, nếu muốn lên Sơn Nam hay Kẻ Chợ (tức Hànội ngày nay) bằng đường tắt đều phải vào cửa Thần Phù ở Chính Đại, lúc đó vẫn còn là cửa biển và là một cửa biển rất dữ vì thường có sóng ngầm lớn và nhiều mỏm núi đá.

Ông cha chúng ta thời xa xưa đó mỗi khi nói tới cửa Thần Phù thường rùng mình và nhắc tới câu ca dao:

Lênh đênh qua Cửa Thần Phù

Khéo tu thì nổi, vụng tu thời chìm

Trên vách đá của một ngọn núi nhìn xuống cửa biển có khắc một chữ Thần rất lớn, không biết khắc từ thời nào, nét chữ thiệt sắc sảo, oai phong và lẫm liệt.

Khoảng giữa tiền-bán thế-kỷ XVII. một giáo sĩ thừa

sai Bồ-đào-nha tên là Alexandre de Rhodes (tức linh mục Đắc-Lộ, ông tổ chữ Quốc-ngữ VN sau này) đã từ Macao tới Cửa Bạng (Ba Làng) giảng đạo, rồi từ đó ông qua Lạch Trường (cửa sông Mã), vào cửa Thần Phù, lên thôn Van-no truyền giáo. Van-no đó chính là xã Hảo Nho ngày nay, nơi có một cây thập tự thiệt lớn được xây trên một đỉnh núi (nhìn thấy rất rõ từ Phát Diệm).

Vết tích còn lại của con đường mà giáo-sĩ Đắc-lộ đã đi qua có lẽ là Càn Giang, con sông ranh giới giữa phủ Nga Sơn (Thanh hóa) và hai huyện Kim Sơn và Yên mô (Ninh Bình) ngày nay. Từ thế kỷ 16, nhờ sự tài bồi của 2 sông Đáy và Hồng Hà, vùng biển kể trên đã trở thành một bãi tân bồi khá rộng lớn và phì nhiêu.

Sang đầu thế-kỷ 19, năm Minh mạng thứ 40 (tức năm 1829), sau khi thành lập huyện Tiền Hải bên tỉnh Thái Bình, Doanh Điền Sứ Nguyễn Công Trứ được triều-đình cho phép tiếp tục khẩn hoang bãi tân bồi phía Đông Nam tỉnh Ninh Bình, tức bãi tân bồi tôi vừa trình bày ở trên đây, lập thêm một huyện mới gọi là Kim Sơn.

Nếu không có Doanh Điền Sứ Nguyễn Công Trứ, có lẽ ngày nay vùng Kim Sơn vẫn một nửa thuộc về huyện Yên Mô, một nửa thuộc về phủ Yên Khánh.

Về sau này, giữa dân mấy huyện vẫn thường có chuyện tranh chấp đất đai, đôi khi tới đổ máu. Dữ dội nhất có lẽ là vụ dân Kim Sơn đốt phá xã Phượng Trì (Yên Mô). Ngoài ra, không hiểu vì lý do gì, xã Yên Bình, cách Phát Diệm chừng 2 cây số về phía Tây, cho mãi tới năm 1945, vẫn thuộc về Yên Mô, giống như một cái đuôi nhọn đâm sâu vào phần đất phủ Kim Sơn.

Với hơn một ngàn dân chiêu mộ từ tứ xứ, phần đông là người gốc Trà Lũ (Nam Định), trong vòng chỉ có một năm, quan Doanh Điền Sứ đã khẩn hoang được gần 12 ngàn mẫu ruộng thiệt phì nhiêu (chừng 44 cây số vuông) mà phần lớn đã có thể trồng lúa, phần đất có nhiều chất phèn còn lại trồng cói (trong Nam gọi là lát).

Huyện mới gồm trên 60 làng, chạy song song với nhau từ Bắc xuống Nam và được ngăn rất đều bởi những con sông đào rộng chừng 2 ngũ (10 thước tây) bề ngang. Cắt ngang các làng từ Đông sang Tây là một con đê lớn, vừa dùng để ngăn nước biển vừa làm trục lộ giao thông chính giữa các làng trong vùng. Một phần truc-lộ này là đường phố chính của thị xã Phát Diệm ngày nay.

Cho tới lúc đó, kể từ khi con đê Hồng Đức (Yên Mô) được đắp theo lệnh của vua Lê Thánh Tôn vào năm 1475, thường gọi là đường Quan và tạo nên vùng đồng ruộng Mô Độ (tức vùng Yên Mô sau này) có lẽ con đê Nguyễn Công Trứ là công trình thủy lợi mới và quan trọng nhất của vùng duyên hải phía Đông Nam miền Bắc sau này, tạo dựng nên miền đồng điền Kim Sơn phì nhiêu kia vậy.

Khi nhìn vào bản đồ của huyện Kim Sơn, với cả thảy trên 60 làng, làng nào cũng có những khu thổ-cư, công-điền, tư-điền, thế-nghiệp, thần điền, học điền v.v. được phối trí và phân chia thiệt là đều đặn, rành mạch và hợp lý, cùng với một hệ thống đê điều và sông ngòi chằng chịt, chạy ngang dọc như bàn cờ, vừa dùng để dẫn thủy nhập điền và khơi nước khi có lụt lộ, vừa dùng làm đường di chuyển thóc lúa giữa các làng, không ai có thể tưởng tượng được rằng với hơn ngàn nông dân ít học, lại không có chuyên viên kỹ thuật, không có dụng cụ cơ khí, mà trong vòng chỉ có một năm, Doanh Điền Sứ Nguyễn Công Trứ đã có thể thực hiện được một công trình khẩn hoang tốt đẹp và vĩ-đại đến như thế.

Nói một cách khác, chúng ta phải công nhận là ông cha chúng ta mấy đời trước quả là những người đi tiên phong khai phá thiệt tài ba và dũng cảm, con cháu chúng ta ngày nay, dù là thời kỹ thuật "cao", khó mà sánh kịp,

Gần nửa thế-kỷ sau, khi tới trọng nhậm xứ mới Phát Diệm Cha Sáu tiếp tục công cuộc khẩn hoang những bãi tân bồi ở ngoài các vòng đê Nguyễn Công Trứ bằng cách đắp thêm một vòng đê mới, tức đê 50, nên nhờ đó mà các làng quanh vùng Phát Diệm có thêm được mấy ngàn mẫu ruộng và lần lần một số làng mới như Tuy Lộc, Hóa Lộc, Tuy Định được lập nên theo kiểu mẫu của Doanh Điền Sứ Nguyễn Công Trứ 40 năm trước đó.

Sang thời Pháp thuộc, các bãi tân bồi ăn ra tới đâu, người ta tiếp tục cho dân chúng khẩn hoang tới đó, đắp thêm hai con đê Văn Hải và Như Tân, lập thêm hai làng mới Tân Mỹ và Như Tân, nhờ vậy mà trên chục ngàn mẫu ruộng nằm ở trong vòng đê mới đã có thể trở thành "nhất đẳng điền", tức loại ruộng đất tốt nhất.

Sau cùng, vào khoảng 1935, 1936 Đức cha Nguyễn Bá Tòng được chính phủ bảo-hộ thời đó nhượng quyền khẩn hoang phần tân bồi ngoài cùng, tức bãi Cồn Thoi, với giá tượng trưng một đồng bạc (Đông dương).

Công việc khẩn hoang đương tiến-triển tốt đẹp thì xảy ra vụ di-cư 1954.

Tới nay nghe nói vùng Cồn Thoi cũng đã trù phú lắm, dân cư đông tới hàng ngàn chứ không lơ thơ vài ba chục gia-đình nghèo khổ như nửa thế-kỷ trước đây, và người ta đã đắp thêm tới hai vòng đê để có thêm hàng mấy chục ngàn mẫu ruộng trồng cấy 2 mùa.

Nhân tiện chúng ta cũng nên biết thêm là hiện tượng đất bồi tại miền duyên hải Kim Sơn là một hiện tượng hết sức đặc biệt, có thể nói là độc nhất vô nhị ở miền Bắc Việt Nam chúng ta, và cũng nhờ có hiện tượng này mà có Phát Diệm, Kim Sơn ngày nay.

Thực vậy, trong khi nhiều vùng khác ở miền duyên hải bị lở, có khi cả một làng bị biến mất thành biển cả chỉ trong vòng một thời gian rất ngắn ngủi chừng 5,10 năm mà thôi, riêng vùng Phát Diệm, Kim Sơn thì trái lại, bãi tân bồi càng ngày càng mở rộng ra phía biển, thực đúng với ý nghĩa của 4 chữ "thương hải, tang điền".

Như tôi đã trình bầy ở trên, hiện tượng này bắt đầu ít ra cũng từ 5,6 thế-kỷ trước đây, trong thời gian đó cửa Thần Phù ở Chính-đại vẫn còn là một cửa biển.

Ngày nay cửa Thần Phù đã cách xa biển trên 10 cây số. Nếu như phù sa của hai sông Đáy và Hồng Hà tiếp-tục bồi miền duyên-hải Phát Diệm, Kim Sơn với nhịp độ hiện nay thì chỉ trong vòng một hai thế-kỷ nữa, hoặc có thể nhanh hơn, chúng ta có thể đi bộ ra Hòn Nẹ, tương tự như người Pháp và du-khách, mỗi khi nước thủy triều rút, thường kéo nhau thả bộ ra thăm hòn đảo Saint Michel ở ven biển vùng Tây Bắc Bretagne.

Hiện giờ thì đuôi cỏ của bãi Cồn Thoi, theo tôi được biết, chỉ còn cách Hòn Nẹ chừng 4,5 cây số mà thôi. Có điều là các bãi biển ở đây không phải là những bãi cát vàng như ở Sầm Sơn gần đó để chúng ta có thể đi tắm biển mà là những đồng lầy, lau sậy, rừng sú và rừng vẹt mọc đầy, do phù sa 2 sông Hồng Hà và sông Đáy (chi nhánh hữu ngạn sông Hồng) tài bồi lên.

Trước 1954, như tôi đã trình bầy ở trên, khu thị xã Phát Diệm gồm 6 làng ở liền kề nhau, nếu kể từ Đông sang Tây thì ta thấy có các làng Kiến Thái, Trì Chính, Thượng Kiệm, Phu Vinh, Phát Diệm và Lưu Phương, được nối liền với nhau bằng một con đường phố chính dài chừng hai cây số (1 mile rưỡi). Đường phố chính qua làng nào thì lấy tên làng đó để gọi, thí dụ: phố Lưu Phương, phố Kiến Thái v.v. Từ đầu phố Thượng Kiệm trở xuống, tức kể từ cầu Trì Chính, con đường phố chính chạy dọc theo bờ phía Bắc sông Ân giang, con sông đào dài và quan trọng nhất cắt ngang huyện Kim Sơn từ Đông sang Tây, nhờ đó mà người ta có thể di chuyển bằng thuyền từ vùng giáp giới Yên Khánh vào tới tận sông Càn (giáp giới huyện Nga Sơn, Thanh Hoá).

Mấy phố Phát Diệm, Phú Vinh và Thượng Kiệm là những phố buôn bán sầm uất hơn cả, nhất là phố Phát Diệm vì dọc bờ sông phía Bắc sông Ân giang có một dãy đình họp chợ (do ông Nội tôi đứng ra xây cất vào khoảng 1928,29)

Dãy đình chợ này về sau được sửa sang lại thành những cửa hàng buôn bán, bất chấp mọi luật lệ, nên chợ từ đó phải họp lộ thiên ở hai bên lề phố Trong và một phần bên phố Ngoài, sự đi lại do đó rất là khó khăn. Vào những ngày phiên chợ, người ta phải chen nhau mà đi.

Bắc ngang khúc giữa sông Ân giang có cây cầu Ngói, nối phố Trong với phố Ngoài Phát Diệm.

Cây cầu này có mái lợp ngói, thân cầu làm toàn bằng gỗ, có ba nhịp, tám cột, được kiến trúc theo kiểu Việt Nam rất độc đáo. Cũng như nhà thờ Lớn PD, từ thời Pháp, cây cầu đã được nha Khảo cổ xếp hạng.

Vùng Yên mô cũng có một cây cầu ngói, có lẽ cổ hơn nhiều, nhưng nhỏ và hẹp hơn. Ngoài ra, lối kiến trúc tuy theo kiểu Việt Nam, nhưng xem ra tù túng, nặng nề, không thanh thoát và duyên dáng như cây cầu Phát Diệm.

Thực ra thì Phát Diệm có tới 3 cây cầu ngói giống nhau được bác ngang sông Ân-giang, nhưng rất tiếc là cầu Thượng Kiệm đã bị phá để xây đập ngăn nước sông Vạc (tức sông Trì Chính), cầu Lưu Phương thì bỗng nhiên bị sụp đổ,* chỉ còn lại cầu Phát Diệm mà thôi, cho nên ca-dao địa-phương có câu:

Lưu Phương nghị Hổ anh hùng
Có cây cầu ngói đổ ùm xuống sông
Phát Diệm trên bến dưới thuyền
Có quan, có cụ, song hành ngựa xe

Trước thế chiến II, dãy phố Trong vốn là một phần

---

* Tôi đã chính mắt nhìn thấy cầu sập vào lúc giữa trưa một ngày hè nắng ráo. Hình ảnh sự đổ vỡ vô cùng kinh hoàng này đã in sâu vào đầu óc thơ ngây của tôi, nên tới nay tôi vẫn còn nhớ, mặc dầu lúc đó mới 3,4 tuổi

của con đê lớn do quan Doanh Diền Sứ đắp trước đây
169 năm, nên rất hẹp dù sau này có nới rộng thêm cũng
chỉ vừa tạm đủ cho hai xe tránh nhau một cách khó khăn

Sau này, chỉ có các phố Trong và con đường Giữa
Phát Diệm (dẫn vào nhà Thờ Lớn) là trải nhựa, ngoài ra
hầu hết các con đường khác còn lại chỉ là những con
đường đất chật hẹp, gọi là đường "giong", thường rất
lầm lội sau mỗi trận mưa, nhất là vào mùa thu, trời mưa
ròng rã có khi nửa tháng liền.

Hồi còn nhỏ, vào mùa mưa, chúng tôi thường phải
đi chân không lội bùn đi học, vì không có một thứ giầy
dép gì chịu nổi, kể cả đôi guốc gỗ. Nếu như chơi đùa
hoặc đánh đấm nhau để rồi lỡ tay làm rớt sách vở thì
buổi học hôm đó coi như là hết đường, đôi khi có thể bị
thày giáo quở phạt, hoặc bị ăn đòn nữa.

Mặc dầu phải rửa chân tay kỹ trước khi vào lớp học
chúng tôi đều vẫn lem luốc, hôi hám, ướt như chuột lột.
Nhưng riết rồi cũng phải quen, không đứa nào bị đau ốm.

Phố Ngoài, tức con đường ở phiá Nam sông Ân
Giang, tuy gọi là phố, nhưng mặt đường cũng chỉ được trải
sơ sài bằng một lớp đá xanh và gạch vụn, nên sau ít năm,
nếu không được tu sửa, gạch đá vụn đều biến đi đâu hết,
nên sau mỗi trận mưa lớn, cũng lầm lội chẳng khác gì các
con đường giong trong các xóm.

Nhân nói đến Phố Ngoài, tôi xin được kể lại một
vài giai-thoại mà tôi không thấy được nhắc tới trong
sách vở hoặc báo chí nào.

Phố Ngoài Phát Diệm, tức con đường phía bên kia
Cầu Ngói, có một căn nhà gạch cổ cách nhà thờ họ Rosa

chừng 3,4 căn. Đó là nhà cụ lang Cảnh, tức thân-phụ anh Kim* tức Thiên Hương, chủ một tiệm bán thuốc Tây trên phố Phú Vinh (cạnh biệt-thự của ông bố Chiểu).

Căn nhà này là căn nhà gạch cổ nhất Phát Diệm, do một bà lái buôn giàu có nhưng tính tình ngang bướng ở đất Điền Hộ xây cất, bất chấp lệnh cấm của Cha Lớn Khâm (không ai rõ tại sao Cha Lớn Khâm ra cái lệnh dường như vô lý này).

Ít lâu sau, không hiểu nghĩ ngợi thế nào bà lái buôn phú hộ tặng lại cha căn nhà gạch năm gian lịch sử đó. Những lúc nhàn rỗi, cha thường ra căn nhà kể trên đọc sách hay nghỉ ngơi

Một buổi chiều nọ, trời bắt đầu chạng vạng tối, có người tới xin yết kiến và bí mật báo tin cho cha biết là Ngài Ngự (thời đó ở Huế người ta đổi vua như cơm bữa), trên đường vi-hành tuần du Bắc-hà vừa mới ghé Phát Diệm. Hiện Ngài Ngự và đoàn tháp tùng đương uống rượu tại một quán thịt chó trên phố Thượng-Kiệm.

Trong khi gấp rút chưa kịp chuẩn bị để đón tiếp nhà vua, cha sai người thân-tín ra ngay ngoài phố đón vua và đoàn quan quân tùy-tòng đưa về nhà mát của cha ở Phố Ngoài để tạm nghỉ-ngơi.

Chừng ngót nửa tiếng đồng hồ sau, cha dẫn một một đoàn thanh-niên cận-vệ tới nhà mát để bệ-kiến Ngài Ngự.

---

* Sau này ông Kim làm quận-trưởng ở Tăng (Phủ-lý), bị tập kích chết ít lâu trước ngày đất nước bị chia đôi (1954). Căn nhà cổ nay cũng đã không còn để lại một vết tích gì.

Khi được vời vào, cha thấy đèn đuốc đã được thắp sáng choang, một người trẻ tuổi, búi tóc, đội khăn nhiễu, áo lụa trắng dài kiểu học trò, ngồi trên chiếc ghế đặt ở chính giữa cuối phòng khách, cầm quạt phe phẩy, hai bên lố nhố có chừng trên mười người ăn mặc luộm thuộm đứng dàn hầu...

Cha đoán người ngồi giữa là Ngài Ngự nên cha trịnh-trọng chắp hai tay trước ngực thong thả bước tới để chuẩn-bị hành lễ bệ kiến theo đúng lễ-nghi quân thần. Nhưng cha vừa tiến tới được mấy bước thì Ngài Ngự bỗng mặt mày tái mét, đứng bật dậy bộ điệu rất lúng túng và hớt hải...

Ngay lúc đó, cha Lớn Khâm quát lớn: "Bay đâu! Hãy bắt trói bọn khi quân phạm thượng này cho ta!"

"Ngài Ngự" quýnh quá vội vàng quỳ sụp xuống chắp tay lậy như tế sao.

Té ra là vua giả, thấy tướng cụ Lớn Khâm oai phong lẫm-liệt nên đã bất chợt chột dạ đứng lên để rồi bị lật tẩy một cách thiệt thê thảm.

Một lần khác, cũng tại căn nhà mát ở Phố Ngoài, vào một buổi trưa hè, cha vừa đọc kinh nhật-tụng xong thì người ta dẫn giải tới mấy tên cướp Tàu-Ô, cha liền cho người kêu ông Tổng Ngữ là trưởng ban tuần tra của cha từ Phát Ngoại lên giúp cha thẩm vấn liền tại chỗ. Nhưng dù có hỏi đi hỏi lại nhiều lần thế nào đi nữa chúng cũng nín thinh, nhất định bảo nhau không chịu cung khai, mặc dầu chúng gốc người Nùng ở Móng-Cáy, rất sõi tiếng kinh.

Cho mãi tới chiều ngày hôm đó, chúng nhất định ra

gan không chịu nói lời nào nên cha bất đắc dĩ phải ra lệnh cho ông Tổng Ngữ dụng hình, sai người nọc chúng giữa sân, đánh mỗi tên mấy chục hèo. Có tên máu chảy thấm lưng, khi cho lột áo để trị thương thấy mình hắn đầy lông lá như con khỉ, dân chúng thời đó còn đơn thuần, chất phác, rất lấy làm lạ và khiếp sợ, nên họ càng khâm phục oai Quan Lớn Khâm.

Mấy câu chuyện tôi vừa kể chỉ là những câu chuyện truyền-khẩu các ông bà già thường kể lại cho con cháu nghe vào những buổi tối rỗi rãi, thực hư như thế nào, không ai biết rõ.

Hơn nữa, đã là truyền khẩu thì chẳng có gì là bảo đảm hoặc chắc chắn là đúng.

Có lẽ từ sự-kiện cha Trần Lục được vua Tự Đức giao cho trọng-trách trấp-an các tỉnh miền duyên-hải và dẹp bọn cướp biển Tàu Ô hoành hành tại vịnh Bắc-kỳ thời bấy giờ suốt từ Móng Cáy xuống tận vùng biển Thanh, Nghệ, tới vụ Lê Duy Bá thuộc dòng dõi tôn-thất nhà Lê thất bại trong trong mưu đồ mượn uy-danh cha Sáu để lập triều-đình và kéo cờ khởi-nghĩa tại Phát Diệm, nên đã nẩy sinh ra mấy câu chuyện kể trên trong dân gian lúc đó chăng.

Gần đây thói quen thường coi Phát Diệm là một thị-xã, nhưng trên phương diện phân định hành chánh, không có quy-chế hay văn-kiện nào ràng buộc 5,6 làng kể trên thành một thực thể hay hình thức hành chánh rõ rệt nào. Đó là một tình trạng hết sức đặc biệt của Phát Diệm. Ngoài ra, thực-tế mà nói thị-xã Phát-Diệm không phải là một thành phố mặc dầu rộng lớn và đông dân số hơn nhiều tỉnh ly, kể cả tỉnh ly Ninh Bình, và Phát Diệm trước sau chỉ là một khu thị-tứ vùng quê.

Có vẻ thị thành nhất có lẽ là khu phố quanh chợ Trì Chính, bên sông có đồn lính và bến tàu, phía bên trong là bệnh viện và nhà bưu-điện. Người Tàu ở đây đông, lại có nhiều hãng xưởng, nên khu vực Trí Chính khá xem ra khá sầm uất và nhộn nhịp.

Nói đến bệnh-viện Phát Diệm (quen được gọi là nhà thương Trì Chính), tôi không thể không nhắc tới một nhân-vật rất đặc-biệt của Phát Diệm thời xa xưa đó: Bác sĩ Nguyễn Ấu Thìn, một vị thày thuốc rất xứng đáng với cái danh-hiệu lương y. Thực vậy, rất nhiều người Phát Diệm đã mang ơn ông, trong số đó có kẻ viết bài này.

B.s. Thìn thực ra là một y-sĩ tốt nghiệp trường Cao-đẳng Y-khoa Đông Dương.* Ông bắt đầu về điều-hành nhà thương Trì Chính vào đúng cái năm tôi ra đời và cũng chính ông đã lôi tôi ra từ bụng mẹ.

Đối với riêng tôi, điều đáng nói là nếu không có đôi bàn tay lành nghề lương y của ông, có lẽ tôi đã không có cái cơ may được hiện diện cùng với bà con trên mặt địa cầu này. Đó chưa kể hồi 3 tuổi tôi lên sởi bị chạy hậu (tức bị biến chứng cấp tính) gần mù, BS Thìn đã kịp thời chữa lành đôi con mắt của tôi.

Em ruột tôi (nay cũng là một bác-sĩ y-khoa) lúc mới

---

* Tốt nghiệp trường Cao-đẳng Y-khoa Đông-dương tuy không phải là Bác-sĩ những vẫn thường được dân chúng gọi là quan Đốc-tờ. Có nhiều vị là những thày thuốc rất giỏi.(Thời đó chưa có Đại học Y-khoa).

ba tuổi gân máu ở thái-dương bên phải bỗng bị nứt bể, máu chảy xối xả không cách nào băng bó cho ngừng được, B.S. Thìn đã chữa lành một cách rất tài tình bằng cách cặp và buộc chỗ bị bể.

Sau gần 20 năm tận tụy phục vụ dân nghèo vùng Kim Sơn, Phát Diệm, Bác Sĩ Nguyễn Ấu Thìn đã tự coi mình như người chính gốc Phát Diệm nên sau 1943, ông đã về hưu trí tại xã Lưu-phương. Người thay BS. Thìn là BS. Vũ Đình Tụng, ít được người Phát Diệm biết tiếng vì ông làm việc ở Phát Diệm chỉ có 2,3 năm mà thôi.

Mùa xuân năm 1946, tôi đã có dịp gặp lại bác sĩ Thìn lần chót khi ông một mình chống ba-toong đi bộ từ Phát Diệm xuống thăm gia-đình chúng tôi tại trại Như Tân. Gần đây tôi rất mừng khi được gặp lại gia-đình anh Minh, người con trai lớn của bác sĩ Thìn, trong những buổi sinh-hoạt của hội Truyền Thống Phát Diệm tại khu Bolsa (Little Saigon).

Phố Trì Chính được kéo dài sang phía Đông bởi phố Kiến Thái, khu "đèn Đỏ" của Phát Diệm cách đây trên 60 năm. Những người đàn ông đứng đắn khi có việc phải đi ngang qua khu vực gọi là "chơi bời" này thường rất e-dè, nhất là vào buổi tối .

Nói là khu "đèn đỏ" là nói cho vui, chứ thực ra thì trên cái dãy phố gọi là "chơi bời" này cũng chỉ có 2 nhà hát cô đầu mà sự làm ăn không có gì là khấm khá cho lắm. Dẫu sao cũng chỉ là mấy nhà hát cô đầu xập xệ kiểu nhà quê dành cho mấy ông lý ông xã lấy cớ đi làm việc quan để trốn vợ đi du hí.

Hồi nhỏ, tôi đã có lần theo một bà dì lên khu phố này để yểm trợ một cuộc đánh ghen rất là vui. Giữa dãy nhà hát cô đầu có một hàng mì nhỏ khá ngon. Mì cũng như vằn thắn đều được làm tại chỗ, một chuyện rất hiếm đối với thời buổi văn minh ngày nay.

Phía trong dãy phố là rạp hát duy nhất của Phát Diệm, nơi dừng chân trên đường lưu diễn của những gánh hát cải-lương hoặc đoàn xiệc nhỏ. Khi nào có gánh hát về, mỗi buổi chiều người ta thường thấy mấy anh hề, quần áo lòe loẹt ngồi trên xe kéo, cầm cờ, trưng bảng quảng cáo, đánh trống lùng tùng xoèng để cổ động cho vở tuồng đêm đó, như "Võ Tòng sát tẩu", "Lã Bố hý Điêu Thuyền", "Dương Chiêu quân cống Hồ"... hoặc những vở cải-lương mùi mẫn như "Mối hận lòng", "Giọt lệ đêm thu", "Lan và Điệp", "Đứa trẻ mồ côi" v.v...

Chắc quý vị sẽ hỏi là một nơi bảo thủ và đạo đức như Phát Diệm mà cũng có một khu "chơi bời đàng điếm" (!) như thế sao?

Xin thưa là Phát Diệm thực ra không đến nỗi quá hủ lậu, hơn nữa chủ nhân khu phố là gia-đình trạch chủ họ Lâm, khá giầu có, gốc Trung Hoa, lại quen biết nhiều, nhưng không phải là người Công giáo, nên sự làm ăn không cần phải gò bó vào một khuôn khổ nào.

Nói đến họ Lâm, tôi không thể không nhớ tới một người đàn bà thuộc gia đình này: chị Đào, cô con gái lớn của ông bà Lâm.

Thời Pháp thuộc, chồng chị đậu tri huyện hoặc redacteur gì đó (tham tá biên tập viên)), sau đảo chánh Nhật, hình như đã có một thời làm thị trưởng Nam Vang.

Cuối cùng, sau 1945, anh Đào theo kháng chiến. Năm 1950, tình cờ tôi gặp chị trên một chuyến tàu thủy đi Hànội. Vì biết gia đình tôi (chị là bạn thân của một bà dì tôi), hơn nữa khi nghe nói tôi là bạn của Tr..., em trai chị, chị Đào có cảm tình ngay và trò chuyện thân mật với tôi một cách rất tự nhiên, như chị với em lâu ngày không gặp. Chẳng những thế, buổi chiều hôm đó, một buổi chiều Hànội lạnh và hơi buồn, trước khi chia tay chị đãi tôi ăn chả cá, uống rượu chát Bordeaux tại quán Lã Vọng để hai chị em có thêm cơ hội tiếp tục nói chuyện. Đó là lần đầu tiên và cũng là lần cuối cùng tôi được gặp và biết chị Đào nhà họ Lâm.

Sau gần 60 năm, tôi chỉ còn nhớ chị là một người đàn bà tầm thước, mặc đồ đen, hơi gầy, da ngăm ngăm, rất mặn mà, duyên dáng, với đôi mắt lá răm tuyệt đẹp, tuy sắc nét nhưng đôn hậu.

Dù mới gặp lần đầu, nhưng chỉ cần nghe chị Đào nói chuyện là tôi đã thấy mê chị ngay rồi. Nếu còn sống, chị năm nay ít nhất cũng phải trên dưới 90 tuổi.

Tôi không rõ là sau 1954, hai anh chị có được đoàn tụ lại hay không. Hy vọng rằng đoạn kết của câu chuyện sẽ tốt đẹp như chị Đào hằng mong đợi.

Tuy chỉ là một khu thị xã vùng quê, nhưng Phát Diệm có rất nhiều điểm đặc biệt mà nhiều thị xã hoặc tỉnh lỵ thua kém hoặc không có, chẳng hạn như dân số đông (trên 100 ngàn), nhiều công-nghệ, nhiều nông sản và hải-sản, việc buôn-bán cũng khá phồn thịnh, vì gần biển nên khí-hậu tốt, không khí trong lành, ít ô nhiễm.

Về các phương diện khác như mua sắm, ăn mặc, nghề

nghiệp, Phát Diệm tương đối chẳng thiếu thứ gì.

Năm 1920, Phát Diệm đã có người chạy xe ngựa hòm kính (người đó là ông ngoại tôi, cụ cửu Quắc). Năm 1937, ông nghị Hy là người Phát Diệm đầu tiên có xe hơi. Chiếc Renault đời 1927 của ông lúc đó trông cũng đã rất cổ kính.

Trước đó ít năm, ông giáo Ngọc, chủ hiệu sách và tạp hóa Phan Ký trúng số độc đắc xe hơi của hãng trà Ninh Thái ôtô. Ông chủ này là nhà giàu non, vẫn còn ăn tiêu theo lối nhà quê, lại hà tiện, nên không dám lấy xe "ô-tô" mà chỉ xin lấy tiền mặt về để làm ăn và tậu thêm ít ruộng tốt ở 2 làng Như Tân và Văn Hải.

Thời đó, khách phương xa về Phát Diệm, một khi đã nếm thử, ai cũng khen giò lụa và bánh tầy bà Dục ở đầu cầu Phu Vinh, phở ông Bạ, bánh ướt chả rán cô Toán, bánh Tây ông quản Bột, bún mọc chợ Phát Diệm, bánh bao và bánh rán vừng ròn tan của chú Ửng v.v.

Người Phát Diệm ngày xưa hẳn chưa quên cái cảnh đêm khuya trời lạnh, bụng đói, đứng ở điếm canh đầu phố Trong Phát Diệm vừa ăn vừa húp xùm xụp một bát phở 5 hoặc 3 xu ngon thơm và nóng hổi của ông Bạ.

Riêng bọn con nít trường thày dòng chúng tôi rất khoái món xôi chả thơm và nóng hổi của bà Hoành Đen bán mỗi buổi sáng tại nhà của bà ở phía Nam bờ hồ nhà thờ, bánh rán vừng và bánh bao chú Ửng ở cổng đá nhỏ phía Đông.

Như đã nói ở trên, phố Kiến Thái có tiệm mỳ độc nhất Phát Diệm. Tiệm tuy nhỏ nhưng mỳ trộn với trứng gà được làm tại chỗ nên ngon tới độ bây giờ tôi vẫn còn nhớ và thèm được ăn. Sở thích ăn mì của tôi sau này có lẽ cũng bắt đầu từ đó.

Miếng ngon Phát Diệm tuy đơn sơ, mộc mạc nhưng thuần chất, không chút màu mè giả dối.

Sau hết phải kể tới mấy quán thịt chó Phát Diệm. Nghe đâu món cầy tơ của Phát Diệm ngày xưa cũng ra gì lắm, rất tiếc là mấy ông bạn mê thịt chó của tôi sau này, chẳng hạn như "mộc tồn vương", tuy đại danh là Diệm, nhưng đã không có cái cơ duyên được thưởng thức những miếng dựa mận vàng ửng, mềm mại, béo ngậy, nóng hổi và đậm đà tới độ nồng nàn cùng với những miếng chả nướng thơm phức, những miếng dồi rất dòn lại béo bùi của mấy quán thịt chó Phát Diệm ngày xưa, những miếng ngon có thể nói là thuần túy dân tộc và thanh thú nhất trên đời. Nếu mà lại được lai rai với mấy "cút" rượu nếp của địa phương thì thực là như rồng gặp mây, như thuyền gặp gió vậy. Vào thời đó, tức cách đây trên 70 năm cả vùng không có lấy một tiệm ăn mà chỉ có mấy quán "cầy tơ" để bà con tới nhậu mà thôi.

Phát Diệm còn sản xuất nhiều loại thực phẩm nổi tiếng khác như nước mắm, cá khô, mắm tôm, tôm khô, tôm he, cua bể, cá khoai v.v. Riêng món cá khoai, có lẽ ít người biết tới.

Canh cá khoai (cá phải hoàn toàn còn tươi) nấu với rau mồng tơi Phát Diệm thì *Ố là là!* hết sẩy, đến bố Tây cũng phải mê dù rằng món canh này cần phải được nêm với chút mắm tôm.

Thượng phẩm ngon nhất nước đấy quý vị ơi!

Trái cây thì ngoài nhãn, mít, vải, nhâm (còn gọi là

quả giổi) còn có cam Lai Thành, chẳng kém gì cam Xã Đoài (có thể chua hơn một chút nhưng rất có duyên).

Hànội và người các tỉnh xưa rất mê những đặc-sản trên đây của Phát Diệm,

Chừng bảy, tám chục năm về trước, các loại mắm và các đặc-sản về tôm cá được bày bán trên mấy phố hàng Mắm và hàng Khoai Hànội đều do vựa của ông nội tôi cung cấp. Tới nay tôi vẫn còn nhớ người tổng phát hành cho ông nội tôi là ông cả Đức, một nhà buôn lớn ở phố hàng Mắm, tháng tháng thường về Phát Diệm ít nhất là một lần để tính toán tiền nong và bàn chuyện làm ăn với ông nội tôi. Vào những dịp này, tôi tha hồ được nếm quà Hànội như nho, táo, kẹo tây, bánh khảo, bánh phục linh, hạt giẻ tàu v.v.

Nhân tiện tôi cũng muốn trình bày lý do tại sao tôm cá vùng biển Phát Diệm lại ngon hơn tôm cá ở các vùng khác.

Điều đó có thể được giãi thích ở như cái điểm là nhờ có nước phù sa của ba con sông lớn là sông Hồng Hà, sông Đáy và sông Mã đổ ra nên hết thảy các loại tôm cá và hải sản khác như nghêu, sò, ốc, hến, cua, mực, chem chép v.v. thuộc vùng ven bể từ Phát Diệm vào tới cửa sông Cả (Nghệ An) có thể được coi như là nhất nước trên phương diện phẩm chất.

Theo kinh nghiệm người xưa thì tôm cá sống ở những vùng ven biển có lẫn nước phù sa thường chóng lớn, béo mập, thơm ngon hơn tôm cá những vùng biển không có lẫn phù sa. Rất có thể vì lý do đó mà phẩm chất tôm cá vùng biển Hải phòng, Quảng Yên thua kém vùng Thanh Nghệ và Phát Diệm.

Về lúa gạo thì các loại nếp, dự và tám thơm của Phát Diệm, màu trắng xanh, có thể nói là thơm dẻo và ngon nhất nước. Đã nói đến gạo không thể không nói tới cốm. Cốm Phát Diệm không nổi tiếng và màu mè bằng cốm làng Vòng nhưng cái ngọt bùi, thơm dẻo của nó tuy mộc mạc, đơn thuần nhưng mùi vị có thực chất lại để được lâu hơn, và lẽ tất nhiên, chứa đựng nhiều tình tự dân tộc hơn.

Nếu huyện Kim Sơn được thành lập trước đây mấy trăm năm, nhất định các đặc sản của Phát Diệm cũng đã được chọn làm cống phẩm cho nhà Vua.

Tôi nay chỉ mong sao có cơ hội được trở về nơi cố lý để có dịp được thưởng thức một lần nữa những miếng ngon đầy tình ý quê hương trên đây, nhất là được ăn một mâm "cỗ sốt" kiểu Phát Diệm thì thiệt là tuyệt cú. Chỉ e rằng những miếng ngon vật quý và lối ăn uống của cái thời xa xưa đó đã bị hoàn toàn mai một, ngày nay khó mà có cách nào tìm lại được. Kể cả tại Hànội và toàn thể 3 miền Bắc, Trung, Nam.

Cỗ sốt thực ra thì cũng đơn giản lắm và chỉ gồm có 5 món hết sức giản dị và quê mùa, nhưng có thể nói là thuần túy dân tộc và thường chỉ được dọn vào lúc sáng sớm tinh sương, khi trời đất còn mù mù sương lạnh.

Chắc có nhiều vị muốn biết "cỗ sốt" ở Phát Diệm ngày xưa gồm có những món gì?

Người ta gọi là cỗ sốt (tức cỗ nóng hổi) để phân biệt với cỗ thường được dọn với những đĩa lòng và thịt heo luộc đã nguội lạnh từ nhiều tiếng đồng hồ trước khi được bày ra để bà con "đánh chén".

Cỗ sốt thường chỉ được dọn có một mâm mà thôi, thiệt là đơn giản, đặc biệt dành cho chủ nhân hoặc một vài vị khách quý, gồm có hai đĩa thịt luộc (một đĩa thịt mông và một đĩa thịt thăn) một đĩa lòng, một bát nước "xúyt" nóng sôi sục, một bát "hồng Hoa" và một đĩa xôi cũng vừa mới lấy trong trong chõ (nồi đất nung lớn dùng để nấu xôi) ra. Cỗ sốt này chỉ có thể có vào buổi sáng sớm tinh sương, khi trong nhà có dịp "giết lợn" làm cỗ.

Như quý vị đã rõ, sau khi mổ lợn, làm sạch bộ lòng (vào khoảng 4 giờ sáng), phần lớn con lợn được bỏ vào một cái nồi thực to (thường là nồi 60) để luộc. Khi vừa chín tới, thịt lợn được vớt ra, để cho nguội, rồi mới được xả ra từng phần, thái ra để bày cỗ. Trong khi đó, người ta lấy ít lòng và thịt luộc còn nóng hổi để dọn một mâm cỗ sốt như đã nói ở trên. Nước "xuýt" (tiếng Phát Diệm) tức nước lèo lấy từ nồi luộc con lợn, phải còn nóng sôi để ăn món "hồng hoa", nôm na là món huyết lợn tươi đã được "hãm" đông lại như bánh thạch.

Khi ăn người ta xắt huyết "hồng hoa"ra từng miếng nhỏ bằng con cờ một, hoặc lớn hơn, tùy ý, dùng thìa bỏ vào giữa lòng bát ăn cơm một vài miếng, chan nước xuýt nóng sôi lên trên, làm cho miếng huyết heo hơi hơi chín và se lại, vắt chút chanh, thêm chút tiêu, chút ớt (nếu bạn thích), một vài giọt nước mắm ngon, ăn kèm với mấy lá húng láng và mùi tàu thì...ôi thôi! không phải tôi nói ngoa, thiệt là tuyệt vời !

Lúc thọc huyết con lợn, hai lớp huyết đầu và cuối coi như không tinh khiết nên được dành để luộc thành tiết chín và làm nhân nhồi dồi cho món lòng lợn. Lớp giữa tốt nhất dành để ăn hồng hoa và hãm tiết canh.

Tại sao mà có món hồng hoa? Đơn giản thôi. Vì lúc đó còn quá sớm, chưa kịp đánh tiết canh nên người ta phải tạm thay thế bằng món hồng hoa thô sơ kia vậy. Tuy nhiên nhiều tay sành ăn xem ra khoái với cái món hồng hoa hoang rợ kia hơn, nhất là các bợm nhậu. Mặc dầu món hồng hoa cũng như tiết canh, về phương diện vệ sinh, cả hai xem ra đều nguy hiểm cả, nhưng riêng tôi nhận thấy thì ngày xưa ở quê tôi chưa bao giờ thấy xảy ra chuyện gì đáng tiếc vì mấy món ăn Việt Nam hết sức độc đáo và có vẻ như man rợ và thiếu vệ sinh này.

Dẫu sao thì đó cũng là một món ăn lạ miệng và ngon, hơn nữa, có thể nói là thuần túy dân tộc.

Riêng về cỗ sốt nhà quê, quý vị thử tưởng tượng coi, vào một buổi sáng sớm tinh sương mùa đông, trời lạnh hoặc hơi lạnh, trong khi mệt nhọc và đói vì phải thức suốt đêm để lo công việc cỗ bàn mà được mời ăn cỗ sốt nóng hổi như trên quả là thú vị, nhất là đối với thời xa xưa, thịt thà ở các vùng quê rất quý và hiếm, thường chỉ được thưởng thức vào những dịp hội hè, đình đám, cưới hỏi, ma chay hay giỗ tết mà thôi.

Nhân tiện chúng ta cũng thử xét lại một vấn đề mà báo chí trước đây hơn nửa thế-kỷ thường đem ra mổ xẻ và châm biếm rất kỹ. Đó là chuyện dân quê tranh chấp nhau trong vấn đề ngồi chiếu trên chiếu dưới cũng như tranh dành nhau miếng ăn ở chốn đình trung trong những dịp hội hè và thường được gói gọn trong 3 chữ: *chuyện xôi thịt.* Tờ *Phong hóa,* tiếp đến là tờ *Ngày nay* đả kích chuyện xôi thịt dữ dội nhất.

Thực vậy, với mục đích đổi mới xã hội, 2 tờ tuần báo Phong hóa và Ngày nay đã kịch liệt đả kích chuyện xôi thịt và coi đó như là một tệ trạng hủ lậu, đáng xấu hổ, cần phải được bài trừ tận gốc.

Chỉ trích hoặc chống đối bằng cách chế diễu, châm biếm cho vui thì không sao, miễn là đừng có ác ý. Hơn nữa xưa kia cũng như ngày nay, thôn quê chúng ta có rất nhiều tục lệ hủ lậu rất cần được sửa sai hoặc bài trừ.

Riêng chuyện xôi thịt, tức chuyện tranh nhau miếng ăn cũng như chỗ ngồi, chiếu trên chiếu dưới, tại chốn đình trung đã gây ra bao chuyện cười ra nước mắt, phiền toái và kịch liệt tới độ chửi bới, đánh đấm và thù hận nhau, đôi khi phải kéo nhau tới chốn tụng đình để xin phân xử, thật đáng chê cười. Người đời thường nói "Miếng ăn là miếng xấu" là như thế đó.

Tôi không nhớ rõ ông Vũ Ngọc Phan đã viết gì về chủ trương bài trừ xôi thịt của nhóm Tự-Lực Văn-đoàn, nhưng riêng tôi, vốn sinh trưởng ở thôn quê từ khi còn ở trong bụng mẹ, tôi vẫn nghĩ rằng dân quê chúng ta từ xưa tới nay vốn sống trong sự thiếu thốn và cực khổ, cơ thể lúc nào cũng thiếu và đòi hỏi cái mà người ta gọi là chất "đạm". Trong khi đó mỗi năm may mắn lắm họ mới được nếm một vài miếng thịt mỡ luộc nguội lạnh của làng xóm đãi vào mấy dịp hội hè, giỗ tết hay đình đám. Phải nói rằng những miếng thịt lợn luộc nguội lạnh ruồi bu kiến đỗ kia, nhiều khi để quá lâu nguội tới khô cong, trông thấy là đã không muốn ăn rồi nhưng đối với họ hết sức là quý hóa. Thực vậy, quý hóa vô cùng, bà con ơi!

Nhân nói đến cái ngon của miếng thịt mỡ Việt Nam, tôi xin được kể lại một giai thoại cổ mà có lẽ chẳng những ông bạn Trà Lũ của tôi vốn thích sưu tầm các món ăn lạ mà ngay đến ông Toan Ánh, nhà văn chuyên về phong tục và ông Vũ Bằng của *"Miếng ngon Hànội"* có lẽ cũng chưa được nghe nói tới bao giờ.

Ngày xưa có một lần, hình như vào đời một ông vua nhà Trần nào đó, nhân dịp Tết nguyên đán, nhà vua ân ban đại yến cho hết thảy các vị bô lão trong thành Thăng long.

Giữa bữa tiệc yến nhà vua ra một cuộc thi đố theo kiểu đố vui để học, kẻ nào thắng sẽ được thưởng mười lượng bạc và 3 tấm lụa.

Câu đố như sau: Theo ý các bô lão, món nào ngon nhất trong bữa tiệc yến hôm nay ?

Người thì nói món nem công ngon nhất, kẻ thì nói món chả phượng, người khác thì nói món chim sâm cầm* nhồi yến là số dách v.v. Đại khái toàn là những sơn hào hải vị quý giá và khó kiếm nhất trong thiên hạ. Nhà vua đều lắc đầu, sổ toẹt, không chịu cho là đúng. Có một lão trượng, dường như là một vị đường quan về hưu, ăn nói chững chạc, quần áo chỉnh tề, xem ra thích những gì là quốc hồn quốc tuý nên đã quỳ lên tâu:

---

* *Loại chim két chuyên tìm ăn củ sâm trong rừng.*

-- "Muôn tâu Thánh thượng, kẻ bầy tôi trộm nghĩ món nhựa mận giả cầy của Hoàng cung, tuy đầu vị cũng như các gia vị đều tầm thường, nghĩa là chỉ có củ chuối, riềng, mẻ, mắm tôm nấu với chân giò lợn ăn kèm với hoa bắp chuối, rau ngổ và húng láng, nhưng đó lại là món khoái khẩu và thuần tuý dân tộc nhất. Nem công, chả phượng, yến, bào ngư và vây cá Đông hải, sâm cầm Thái nguyên v.v. đều thua nó hết. Tâu Bệ hạ đồ mồi này mà nhắm với rượu nếp Sơn Nam thì không gì bằng..."

-- "Ừ! Hay! Hay lắm! Ngươi nói rất có lý. Ngài Ngự trả lời, nhưng dường như Ngài hơi lơ đãng, chưa hẳn hoàn toàn đồng ý, nên vừa nói vừa bỏ đi một cách thờ ơ. Tuy nhiên nhà vua có nói với lại: Người đừng có vội lo, hãy tạm chờ, để trẫm thử đi một vòng xem sao đã, rồi sau đó trẫm sẽ quyết định cũng chưa muộn...

Khi tới mâm của một vị bô lão có vẻ khờ khạo, mặc áo vải tứ thân, đầu cuốn khăn nhiễu, ngồi im lặng đánh chén tỳ tỳ, xem ra như bất cần thiên hạ. Nhà vua bèn vỗ vai hỏi: "Này lão bá, nhà ngươi không có ý kiến gì sao?

-- "Tâu Bệ hạ...ông già giật mình, vội nhổm lên quỳ, vừa gãi tai vừa tâu, kẻ hạ dân này sợ nói lên thiên hạ sẽ cười chê và Hoàng thượng sẽ ghép tội hý lộng đấng quân vương, tức khi quân phạm thượng, tội đáng chém, nên không dám trình tâu. Kẻ hạ dân cúi đầu xin hoàng thượng tha tội chết cho cái mạng già hèn hạ này..."

-- Nhà người cứ việc nói, Trẫm sẽ không bao giờ bắt tội nhà ngươi.

-- Tâu Bệ hạ, vậy thì kẻ hạ dân này xin phép. Lão già nói xong liền thong thả ngồi xếp chân một cách nghiêm chỉnh, vén hai tay áo lên, ung dung lấy đũa gắp một miếng thịt lợn mông luộc, chấm vào bát mật, bỏ vào miệng, để rồi, tay trái vuốt chòm râu bạc, tay kia cầm đũa chỉ vào đĩa thịt lợn mỡ luộc đã vơi quá nửa, vừa thong thả nhai một cách thiệt ngon lành vừa nói:

— Tâu Hoàng thượng, kẻ tiện dân chỉ có khoái cái món này ! Vốn đã rất ngon, nay lại được hoàng thượng ân ban, nó đúng là đệ nhất cực phẩm trong thiên hạ!

Nhà vua ăn thử, vỗ vai ông già, cười ha hả, la lớn:

--- Ừ ngon! Ngon lắm! Lão gia này nói rất trúng ý trẫm! Vừa béo vừa bùi, da ròn, mỡ lún, phần thịt nạc lại rất mềm, có chút muối mà không mặn, chấm với mật ngọt quả là đủ mùi, đủ vị, ngon và thanh tao biết bao! Hay! Lão gia nói không sai! Đúng là cực phẩm trong thiên hạ! Thế mới là người biết ăn. Nhà người xứng đáng lãnh thưởng! Bay đâu, hãy đem bát đũa lại đây để ta cùng lão bá này đánh chén một phen cho thỏa thích... Úi cha! Trẫm đây đã từ lâu không được ăn, thấy nhà người ăn ta cũng thấy thèm cái món thịt mông lợn luộc này! Ừ, ngon, ngon! Ngon quá! Thịt rất bùi, thơm và ngậy... mỡ béo, được luộc chín vừa tầm nên trong như hổ phách...da tuy dày nhưng rất dòn và mềm... kẻ nào luộc mà khéo đến thế! đúng nước, vừa lửa, vừa muối, lại chấm với mật xứ Thanh... Ngon thiệt! Chúng bay đâu! Hãy đem ngự tửu tới đây thưởng lão bá!

Ngày nay, ngoài người Tàu thường ăn heo quay hay vịt quay với một một thứ "sốt" mận (prune sauce) khá ngọt, không thấy ai ăn thịt mỡ mà lại chấm mật bao giờ. Tuy nhiên, ngày tết người Việt chúng ta vẫn thường có thói quen ăn bánh chưng có nhân thịt mỡ chấm với mật cho nên có câu chuyện cổ tích kia chăng. Quả thực, thịt mỡ luộc đi với mật kể ra cũng có lý lắm chứ!

Nhân chuyện nhậu nhẹt, ăn uống và "xôi thịt" ở các vùng quê Bắc Việt ngày xưa, thành thực mà nói, tôi không bao giờ có ý phê bình hay chê trách nhóm Tự Lực Văn đoàn, nhất là đối với nhà văn Hoàng Đạo người mà chẳng những tôi mà chính bố tôi ngày xưa cũng rất kính phục.

Bố tôi thực ra cũng chỉ là một thứ Lý Toét, mặc dầu ngày xưa đã được đi học tới năm thứ hai ban Thành chung trường Grand Collège de Hanoi (tiền thân của trường Bưởi) thì ông bà nội tôi bắt về nhà lấy vợ, biết chơi ten-nít và đá bóng tròn. Năm 29 tuổi bố tôi làm chánh hương hội một làng đồng bể, rất thích chuyện "cải cách hương thôn" của nhóm Tự lực Văn đoàn, nên ngoài việc mở lớp dạy quốc-ngữ cho dân quê mù chữ, đã thử thực hiện "nhà ánh sáng" nhưng thất bại não nề vì loại nhà này xem ra thì sáng sủa, vệ sinh và tiến bộ lắm nhưng đã không chịu nổi trận bão đầu tiên.

Bố tôi lên Hànội tìm gặp Hoàng Đạo nhiều lần để bàn về chuyện này mà không được gặp, tuy nhiên bố tôi không hề giận và buồn lòng chút nào, vẫn rất phục cái ông nhà báo xem chừng có vẽ hơi hách đối với loại "fans" nhà quê như bố tôi.

Có lẽ Hoàng Đạo nghĩ thầm:"Thằng cha Lý Toét còn trẻ này chắc gàn và dở hơi nên mới bắt chước dựng "nhà ánh sáng" của chúng tao." Do đó ông đã không chịu mất thì giờ một cách vô bổ để tiếp cái anh chàng Lý

Toét dở dẫn thích "mới" kia, tức bố tôi.

Về cái câu chuyện xôi thịt ở thôn quê ngày xưa, tôi vẫn nghĩ rằng sự việc không không đến nỗi quá tệ như chúng ta vẫn tưởng. Đúng lý ra chúng ta nên bình tâm xét lại sự việc trên cả ba khía cạnh: thực tế, tập tục và nhân đạo với một thái độ thực khách quan, công bằng, rộng lượng và thực tế hơn.

Đúng vậy, đối dân quê chúng ta ngày xưa, chẳng phải chỉ có vấn đề quá thèm miếng thịt lợn mỡ mà còn là chuyện "lá mặt", tức là vấn đề sĩ-diện nữa.

Vì thế nên tục ngữ mới có câu: *một miếng giữa làng bằng một sàng xó bếp.* Hiền thì quả là họ rất hiền, nhưng chuyện lá mặt ở nhà quê thì, ôi thôi! người ta có thể tự tử vì bị mất mặt và cũng có thể đánh giết nhau, như đã nói ở trên, vì cái lá mặt đó. Cũng may là dân quê ta ngày nay, do ảnh hưởng của trào lưu tiến bộ lớn lao về mọi mặt của thế-giới, dẫu sao cũng đã có một cuộc sống sung túc, cởi mở và nhiều dinh dưỡng hơn xưa nhiều, nên cái tệ-trạng xôi thịt cổ hủ dường như đã biến mất từ lâu, chả cần phải ai đứng lên để bài trừ.

Tuy nhiên cái tệ trạng "tranh nhau chiếu trên chiếu dưới" trong các cộng đồng, các tổ chức và hội đoàn thì đời nào, nơi nào cũng vẫn thấy có, có khi còn trầm trọng hơn ngày xưa nữa, tới độ hầu như hết thuốc chữa.

Nhân nói chuyện về miếng ngon Phát Diệm, tôi tưởng cũng nên kể thêm món gỏi cá.

Biết ăn sashimi của Nhật mà không biết món gỏi cá Việt Nam, nhất là gỏi cá Phát Diệm, thì thiệt là một sự thiếu sót to lớn.

Trước năm 1975, hồi còn ở Sàigòn, tôi cũng đã có dịp được thưởng thức món gỏi cá này tại một vài tiệm chuyên môn về món gỏi cá của người Bắc ở khu Xóm Mới. Kể ra thì cũng tạm được nhưng đồng thời cũng làm cho tôi nhớ tới món gỏi cá do chính mẹ tôi làm và nếu như đem ra so sánh thì gỏi cá Xóm Mới chẳng qua chỉ là một thứ đồ "dỏm" mà thôi.

Ngày xưa, khi còn ở ngoài Bắc, mẹ tôi thường dùng hai loại cá để làm gỏi: cá chép hoặc cá mè vừa mới bắt từ dưới sông lên. Cá trắm thì ăn cũng tạm được nhưng có nhiều xương giăm và thịt không dòn và ngon ngọt bằng hai thứ cá kể trên. Nếu không có cá sông ta có thể thay thế bằng cá vừa bắt từ dưới đầm hay hồ ao lên, hiện vẫn còn đương giẫy. Tôi xin nhấn mạnh: vẫn còn đương giẫy.

Trong vấn đề ăn nhậu, câu chuyện cá tôm còn đương giẫy cũng là một vấn đề rất quan trọng, chẳng thế mà cách đây trên 2 chục năm, phu nhân của một vị đại sứ Canada tại Hoa Thịnh Đốn viết một bài trên tờ *Washington Post* phàn nàn là từ ngày theo đấng phu quân sang xứ Cờ hoa, bà chưa bao giờ được manger tôm tươi còn đương giẫy đành đạch trong rổ (nói theo kiểu An-nam ta). Một ông nhà báo Mỹ bèn phản pháo, nói là bà hàng xóm này nhiều chuyện, cố ý hạ giá phẩm vị người xứ Cờ hoa và "miếng ngon" của thủ đô Hoa-thịnh-đốn. Bà vợ ông đại sứ kia vốn cũng ở trong cái nghề nói láo ăn tiền, lại thuộc loại mồm loa mép giải thứ dữ thành ra 2 bên tranh cãi nhau cả gần nửa tháng trời trên trang editorial (đúng vậy, trang *editorial*) của tờ Washington Post. Ối tôm ơi là tôm, giẫy với chả giẫy, trước sau cũng chỉ hơn kém nhau một chút ít thôi.

Dân nhà giàu là như thế, nói đến chuyện ăn thì cái gì cũng đều quan trọng cả.

Chả thế mà người ta phải nấu đồ ăn "gourmet" cho chó và mèo nhà giàu ăn. Mèo Mỹ, chó Mỹ, tất nhiên.

Nhân nói tới đồ ăn chó, tôi còn nhớ ngày xưa có bà ở VN mua rất nhiều đồ ăn chó của Mỹ ở trên vỉa hè mấy đường Lê Lợi và Lê Thánh Tôn (Sàigòn) về nhà để dành rồi hâm nóng cho ông chồng là BS ăn mỗi ngày, khỏi phải làm bếp, mất công, vì bà cần có nhiều thì giờ để đi đánh bài. Có điều lạ hơn nữa là ông chồng BS vẫn tỉnh bơ, tì tì ăn một cách thiệt ngon lành, hết lố hộp này tới lố hộp khác, cho tới khi có người phát giác và mách ông rằng đó là đồ ăn cho chó. Không biết sau đó ông BS nhà ta có móc cổ họng hoặc nôn mửa hay không.

Chuyện bá láp về ăn nhậu có lẽ đã hơi nhiều. Sau đây, xin được trở lại chuyện ăn gỏi.

Mặc dầu gỏi cá chép cũng ngon lắm (cá chép sông ngoài Bắc là một loại cá thiệt quý, ăn rất ngon lại không có nhiều xương giăm và nhạt nhẽo như cá chép trong Nam hay bên Mỹ). Tuy nhiên người ta thường vẫn thích ăn gỏi cá mè hơn vì thịt cá mè chẳng những mềm mại, mịn màng, ngon ngọt mà còn có vị bùi béo hơn cá chép.

Có điều đặc biệt là cá mè khi nấu chín thường có mùi tanh, nhưng ăn gỏi thì chẳng những ngon hơn hết mà lại không hề có mùi tanh.

Tuy cũng chỉ là một món gỏi cá, nhưng món gỏi cá Bắc Việt là một món ăn khá cầu kỳ, cần nhiều loại lá và rau thơm đặc-biệt để ăn kèm với những miếng cá sống trộn thính với chút riềng băm nát, thiệt thơm, tươi mát và tinh khiết.

Đúng vậy, tôi không có nói ngoa, những miếng cá này quả thực là thơm, tươi mát, rất ngọt thịt và tuyệt đối không tanh tao gì hết. Làm thế nào để những miếng cá sống được ngon ngọt, mềm mại, tinh khiết là cả một bí quyết. Chắc chắn sẽ có một vài vị sẽ hỏi: Căn cứ vào đâu mà dám nói như thế? Câu hỏi thiệt khó trả lời. Chỉ biết kinh nghiệm cho thấy là trong gia-đình tôi, kể ngay cả toàn vùng quê tôi, bà con ăn gỏi cá tối ngày, nhưng chưa bao giờ thấy ai bị bịnh tật hoặc phản ứng gì sau khi ăn gỏi cá, kể cả một số người hay bị dị ứng như tôi hồi còn trẻ. Hơn nữa ai cũng đều biết, muối với chanh dùng để làm sạch cá ăn gỏi trị vi khuẩn rất lợi hại. Do đó quý vị có thể yên tâm ăn gỏi cá Việt Nam hơn là khi ăn sashimi nhiều.

Nước chấm thì chỉ gồm có đầu cá được băm nhiễn, xả riềng, nấu với mẻ và mắm tôm, khi ăn được pha thêm chút đường, chút chanh, ớt và phải giữ sao cho luôn luôn được nóng sốt (còn được gọi là nước bổng). Ở một vài địa phương nước "bổng" được pha thêm một ít bã rượu.

Ngoài cá, nước chấm, tuy có vẻ quê mùa, thô sơ, giữ một vai trò rất quan trọng cho sự thành công hay thất bại của món ăn rất thuần túy Việt Nam này.

Rau và lá để ăn kèm với gỏi gồm rất nhiều thứ nhưng quan trọng nhất vẫn luôn luôn là 3 thứ lá sau đây: lá sung, lá mơ và rau húng. Thiếu 3 thứ lá đó, món gỏi cá kể như thất bại hoàn toàn. Hoa kỳ không có lá sung nên mỗi khi ăn gỏi cá người ta thường thay thế bằng lá nho, hoặc lá lộc vừng, ăn cũng có thể nói là tạm được.

Về các loại lá và rau ăn kèm với gỏi, loại nào ăn cũng được, miễn là tươi và giòn (crispy), có mùi thơm, vị bùi ngọt, hoặc hơi chát, hoặc hơi chua.

Ngoài ra, ta còn có thể thêm bánh đa, đậu phụng rang thiệt dòn tan và quả sung còn xanh .

Tuy nhiên, các loại rau cải và rau thơm kinh giới thì không thể dùng để ăn gỏi được. *Ăn gỏi kỵ nhất là rau kinh giới, vì theo như kinh nghiệm thì lá kinh giới sẽ giữ các loại thịt sống tươi rất lâu nên dễ gây độc (?),* không thích hợp với gỏi cá.

Tôi cũng rất thích ăn món sashami của Nhật, nhưng theo tôi, sashami dường như chỉ thỏa mãn cái thú tính thích ăn thịt sống vốn tiềm tàng trong mỗi con người chúng ta. Món gỏi Việt Nam, tuy có vẻ như quê mùa, nhưng thực sự là một món ăn dành cho người điệu nghệ, sành ăn (gourmet cuisine). Nhưng dẫu sao tôi vẫn nghĩ rằng, đã là người Việt, một khi đã biết ăn Sashami, nhất định phải thích món gỏi cá Bắc Việt

Chỉ mới nhìn đĩa rau dùng để ăn gỏi với tất cả những màu sắc xanh tươi, những mùi vị chua, cay, mặn chát, ngọt, bùi, những hương vị đậm đà, say sưa và nồng nàn của mảnh vườn rau Việt Nam, vừa thanh tú, vừa thi vị chúng ta đã thấy mê rồi, huống chi hết thảy đều như nhằm chiều cái khẩu vị của người sành ăn.

Có một lần cha Hoàng Quỳnh tâm sự với tôi là cha rất nhớ món gỏi cá thuần túy Phát Diệm ngày xưa. Tôi kể lại chuyện này với mẹ tôi. Bà cụ nói chuyện đó đâu có gì khó, miễn là đừng đòi hỏi quá nhiều, vì đây là Sàigon đâu phải Phát Diệm.

Sau đó chừng một tuần*, chúng tôi đã có thể họp nhau tại nhà ông bà cụ tôi ở khu chợ Nhỏ Phú Nhuận Phát Diệm để thưởng thức món gỏi cá do chính tay mẹ tôi làm. Các thứ lá sung, lá mơ, lá đinh năng, lá răm, ngò om, ngò gai v.v. cha Hoàng Quỳnh mang từ Bình xuyên sang khá đầy đủ. Chỉ có một điều hơi bất thường là trong Nam không có cá mè hay cá chép giống như cá mè, cá chép ngoài Bắc, nên mẹ tôi đã bất đắc dĩ phải thay thế vào đó bằng mấy con cá mú tươi mua từ ngoài chợ Cũ. Rượu thì có bia và húyt-ky thay thế cho rượu nếp Phát Diệm. Kể ra thì cũng tạm được.

Trong số các bạn bè tới dự bữa gỏi cá chiều hôm đó có một vài vị nguòi Nam như các anh Trần Văn Lắm, Lâm Văn Phát, Trần Ngươn Phiêu (kể cả Đặng Văn Sung) chưa nếm mùi gỏi cá Bắc kỳ bao giờ, đã hết lời ca ngợi và mong muốn được thưởng thức một lần nữa.

Rất tiếc đó cũng là lần cuối cùng trong đời tôi được ăn một bữa gỏi cá do chính tay mẹ tôi lo việc nấu nướng

---

* Lúc đó, khoảng mùa xuân 1969, tôi đương cùng cha Hoàng Quỳnh và tướng Phát vận-động thành lập khối thứ Ba để chuẩn bị đối phó với tình trạng chính trị hậu Hòa-đàm Balê. Rất tiếc là chính quyền tìm mọi cách phá đám, mặt khác các giới thờ ơ, có người lại kết tội chúng tôi là thân Cộng, chống và chia rẽ (?) "Quốc gia" v.v. Thành ra sau buổi ra mắt ở Rạp Thống Nhất, sự ủng hộ của một thiểu số nhạt dần, phong trào khối thứ Ba này chưa sanh đã chết yểu. Quả nhiên sau này thỏa hiệp Paris có để cập tới lực lượng thứ Ba, nhóm Dương Văn Minh và Nguyễn Văn Huyền nhảy ra đón gió vào đúng lúc tàn cục, lại không được chuẩn bị kỹ, thiếu sự ủng hộ quần chúng. Hơn nữa Công sản BV đã hoàn toàn thay đổi chiến lược, nên quý ông thất bại một cách thảm thiết là lẽ tất nhiên rồi.

sự phụ lực của người dâu cả, tức tiện nội.

Lại nữa, trong một chuyến vượt biển từ Cồn Thoi (Cửa Đài, tức cửa của sông Đáy) đi Hải-phòng, tôi đã có cái may mắn được thưởng thức một bữa gỏi cá hết sức độc đáo khác, một bữa gỏi cá có thể nói là nhớ đời.

Hôm đó, cá ăn gỏi không thuộc loại cá hồng hay cá mú thông thường mà chúng ta thường bắt được ngoài biển, mà là một loại cá giống như một chiếc quạt lớn màu nâu xám, có đuôi dài như đuôi cá đuối mà vùng tôi thường gọi là cá biềng (các chợ cá VN và Đại Hàn ở Mỹ cũng thường có bày bán cá đã được xả từng miếng lớn).

Sau khi làm sạch và lột da, phần filet ngon nhất được lấy ra rồi xắt thành những miếng vuông như con cờ. Những miếng cá này được xếp trên một chiếc đĩa úp mặt xuống một cái bát chiết yêu lớn, nước từ những miếng cá chảy róc xuống lòng bát dần dần cho tới khi ráo hết nước. Món gỏi cá này thiệt đặc biệt bởi vì nó rất đơn giản: ngoài cá tươi và một bát mắm tôm chanh xả ớt, tuyệt nhiên không có thêm một gia-vị hoặc lá mơ hay rau húng, rau thơm nào khác.

Trên chiếc thuyền bồng bềnh, mấy be rượu đế đã được bày sẵn, gió biển thực mát, làm cho bụng thêm đói. Giữa khoảng trời xanh và biển rộng chúng tôi thi nhau gắp cá chấm vào chén mắm tôm pha rất nhiều chanh dành riêng cho mình.

Chén chú chén anh, chúng tôi vừa ăn nhậu vừa la hét, ngâm thơ và ca hát láo lếu bằng thích, đôi khi đập phá, văng tục và chửi đổng lung tung beng, như điên như cuồng, say sưa với chút rượu nếp cay nồng, mê man với miếng ngon, tuy đơn sơ nhưng lạ khẩu, thiệt là sướng miệng, sướng tay, mặc cho tứ phía sóng dậy gió gào.

Cao lương mỹ vị thì tôi cũng đã từng được thưởng thức rất nhiều với các tai to mặt lớn khắp trong thiên hạ tại những bữa tiệc thiệt sang trọng và linh đình, nào caviar, nào bào ngư, vây, yến... nhưng bữa gỏi giữa trời cao biển rộng ngày hôm đó nhất định phải là ngon nhất, thú vị nhất và cũng có thể nói là giang hồ lãng tử và thoải mái nhất trong suốt cuộc đời ăn nhậu của tôi.

Tôi nghe nói tại vùng biển Florida người ta thường câu được một loại cá vảy trắng, sau khi rửa sạch, lột da và lọc thành những miếng phi-lê thịt trắng phau, ăn sống tại chỗ rất ngọt và thơm ngon. Ăn sống nuốt tươi như thế kể ra cũng là thú vị và hấp dẫn lắm đó. Nhưng nếu bắt được loại cá này để làm gỏi theo kiểu Bắc Việt, hoặc cùng lắm là chấm với mắm tôm chanh để rồi nhậu nhẹt với bạn bè như tôi vừa kể ở trên chắc hẳn là phải thú vị và có văn hóa hơn nhiều.

Sau hết, đã nói thì phải nói cho hết. Đó là chuyện về một "món ăn" khác, tuy rất tầm thường, đơn giản và thô sơ đến phát sợ, nhưng phải công nhận là hết sức độc đáo. Nhưng nếu quí vị hỏi là có ngon hay không, xin thú thiệt là rất khó trả lời vì tôi chưa từng nếm thử.

Ngày xưa, tôi có đọc trong một cuốn truyện phiêu lưu mạo hiểm, trong đó có một lần nhân vật chính bị lạc nhiều ngày trong rừng sâu, sau cùng, vì quá đói, phải lột đôi giầy da bỏ vào nồi luộc mất cả nửa ngày trời, tới khi thấy mấy chiếc giầy chín mềm, nở to, nổi lềnh bềnh bèn vớt ra để "xực" như chúng ta xực khô bò vậy. Nhờ đó mà anh ta không bị chết đói và sau đó đã có đủ sức lết tới một căn lều Mọi ở ven rừng.

Chuyện này có lý hay vô lý, thực sự có hay không, tôi xin chịu thua, không dám trả lời. Nhưng cái món mà tôi sắp kể ra sau đây có thiệt, và cũng gần giống như đôi giày da bò kia, khác ở chỗ là kết cục "văn nghệ"hơn nhiều, và dường như còn có cái khí thế tiên phong đạo cốt nữa. Tôi nói đây là nói chuyện thiệt và đứng đắn, chứ không phải đùa giỡn cho vui.

Hồi nhỏ, tôi thường sống ở trại Như Tân của bố mẹ tôi. Như Tân là một trong mấy làng mới nhất của huyện Kim sơn, ở sát biển và cửa lạch sông Đáy, cách thị xã Phát Diệm chừng 7 cây số. Ruộng ở đây tốt nhất vùng Kim Sơn, nhưng đồng thời cũng là cái làng ít dân cư và quê mùa nhất huyện, nghĩa là vào hạng lý toét nhất nước An-nam ta.

Nhưng nói đến ăn nhậu thì mấy ông lý toét ở Như Tân xem ra chẳng những rất sành, mà lại còn có vẻ văn nghệ và giầu sáng kiến nữa.

Vì xa chợ, đồ ăn nhậu như thịt thà, cá mú đôi khi rất hiếm, nhất là vào mùa mưa, đường sá lầm lội ghê gớm, sự đi lại mua bán rất khó khăn. Đó cũng lại là những lúc mà bà con bợm nhậu trong xã ta rất buồn, nhớ và thèm cái cảnh "chén chú chén anh" vào những dịp hội hè, đình đám, nên chỉ mong sao có dịp được nhậu nhẹt cho chóng qua những ngày mưa gió lạnh lẽo mùa đông.

Nhà quê bên Tây, bên Mỹ thì lúc nào người ta cũng sẵn có nào là "jambon fumé", nào là thịt mỡ ba chỉ ướp mặn (bacon), phó mát thì có đủ loại, có bánh mì khô trên gác bếp, rượu vang ê chề, tha hồ nhậu bằng thích, lúc nào cũng được. Ở cái xó làng Như Tân này, bà con ta thường chỉ có một món mà thôi, và cái món này, xin nói thiệt, đại khái cũng gần như đôi giầy cũ nát vừa kể trên.

"Đồ nhắm" chỉ có thế, đơn bạc hết chỗ nói, thế mà bà con ta cũng "chén chú chén anh" được một cách thiệt tưng bừng và rất ư là"văn nghệ". Dân ba đời ăn nhậu mà phải đứng ngoài nhìn chắc chắn không chịu nổi.

Trước hết chủ nhân lôi từ gác bếp xuống một cái cuộn tròn dài khá nặng, giống như cuộn da bò ở mấy tiệm đóng giầy, chỉ có khác là nó đen đủi, hôi hám, bồ hóng bám đầy, trông dơ bẩn tới ghê sợ.

Thấy tôi ngơ ngác trố mắt nhìn, ông chủ toét cái miệng sặc hơi men ra cười, rồi ghé vào tai tôi nói nhỏ:"Đồ "mồi" của chúng tôi đó, cậu ơi. Có gì đâu mà sợ. Đấy rồi cậu coi, đặc biệt lắm! Đặc biệt lắm!"

Thú thiệt tôi cũng chẳng hiểu "đồ mồi" là cái khỉ khô gì, chỉ biết gật đầu, cười cầu tài để đáp lễ, tiếp tục theo dõi xem người ta làm gì với cái cuộn giống như cái cuộn da bò kia. Chỉ có khác là nó quá dơ bẩn, có mùi hôi hôi và dường như khá nặng

Sau khi tháo hết những giây lạt tre buộc chung quanh người ta giải cái giống như "cuộn da" kia ra trên một tấm thớt gỗ lớn, dùng một con dao "rựa" và búa chặt ra lấy 5,6 miếng lớn bằng 2 bàn tay. Tới lúc này tôi mới nhìn thấy rõ. Thì ra "nó" quả thực là một cuộn da bò hay da trâu hôi sình đã được phơi khô. Ông chủ nhà sau cùng tiết lộ hết với tôi:

-- Cậu nhớ không, "đồ nhắm" (đồ mồi) này là cái bộ da

của con bò ông Chánh nhà ta (ý nói bố tôi) cho giết kỳ hội Yến lão năm trước đó, cậu có còn nhớ không? Chúng tôi đã từng xẻ ra mấy lần để đánh chén mà vẫn chưa hết một nửa cái bộ da. Con bò năm đó to thiệt!

Nghe ông nói tôi bỗng nhớ ra. Nhưng lúc đó thấy mấy ông xả muối bộ da rồi mang đi ngay, tôi vẫn cứ tưởng là họ đem đi bán cho mấy "chú khách" thuộc da bò trên phố Kiến Thái. Không ngờ các ông đưa về nhà, phơi cả tuần lễ cho khô, sau cuộn lại, rồi bỏ trên gác bếp. Tới khi nào không thể tìm được gì khác để nhậu nhẹt với nhau, cũng như hôm nay, các ông lôi xuống để sửa soạn làm mấy đĩa "đồ nhắm".

Sau khi rửa nước sôi và cạo lông thực kỹ, bà con ta bỏ mấy miếng da khô vảo một nồi nước cùng với chút muối và rất nhiều gừng.

Hôm đó, đáng lẽ tôi phải về sớm với mẹ, nhưng vì tò mò, tôi xin phép ở lại với bố tôi xem họ sẽ làm gì với cái mà họ gọi là "đồ nhắm" lạ lùng kia. Tôi thấy người ta nấu rất lâu, cứ đổ nước ra, tra nước vào rất nhiều lần, lấy đũa lấy giao xâm vào mấy miếng da đương luộc để xem chừng chúng đã mềm chưa. Trong khi đó, bà chủ sửa soạn nướng bánh đa, pha nước chấm với rất nhiều gừng và ớt.

Sau chừng 3, 4 tiếng đồng hồ (?), trong bếp có người la lên:"Được rồi! được rồi! Ăn được rồi."

Mấy miếng da luộc được vớt ra, xả vào nước lạnh, rồi đem ra thái thành những lát mỏng, bỏ lên đĩa, được rắc chút thính và mè lên trên.

Thế là bà con đã có được mấy đĩa "đồ nhắm" (tức đồ

mồi, đồ nhậu) thực là độc đáo nhưng việc nấu nướng
xem ra cũng rất công phu, và nhất là, căn cứ vào sự vui
vẻ và náo nhiệt của các thực khách, không phải là không
có cái thú vị rất đặc biệt của nó.

Vâng, đúng vậy, quả là một cái thú rất văn nghệ của
cái làng Như Tân quê mùa vào hạng nhất nước kia..

Người ta cũng đã để dành cho cụ cửu T., vị trưởng
lão được trọng vọng nhất trong làng, một đĩa lớn.

Cụ cửu lúc đó đã gần 80, vì bận bịu với cái thú chơi
đánh vạc mồi nên cụ không tới họp mặt để cùng bà con
đánh chén.

Người nhà nói rằng, suốt ngày hôm sau, cụ cửu chỉ
có uống rượu với cái món da bò gác bếp lâu năm "hầm"
rất độc đáo kia. Cụ ăn rất ít và chỉ uống rượu. Nhưng cái
cung cách uống rượu của cụ thời không giống ai, có thể
nói là rất tiên phong đạo cốt.

Thường cứ mỗi độ vào thu, khi bắt đầu có gió heo
may, trời bắt đầu lạnh và hiu hắt, vạc từ miền Bắc bay
xuống từng đàn hàng mấy trăm con, ngồi một mình trên
cái chòi cao ở lui vào một góc vườn hoàn toàn thanh
vắng, cụ cửu vừa đọc sách, vừa xem chừng bày vạc mồi
trên mặt ao bên dưới, với be rượu, mấy cái chén hạt mít,
một vài món đồ nhấm đơn sơ.

Cụ nhấm nháp suốt ngày, từ sáng sớm cho tới chiều tối,
từng chút một, mặt lúc nào cũng ửng đỏ, nhưng không
bao giờ cụ say. Đúng ra thì kể từ buổi trưa, cụ bắt đầu
hơi ngà ngà cho tới khi đi ngủ, nhưng cũng chỉ tới mức
ngà ngà đó thôi. Lối uống đó, người đời thường gọi là
tiên tửu, khác hẳn với lối uống rượu xô bồ của những kẻ

phàm phu tục tử, nhiều khi say khướt, ăn nói bậy bạ, la hét om xòm, nôn mửa bừa bãi, hoặc tiện đâu nằm đó, rồi lăn ra ngủ, chẳng khác gì con heo.

Câu chuyện uống rượu nhà quê này dường như đã quá dài, nhưng vì muốn quý vị hiểu rõ thêm một cái thú ăn uống thô lậu nhưng rất đặc biệt của một miền quê nghèo nàn và hẻo lánh như xã Như Tân kia, tôi đã không biết nên trình bày thế nào cho nó gọn hơn. Xin quí bạn đọc thông cảm.

Chuyện miếng ngon quê hương tới đây dường như đã quá dài, vậy xin được phép tiếp sang chuyện khác.

Chắc quý vị cũng đã rõ, trước đây không bao lâu Phát Diệm, Kim Sơn chỉ là một miền đất mới, đồng chua nước mặn, nhưng chỉ sau mấy chục năm đã có một tiềm lực kinh tế đáng kể. Thực vậy, ngoài nông nghiệp và hải-sản, những nguồn lợi chính của địa-phương, về phương diện thủ công nghiệp, Phát Diệm xưa đã sản xuất được nhiều mặt hàng có giá trị và nổi tiếng để gửi bán trong nước và xuất cảng ra ngoại quốc, như đồ thêu, áo lễ (tiếng Pháp gọi là *chasuble*, các linh mục mặc khi hành lễ) đăng ten, tượng ảnh và những sản-phẩm làm bằng cói (lát), quan-trọng nhất là thảm cói và chiếu.

Tại các hội chợ triển lãm trong nước trước kia, hàng trưng bày của Phát Diệm như đồ thêu, đăng ten, tượng ảnh, đồ mây v.v. thường chiếm giải danh dự hoặc ưu-hạng. Chỉ cần quan sát khu nhà thờ Lớn Phát Diệm và ngôi nhà thờ kiểu gô-tích xứ Tôn Đạo là ta đã đủ biết tài nghệ và sự khéo tay của bà con nghề công vùng ta.

Tại Hội-chợ Triển-lãm Quốc-tế đầu tiên tại Paris năm 1889, cũng như tháp Eiffel, các hình chụp nhà thờ Trái Tim Chúa trong khu quần thể nhà thờ Phát Diệm đã được cả thế-giới chú ý. Người đi xem hội chợ ai nấy đều hết sức thán phục công-trình kiến trúc có một không hai của của một vị linh-mục nhà quê an-na-mít có cái tên rất nôm na là père Six, cũng như tài chạm trổ trên gỗ và đá của các nghệ công Phát Diệm.

Năm 1924, tại hội chợ Đấu Xảo Hànội, hội chợ triển lãm văn hoá và công kỹ nghệ đầu tiên của xứ Đông Dương thuộc Pháp, với sự tham dự của toàn thể các tỉnh thuộc 3 nước Việt Nam, Lào và Miên, vua Khải Định đã dừng chân rất lâu tại gian hàng tỉnh Ninh Bình mà phần lớn các đồ trưng bày là sản phẩm công-nghệ Phát Diệm, để chăm chú nghe một người Phát Diệm (ông chánh Tuốt) trình bày về nghề dệt chiếu.

Dịp này, một chuyện khôi hài đen đã xảy ra khi ông Tuốt khom lưng xuống để trải rộng một chiếc chiếu cạp điều cải hoa, với dụng ý là trình bày phương thức dệt 1 chiếc chiếu cải hoa như thế nào. Đồng thời lúc đó vua Khải Định đứng sau cũng cúi xuống để coi cho rõ hơn. Không biết ông Tuốt loay hoay thế nào để mông đít của mình đụng ngay vào mặt "rồng". Có một viên quan hầu cận nắm lấy cổ ông Tuốt la lớn: "Nhà mi đúng là khi quân phạm thượng! tội đáng xử chém". Rất may là nhà vua lên tiếng can thiệp ngay tại chỗ, nói rằng ông Tuốt vô tình sơ ý, chuyện không có đáng gì.

Ông chánh Tuốt hồn víá lên mây. Thiên hạ thì được một mẻ cười hả hê về câu chuyện khôi hài đen này.

Đúng vậy, nói tới thủ công nghệ Phát Diệm là phải nói tới nghề dệt chiếu.

Như chúng ta ai nấy đều biết, để có thể trồng lúa tại những bãi tân bồi còn nhiều chất phèn và nước mặn, trước hết chúng ta phải khai quang rừng sú và vẹt để rồi sau đó sẽ thuần hóa các bãi đó bằng cách trồng cói (lát). Mấy năm đầu, cói cắt được thường là những loại cói thô, xốp và ngắn, chỉ có thể dùng để lợp nhà (mái bổi), dệt loại chiếu "đàn" (chiếu hạng xấu nhất) hoặc sản xuất thảm trải sàn nhà. Những năm sau, phẩm chất cói mỗi ngày mỗi khá hơn. Việc buôn bán các loại cói cũng là một mối làm ăn của vùng Kim sơn. (chợ cói thường họp tại bãi bến tàu Trì chính).

Vì sản xuất được nhiều loại cói tốt, nên Phát Diệm đã có thể dẫn đầu trong nước về mặt sản xuất cũng như xuất cảng chiếu.

Trong những buổi đầu, công nghệ chiếu chỉ có tính cách gia-đình, người Tàu từ các thành phố lớn như Hà nội, Hải-phòng, Nam Định về từng nhà thu mua rồi phân phối đi khắp các tỉnh trong nước.

Về sau này, khi tìm được mối xuất cảng ra ngoại quốc, người Tàu bỏ vốn lập xưởng để sản xuất trên một phạm vi tương đối rộng lớn hơn.

Trong hai thập niên 20 và 30, ngoài hàng trăm gia-đình hành nghề tại gia, Phát Diệm có cả thảy 5 xưởng dệt chiếu lớn tương đối có quy mô.

Người Tàu làm chủ ba xưởng lớn thường được gọi là chàn: chàn Minh Tín, ở Thượng Kiệm (sau này bán cho bà Hai Või), chàn Xương Lợi ở Trì Chính, đối diện với

Minh Tín ở phía bên kia sông Vạc Giang, và chàn Hưng Lợi ở Kiến Thái. Mỗi chàn rộng trung bình từ 10 đến 20 acres. Ngoài xưởng dệt, xưởng nhuộm cói, nhà kho, văn phòng v.v. còn có khu gia cư dành cho các gia-đình nhân công (thường là các gia đình nghèo di cư từ Quảng Tây sang).

Người Việt làm chủ 2 xưởng nhỏ: xưởng ông chánh Tuốt ở phố Trì Chính và xưởng ông phó Hòa ở Hòa Lạc

Các xưởng lớn thường tự đứng ra xuất cảng hoặc phân phối hàng hóa do xưởng mình sản xuất.

Riêng số chiếu do dân chúng địa-phương sản xuất thì vẫn có những người từ Hànội hoặc Nam-định về thu mua rồi chở đi bán các nơi. Phần lớn cũng vẫn là người Tàu ở các thành phố về thu mua.

Có một thời kỳ gia-đình tôi cũng lập một xưởng nhỏ với chừng hai ba chục công nhân. Lúc đó tôi còn nhỏ nhưng vẫn chưa quên một ông người Tàu họ Lã, dáng vóc cao lớn, hình như là người gốc Sơn Đông hay Thượng hải gì đó, thường chạy xe bình bịch (xe mô-tô) về Phát diệm thu mua chiếu của xưởng gia-đình chúng tôi để xuất khẩu.

Mấy năm sau, ông chủ họ Lã đem cả gia-đình về ngụ tại phố Kiến Thái để tiện bề làm ăn.

Hồi nhỏ, mỗi lần vào chơi trong các chàn chiếu của người Trung Hoa, tôi có cảm tưởng như đi vào một thế-giới xa lạ nào, đồng thời cũng có một vài kỷ niệm khó quên.

Kỷ niệm thứ nhất là hồi tôi mới 7,8 tuổi, có một lần được theo bố đi dự tiệc tại chàn Trì Chính.

Tối hôm đó tôi thực sự đã được ăn nhiều món lạ mà có lẽ trong đời tôi chưa từng bao giờ được thưởng thức, bởi vì đây là lần đầu tiên tôi được dự một bữa tiệc thuần túy Trung hoa. Tiếc rằng vì quá lâu ngày, nên nay nghĩ lại, tôi chẳng còn nhớ được gì một cách rõ rệt, và chỉ có thể chắc chắn một điều là các món ăn thiệt lạ miệng và xem chừng rất sang trọng, hầu như món nào cũng thịnh soạn, mặn ngọt, chua cay đủ vị và nhất là đều nóng hổi, khác hẳn với mâm cỗ nhà quê Việt Nam rất đơn sơ, nguội lạnh và nhạt nhẽo mà tôi thường có dịp được đi dự tại các đám cưới hỏi, lễ giỗ và ma chay.

Tuy nhiên cái lối ăn cỗ gồm những món ăn giản dị, nguội lạnh và dường như rất đơn bạc này, khi giảng dạy chúng tôi môn triết học Á-Đông ở Đại Học Văn khoa Hà Nội năm nào (1950?1951?), cha Bửu Dưỡng đã hết lời khen ngợi mâm cỗ có tính cách "nhân bản"(?) và dân tộc đó, bởi vì chẳng những nó rất thích hợp với cái bụng và khẩu vị của ông cha chúng ta mà còn rất hợp với phong tục, thủy thổ tức hoàn cảnh thiên nhiên của miền Bắc VN đặc-biệt là trên phương diện thích ứng với nếp sống nông nghiệp, khí-hậu và sự thể hiện cái triết lý nhân bản và thực-tiễn cổ-truyền của Việt Nam chúng ta từ bao ngàn năm qua.

Từ hồi đó, sau khi đã rời Phát Diệm đi Hà Nội, tôi chẳng còn có dịp nào được ăn cỗ nhà quê miền Bắc. Nhưng mỗi lần ăn đồ Tây, đồ Tàu, tôi thường vẫn nhớ tới những điều cha Bửu Dưỡng diễn giảng về mâm cỗ Việt Nam và mặc dầu chưa hẳn chịu khuất phục những lý lẽ của cha, tôi đã phần nào có một cái nhìn kiêng nể và cảm tình hơn đối với mâm cỗ có vẻ như đơn bạc, thô sơ và nghèo nàn của nhà quê Việt Nam ngày xưa.

Kỷ niệm thứ hai là thỉnh thoảng cùng các bạn học đi đá bóng tròn (soccer) tại một bãi cỏ cũng ở chàn Xương Lợi (Trì chính) tôi vừa nói ở trên. Bãi này vốn dùng để phơi cói và chiếu, cỏ mịn và xanh rờn, rộng hơn sân cỏ trước Phương Đình nhà thờ Lớn Phát Diệm rất nhiều.

Cũng như ở tại các thành thị Việt Nam thời đó, các mối làm ăn buôn bán lớn tại Phát Diệm như thóc gạo, ngũ cốc, chiếu, đồ chạp phô v.v. đều ở trong tay người Tàu trên 2 phố Thượng-kiệm và Trì-chính.

Người Tàu sống trong vùng Phát Diệm/Kim Sơn tuy khá đông nhưng không được tổ chức thành bang hội mà chỉ có ban đại diện.

Nếu tôi không nhầm thì hồi đó chú "Zụyt", một nhà buôn gạo ở phố Thượng Kiệm là trưởng ban đại-diện. Nhân dịp Đức Cha Yu Ban, giám-mục Thượng-hải, thăm viếng Phát Diệm (1938?), chú Zụyt cầm đầu một phái đoàn khá đông, ăn mặc toàn đồ tây trắng rất chỉnh tề, cầm cờ "Tưởng Giới Thạch" ((tức cờ "thanh thiên bạch nhật" của Trung Hoa quốc-gia) đi đón và chào mừng Giám mục Yu Ban (mặc dầu người Trung Hoa ở Phát Diệm không có ai theo đạo Thiên Chúa).

Trái lại, khi ông Uông Tinh Vệ tới thăm Phát Diệm, người Tàu không ai đi đón cả (hình như đó là năm 1940).

Với 4 khu chợ, có đình có quán, cùng với bến tàu sông Trì-chính, và hàng trăm cửa hàng, việc buôn bán trong vùng rất sầm uất.

Vào những ngày phiên chợ, hàng trăm thuyền bè và

người tứ xứ nườm nượp kéo về mua bán tại các chợ Phát Diệm, Phú Vinh, Năm Dân (Thượng Kiệm, sau 45), kể cả những người Mường từ Khoan Dụ, rừng núi Nho Quan hoặc Lạc Thuỷ (Hòa Bình) xuống, nên phố xá rất ồn ào, người đông nghẹt, nhiều khi phải chen nhau mà đi, bày nên một cảnh tượng thiệt hỗn tạp, nhưng nhộn nhịp, nhiều màu sắc, có thể nói là "đặc biệt Phát Diệm".

Trước Tết Đoan-ngọ (tức Tết tháng Năm), chỗ nào cũng thấy bầy bán bánh tro, kẹo, mứt, đường phèn, đường cát, các loại lá thuốc (dược thảo), dưa hấu và các loại trái cây ăn để giết sâu bọ (?).

Vào những phiên chợ Tết 23, 25 và và nhất là 28 tháng chạp, phố xá và chợ búa đông hết chỗ chen chân. Tôi chưa từng thấy đâu bày bán nhiều và đầy đủ mọi loại cam, quýt, bưởi, chanh yên, phật thủ v.v. như ở chợ Tết Phát diệm, kể cả các thành phố lớn Nam Định hoặc Hà-nội. Trên bến dưới thuyền chỗ nào cũng thấy cam quýt chất đống đỏ ối.

Và cho tới tận ngày hôm nay, tôi vẫn chưa quên những ngày tết trung thu Phát Diệm thời thơ ấu. Mà đã nói đến tết trung thu thời thơ ấu, tôi không thể không nói tới ông ngoại tôi.

Ông ngoại tôi tuy ở Lưu Phương nhưng lại là lý-trưởng làng Văn hải, cách Phát Diệm chừng 5,6 cây số. Mặc dầu chỉ là một chân lý-trưởng quèn, và dù là lý trưởng của một làng khá lớn như làng Văn hải, không hiểu tại sao ngoại tôi lại có thể bận việc làng việc quan quanh năm suốt tháng đến như thế, ngày cũng như đêm, tới độ bạn bè và ngay cả con cái trong nhà cũng ít khi gặp được ông, nhất là vào mấy vụ thu thuế.

Hồi đó, ông ngoại tôi hóa vợ đã từ hơn 10 năm, mới chừng trên dưới 50 mà đã có tới 3 cháu ngoại, tức tôi và 2 cô em gái của tôi. Năm nào cũng vậy, vào chiều ngày tết trung thu, ngay từ 3, 4 giờ chiều, mấy đứa nhỏ chúng tôi đã xúng xính trong bộ quần áo mới còn hồ sột soạt chờ ông ngoại tới đón đi sắm đồ bầy cỗ rầm.

Khi nghe tiếng trống múa sư tử (tức múa lân) bắt đầu gõ thùng thình đây đó ngoài phố chúng tôi càng nôn nao, sốt ruột...

Và rồi dù bận bịu đến đâu ngoại tôi cũng không bao giờ quên tết trung thu của chúng tôi, cho nên chiều tết trung thu nào cũng vậy, cứ vào khoảng 5 giờ chiều, không biết từ đâu ông tới đón chúng tôi đi xe kéo lên mấy phố Phú Vinh và Thượng Kiệm sắm đồ trung thu. Các con giống, bánh ổ lợn, bánh dẻo "mặt giăng", đèn con cá, đèn con thỏ, trống, đầu sư tử v.v. ông cháu chở về đầy một xe kéo. Riêng tôi là con trai nên đặc biệt có thêm đèn kéo quân và ông tiến sĩ giấy.

Về tới Cầu Ngói, mặt trăng đã lên cao ở đầu sông Ân Giang khoảng một ngọn sào, sáng và lớn một cách dị thường. Dưới ánh trăng đêm trung thu sáng tỏ như ban ngày (người Mỹ thường gọi là harvest moon), mấy anh em chúng tôi và lũ trẻ trong xóm như thằng Quý, thằng Thìn, thằng Diệm v.v. cùng nhau bày cỗ, rước đèn, đánh trống, múa sư tử tới khuya. Sau đó là mục phá cỗ, các bạn lối xóm tham dự đều có phần.

Ngoại tôi qua đời vào ngày mồng 4 Tết sau cuộc di

cư 54 mấy năm. Trong di chúc, ông cụ lấy ngày tết trung thu là ngày giỗ chính thức của 2 ông bà để bầy con nít có dịp họp nhau vui chơi. Rất tiếc là từ sau 1975, con cháu chúng tôi sống phân tán tản mát khắp 4 phương trời, nên đã chẳng có thể thực hiện được cái điều mong muốn rất đơn sơ và khiêm nhượng của ông ngoại tôi ngày xưa.

Cuối thu 1946, ngay trước khi chiến-tranh Việt Pháp bùng nổ, khi có lệnh tiêu thổ kháng chiến, hàng trăm ngàn người thuộc đủ mọi thành phần từ các thành phố Thanh Hóa, Ninh Bình, Nam Định, Phủ Lý, Hànội kéo nhau về tá túc tại Phát Diệm và các làng lân cận trong vùng, nên hoạt động các ngành bỗng phát triển nhảy vọt và phong phú hơn trước rất nhiều nhất là về mặt buôn bán chợ trời, một hình thức làm ăn mới do hoàn cảnh tao loạn tạo nên, đồng thời các hàng ăn, hàng phở và quán cà-fê mọc lên như nấm để đáp ứng nhu cầu cũng như cơ hội sinh sống cho số dân tản cư gia-tăng rất mau, không phải từng ngày mà từng giờ, nhất là từ khi Phát Diệm tự tuyên bố là Khu An Toàn, không chịu sự kiểm soát trực tiếp của chính quyền, đặc biệt là quân đội và công an.

Nếu không kể các thành phố lớn trong khu-vực Pháp chiếm đóng, Phát Diệm thời đó có lẽ là khu thị tứ sầm uất nhất Bắc Việt, đặc biệt là từ khi có thêm khu chợ Năm Dân (tức 5 làng), Phát Diệm nghiễm nhiên trở thành trục giao điểm để trao đổi hàng hóa giữa khu Tư (Cộng sản) và miền Pháp chiếm đóng, và giải đê Cồn Thoi vốn vắng vẻ, hầu như không người, bỗng nhiên trở thành một thứ hải cảng nhỏ của Phát Diệm, đón nhận thuyền bè buôn bán đủ loại từ khu Tư tới tấp nập ngày đêm, mỗi ngày hàng mấy chục chiếc lớn nhỏ.

Cũng nhờ có sự buôn bán và giao dịch tấp nập này, nhiều người đã có thể thừa dịp "zinh tê", trốn về các thành phố trong khu Pháp chiếm đóng.

Nói tóm lại, Phát Diệm vào thời kỳ đó cũng như trước đây, được phồn thịnh và danh tiếng một phần là nhờ sự cần cù, tài tháo vát, có nhiều sáng kiến và chịu khó làm ăn của dân chúng, phần khác là nhờ có những vị lãnh đạo tinh thần tài trí, khôn khéo, biết lo cho con chiên và dân chúng địa phương như Cha Lớn Khâm Trần Lục, Đức Giám Mục VN tiên-khởi Nguyễn Bá Tòng, Đức Cha Lê Hữu Từ, cố-vấn Chính-phủ Việt Nam Dân chủ Cộng Hoà v.v.

Sau nữa là nhờ có những bậc trưởng thượng biết lo lắng cho tương-lai địa-phương và con cháu sau này. Ông Phó Bá, cố ngoại của cố nghị-sĩ Nguyễn Gia Hiến, ngày xưa có dinh cơ tọa lạc tại phía Tây bờ hồ nhà thờ Lớn Phát Diệm, có thể được coi như tiêu-biểu cho các bậc ông cha có đầu óc đó.

Ông phó Bá vốn là thơ-ký riêng, đồng thời cũng là chân tay thân tín đắc lực nhất của Cha Lớn Khâm (tức cụ Sáu). Có lời lời đồn là sự giao dịch bằng thư từ rất thân tình giữa Thống Tướng Trần Văn Soạn, thủ lãnh Cần Vương ở Ba Đình và Cha Trần Lục đều qua sự liên lạc và móc nối của ông phó Bá.

Tuy người xứ quê, và cũng như Cha Trần Lục, không phải là tay khoa bảng, nhưng ông rất có đầu óc, hiểu rộng, nhìn xa, biết thích ứng với sự biến chuyển của thời cuộc và trào lưu lúc đó, đồng thời cũng là một nhân vật rất có lòng với xứ sở và quê hương. Chính ông đã cho người đi mời tiến sĩ Nguyễn Tư Giản về Phát Diệm ngồi dạy học ngay tại nhà ông. Học trò gồm có các cụ Tú Khởi, Cửu Uy, Cửu Diễm, trùm Quang v.v.

Sau đó ít lâu, để chuẩn bị cho sự phát-triển địa-phương, ông tự bỏ tiền túi gởi một số thanh niên đi Hànội và Nam Định học chữ Pháp và một số nghề mới chỉ thấy có ở thành thị như các nghề thêu, chụp ảnh, mở lò bánh tây (tức bánh mì), thợ nguội, thợ tiện, "bật" bông, sửa đồng hồ, sửa đàn nhà thờ (harmonium), đóng giầy, nhuộm vải v.v.

Những người đi học chữ thì trở về dạy học tại trường tiểu-học Pháp Việt đầu tiên ở Phát Diệm do chính ông và cố Độ sáng lập ngay trong khuân viên nhà thờ Lớn. Các người đi học nghề khi trở về thì được cấp vốn mở tiệm làm ăn.

Theo như lời của một vị cựu nghị-sĩ gốc Phát Diệm thì lớp dạy Đông Y đầu tiên thời đó cũng do ông phó Bá thành lập và chính thân phụ ông đã xuất thân từ trường Đông Y này.

Về mặt kinh doanh, ông phó Bá là một trong số rất ít ỏi những người Việt đầu tiên lập hội buôn nặc danh.

Thực vậy, hội buôn Thái Thương của ông ra đời cùng thời với 2 hội buôn bản xứ đầu tiên tại Hànội lúc đó, tức Công ty Quảng Hưng Long ở hàng Bồ và công ty chạy tàu Bạch Thái Bưởi.

Đồng hồ tủ đứng (tức grand father clock), các loại đồng hồ treo tường, báo thức, quả quit bỏ túi, xe đạp St. Étienne, đèn manchon, máy may, máy thêu, vải vóc, tơ lụa, thuốc nhuộm, chỉ, sợi, rượu chát, bánh kẹo Tây v.v. mà các cha, các cố (Tây) và dân chúng Phát Diệm trước đó phải lên Nam Định hoặc Hànội mới mua được, đều là những mặt hàng Pháp hoặc ngoại-quốc do công-ty Thái-Thương tự nhập cảng và bày bán tại cửa hàng bách-hóa lớn 2 tầng lầu tọa lạc giữa phố Phát Diệm, tức hiệu bánh kẹo Đức Lợi của gia-đình bà phán Hanh sau này. Căn nhà này hình như ngày nay vẫn còn tồn tại.

Rất tiếc là sau khi ông phó Bá qua đời, các cổ đông và ban quản trị không biết cách quản trị, lại tranh dành nhau quyền lợi, nên ít lâu sau công ty phải khai phá sản, đóng cửa hiệu buôn, chấm dứt một thời kỳ buôn bán đầy hào hứng của Phát Diệm cách đây gần một thế-kỷ.

Khi sắp qua đời, ông phó Bá vẫn không quên những thế hệ mai sau, do đó ông đã để lại cho trường Pháp Việt Phát Diệm một số ruộng nhờ đó mà nhà trường đỡ phải lo trong vấn-đề chi phí điều hành và trả lương các thày giáo sau này.

Trong số những cộng sự viên đắc lực và thân cận nhất của Cha Lớn Khâm Trần Lục, ngoài ông phó Bá, chúng ta không thể không kể tên mấy ông đốc Việt và đốc Phan (lo vẽ kiểu và đốc công xây cất nhà thờ), huyện Chẩm, tổng Ngữ, bà trùm Sâm v.v.

Tới đây tôi xin được bắt đầu nói tới nhân vật chủ chốt của Phát Diệm thời sơ khởi, một nhân vật lỗi lạc nổi tiếng khắp thiên hạ, mà tên tuổi sẽ đời đời gắn liền với Phát Diệm: đó là cụ Sáu, tức cha Trần Lục, người đương thời thường kính cẩn gọi là Quan lớn Khâm, cụ Lớn Khâm, hoặc cha Lớn Khâm. Trong những phần kế tiếp tôi sẽ chỉ kêu ông là cha Sáu hay cha Trần Lục.

Thân phụ cha Sáu vốn gốc người Nam Định nhưng về sau gia-đình vào Thanh Hóa lập nghiệp nên ông được sanh ra tại xã Mỹ-quan, huyện Nga Sơn (cách PhátDiệm chừng 12 cây số), tỉnh Thanh Hóa vào năm Minh Mạng thứ 16 tức năm 1825, tên là Trần Hữu. Khi vào tiểu chủng viện cha đổi tên là Triêm, tới khi chịu chức linh mục, vì mới có sáu chức nên người ta thường gọi cha là cha Sáu và cha đã chấp nhận tên này một cách hãnh diện và vui vẻ. Trần Lục là tên chữ Hán vua Tự-đức chính thức cho viết trên các đạo sắc phong quan chức của cha sau này. *

Thời cấm đạo, thày Triêm bị bắt rồi bị phát vãng đi Lạng Sơn. Trong khi bị đày ở trên xứ Lạng hiểm trở xa xôi kia, thày sáu Triêm đã giúp các quan tỉnh rất nhiều việc, đặc biệt là trong vụ dẹp bọn Tạ Văn Phụng mượn

---

* Cho tới đầu thế kỷ 20, chữ Hán là văn tự chính thức của nước ta, cho nên trong việc học hành, khoa cử cũng như soạn thảo các giấy tờ, công văn v.v. người ta đều dùng chữ Hán chứ không dùng chữ Nôm.

danh Thiên Chúa giáo để lôi kéo những phần tử theo đạo nhưng bất mãn chống triều đình theo chúng khởi nghĩa với chiêu bài phản Nguyễn phục Lê.

Vì có công giúp các quan tỉnh trong việc dẹp loạn tên Phụng, thày Triêm được tạm tha về miền xuôi để chịu chức linh mục.

Lúc đó, thày Triêm mới có sáu chức mà đã được phong linh mục, cho nên cái tên Cha Sáu bắt nguồn từ đó mà có. Vì yêu mến con chiên, cha Sáu xin trở lại Lạng sơn để tiếp tục công việc truyền-giáo tại tại mấy tỉnh giáp giới với Trung Hoa.

Ít năm sau, lệnh cấm đạo được chính thức bãi bỏ, cha Sáu được cử về quản-nhiệm 3 xứ Thanh hóa, Mỹ Điện và Kẻ Dừa và sau cùng là Phát Diệm (1865).

Là một vị linh mục sống trong một thời buổi vô cùng nhiễu nhương, ngoài nhiệm vụ mở nước Chúa trong một hoàn cảnh hết sức khó-khăn, thiếu thốn và ngặt nghèo, cha Sáu còn phải tham-dự việc đời, bênh vực dân chúng, không phân biệt Lương Giáo, chống lại mọi bất công và cường quyền áp bức, giữ gìn trật tự an ninh trong vùng, giúp các quan tỉnh giải quyết các vấn đề khó khăn địa-phương, nhất là khi phải đối phó với những tai ương như bão lụt, đê điều bị vỡ v.v thường xảy ra trong thời kỳ vô cùng khó khăn này.

l   Có nhiều lần cha còn giúp triều-đình trong việc ngoại giao, đặc biệt là tham dự phái-đoàn thương-thuyết ký hòa ước Patenôtre năm 1884 tại Hà nội.

Chúng ta ai nấy đều biết hòa ước Patenôtre là một thảm bại ngoại giao hoàn toàn nhưng thế nước lúc đó là như thế, ai có thể làm được gì hơn đây? Hơn nữa cha Sáu chỉ là một thành viên của phái-đoàn, quan Chánh Sứ Toàn quyền Đại thần Phạm Thận Duật mới là người chủ chốt phải gánh vác mọi trách-nhiệm.

Nhân nhắc tới Thượng thư Phạm Thận Duật, tôi tưởng không thể không có một vài lời công đạo về ông, một người thực sự yêu nước mặc dầu ông đã không kéo lại được thế cờ trong cuộc đàm phán năm 1884, ngoài ra ông cũng là một danh sĩ miền Bắc nổi tiếng thời đó.

Theo một tài liệu gần đây do một linh mục PD viết thì "Bố chính Phạm Thận Duật vốn rất thù ghét cha Sáu *và dân chúng Phát Diệm nên đã có lần gọi quân Cờ Đen về Yên Mô để sửa soạn đánh phá Phát Diệm"*.

Theo sự tìm tòi của riêng tôi thì có lẽ đó chỉ là một sự hiểu lầm được tạo nên bởi những lời đồn truyền khẩu vô căn cứ. Theo như tôi được biết về sau này thì sự giao-thiệp giữa họ Phạm và cha Lớn Khâm, tuy không phải là chỗ thâm giao thân thiết, nhưng giữa 2 người cũng không có chuyện gì đến nỗi thù ghét nhau đến như thế.

Sự thực lúc đó họ Phạm đương làm bố-chánh ở Bắc Ninh, khi nghe tin quân Cờ Đen kéo về Yên Mô quấy nhiễu ông vội vã về Yên Mô can thiệp bắt chúng phải rút khỏi chẳng những vùng Yên Mô mà toàn thể tỉnh Ninh Bình nữa.

Hồi làm quan ở vùng thượng du, họ Phạm đã có dịp tiếp xúc với các lãnh tụ Cờ Đen nhiều lần để kêu họ hợp tác chống Tây nên chuyện đuổi Cờ Đen ra khỏi vùng Yên Mô, Phát Diệm đối với họ Phạm không phải là chuyện khó.

Cũng theo lời đồn, người xã Phượng Trì, làng của Đông Các Đại Học Sĩ Vũ Phạm Khải, tức thày học cũ của họ Phạm (thường được gọi là ông Các Phượng Trì) vốn rất bảo thủ, lại có cảm tình với Văn thân, nên thù ghét người theo đạo Gia-tô, cho là họ theo Tây, nhất là đối với những người láng diềng Phát Diệm, vì trước đó hai bên đã có những sự tranh chấp nhau về đất đai, nên rất có thể đã kêu quân Cờ Đen về Yên Mô đóng quân tại núi Bảng, dự tính tấn công Phát Diệm.

Ít lâu sau, khi biết được chuyện này, người Kim Sơn đã kéo nhau lên đốt phá làng Phượng Trì, Phạm Thận Duật đã phải đứng ra cùng với cha Sáu dàn xếp và hoà giải, câu chuyện giữa hai làng sau đó mới tạm êm.

Sau khi Thượng thơ Phạm Thận Duật thất thế sa cơ, vào khoảng 1887 hoặc 1888, một bà con dâu của họ Phạm, không biết vì lý do gì, bị các quan tỉnh bắt giam, nên theo lời yêu cầu của con cháu gia đình họ Phạm, chính cha Sáu đã đích thân đứng ra can thiệp để bà được phóng thích.

Theo lời một vài người con cháu dòng họ Phạm ở Yên Mô ngày nay thì những chi tiết trên đây đều được ghi rõ trong gia-phả họ Phạm. Cũng theo lời một người dòng dõi họ Phạm, thì trong cuốn "Phát Diệm phả"(?)*, để tránh mọi sự không hay có thể xảy ra sau này, Cha Sáu cũng có nhắc tới dòng họ Phạm Yên Mô với những lời nhắn nhủ người Phát Diệm như sau: *"Bản xứ nhân dân bất đắc xung ố Phạm Thận Duật chi tử tôn".*

---

* Lần đầu tiên tôi nghe nói tới tập phả này. Vị nào biết rõ về tập phả này, xin vui lòng cho biết. Xin đa tạ.

Tuy là nhà tu, nhưng ngoài nhiệm-vụ cha xứ, cha Sáu rất chú-trọng đến phúc-lợi của nhân dân trong vùng, do đó, như đã trình bày ở trên, cha đã rất hăng say tiếp tục công cuộc khẩn hoang vùng Kim Sơn vốn đã được bắt đầu từ thời quan Doanh điền Sứ Nguyễn Công Trứ trước đó gần nửa thế kỷ.

Giữa một thời đại tao loạn rối ren và phức tạp ghê gớm, Phát Diệm dưới sự lãnh đạo khôn khéo của cha Sáu lúc đó có nhiều phần giống khu An Toàn thời Đức Cha Lê Hữu Từ sau này, nên dân tứ xứ kéo nhau về Kim Sơn, Phát Diệm nương náu rất đông. Chỉ có một điều khác là sự đe dọa không phải tới từ một chính quyền độc tài chuyên chế mà là từ nhiều phía, có thể là trộm cướp, có thể là những bọn giặc cỏ, các dư đảng cờ Đen cờ Vàng, giặc Tầu ô, các nhóm Văn thân, Cần vương thù ghét người theo đạo Thiên Chúa, lính Tây đi hành quân càn quét v.v.

Người bốn bể tự Nam, Bắc, Đông, Đoài
Bèo nước gặp nhau cơ duyên kỳ ngộ...
(Phát Diệm hành)

Cố tam đại tôi từ vùng duyên hải Kiên Chính, phủ Nghĩa Hưng, tỉnh Nam Định, nghe tiếng Cha Sáu, bỏ nghề đi buôn bán các tỉnh, đem cả gia-đình về lập cuộc sống mới an bình tại Phát Diệm.

Cố ngoại tôi thì từ làng Bương, huyện Nga Sơn, tỉnh Thanh-hóa, ra theo cha Sáu, ngồi dạy học tại nhà ông đồ Phú, sau lấy vợ, tậu nhà và lập nghiệp tại Lưu Phương.

Tiến sĩ Nguyễn Tư Giản, chán nản đối với thời cuộc, cũng đã tìm về Phát Diệm dạy học để tạm ẩn thân.

Tiếng tăm và đức độ cũng như tài kinh bang của vị linh mục Công giáo có cái tên nôm na là cha Sáu vang dội tới tận kinh đô Huế, nên vua Tự Đức, mặc dầu vẫn ghét đạo cũng phải kính phục. Nhân lúc ngoài Bắc thời giặc cướp như rươi, theo sự đề cử của các hàng quan lại, nhà Vua cử cha Sáu giữ chức Trấp an lo việc bình định và an-dân tại các tỉnh miền duyên-hải Bắc-kỳ, đặc biệt chú-trọng đến vấn-đề tiêu diệt bọn hải tặc Tàu Ô.

Công việc hoàn thành, nhà Vua ban thưởng cha Sáu 6 tấm kim-tiền và một kim-khánh là những huy chương cao quý nhất của triều-đình.

Trong một sắc-phong, vua Tự Đức đã nhận xét về cụ Sáu như sau: *Linh-mục Trần Lục có năng lực dẹp yên Lương Giáo Bắc kỳ. Ông là bậc trung thần thiên-hạ đều biết, Triều Đình yên trí.*

Tuy nhiên, tôi vẫn thắc mắc là lúc đó ta không có hải-quân mà rồi cụ Sáu cũng không có quân đội thì làm sao mà làm được mấy cái công việc gọi là "tiểu trừ" và "bình định" bọn hải tặc kia. Ngày xưa, các quan văn trói gà không nổi được cử đi cầm quân là chuyện rất thường, nhưng chẳng lẽ chỉ với một bồ chữ và cái oai của một vị đường quan mà trừ được giặc sao? Chuyện các cụ đời xưa có nhiều cái thiệt lạ, nhất là cái chuyện đi dẹp giặc mà không cần có quân, lại cũng không cần biết đến thuật điều binh, khiển tướng.

Sau khi cụ Sáu giải quyết được một cách khá êm thắm các vụ Văn thân phá rối và tàn sát hàng ngàn người theo "tả đạo" tại 3 tỉnh Thanh, Nghệ, Tĩnh, trong một bản văn khác nhà Vua viết: *Trần Lục đã hòa-giải và đã đem lại sự thuận hòa giữa lương dân và những người theo đạo Gia-tô tại Đông kinh, và ông làm điều đó vì công tâm của ông như người ta đã từng biết.* **Trẫm và hết thảy các quan trong nước đều tin cậy.**

Sau vụ vua Hàm Nghi xuất bôn, tình hình miền Trung hết sức căng thẳng, những chuyện lộn xộn Lương Giáo như trên được tái diễn một cách dữ dội hơn bao giờ hết, vua Đồng Khánh bổ-nhiệm cha Sáu làm Khâm-sai tuyên-phủ sứ với trọng trách an-dân tại 3 tỉnh Thanh, Nghệ, Tĩnh, và rồi cũng từ đó, ai nấy đều kính cẩn gọi cha là Quan Lớn Khâm hoặc Cụ Lớn Khâm. Thân mật hơn thì là Cha Lớn Khâm. Năm 1925, để ghi lại những công lao hiển hách của Cha Lớn Khâm, vua Khải Định truy phong Cha tước *Phát Diệm Nam.*

Ngoài trọng trách trấp-an và bình định mà triều đình giao phó cha Sáu còn là một nhà lãnh đạo tinh thần, nên bằng mọi giá, cha quyết tâm bảo vệ con dân, Lương cũng như Giáo, mang phúc lợi và an bình đến cho họ. Chính vì vậy mà những phe phái gây rối vốn thù nghịch với người có đạo hùa nhau vu cáo là cha theo Tây diệt Văn Thân và phong trào Cần Vương. Thực ra thì với hai bàn tay không, cha Sáu một đời chỉ biết nâng đỡ, xây dựng, giảng hòa, chiêu dụ và xoa dịu thương đau, tuyệt nhiên chưa hề làm hại ai, dù là một sợi tóc.

Đúng ra thì các phong trào Văn Thân với cái chủ trương Cần Vương hẹp hòi kia mới là đáng trách. Rõ ràng là các ông biết mình thế yếu nên không mấy khi dám trực diện với kẻ thù là Tây nên đã giận cá chém thớt bằng cách đốt phá hàng trăm làng Thiên Chúa giáo sát hại hàng vạn nguòi vô tội với cái lý do rất vô lý và hồ đồ: Theo đạo tức là theo Tây

Cứ khách quan mà xét, ngoài Tân Sở buổi đầu và phong trào Ba-đình ra, ai nấy đều nhận thấy phần lớn các phong trào Văn thân chẳng bao giờ Bình Tây như khẩu hiệu các ông đã nêu lên mà chỉ có tận tâm, tận tình và tận lực sát Tả một cách thiệt là tàn tệ và dã man.

Thực vậy có gì dễ bằng tàn sát những người dân vô tội và hiền lành, trong tay không có lấy một tấc sắt. Còn nếu như chẳng may có ai dám cả gan cùng mình, vì tự vệ, chống cự lại các vụ tàn sát dã man của các ông thì cũng chỉ là những phản ứng tự nhiên và thường tình của những con người bị đẩy tới đường cùng chứ đâu có dính dáng gì đến chuyện theo Tây hay không theo Tây, phải không quý vị?

Cái lý lẽ đương nhiên nó là như vậy, ấy thế mà thời nay vẫn có một số người chưa nhận ra, nên vẫn mù quáng cố gắng bênh vực cái chiêu bài Bình Tây sát Tả hết sức vô lý kia cũng như cái tội tàn sát hàng trăm làng theo đạo Gia-tô của phong trào Văn Thân bằng cách bày đặt ra cái chuyện nối tiếp thi hành sách lược bài trừ "văn hóa ngoại lai"(tức là cái văn hóa chịu ảnh hưởng Gia-tô giáo), do phong trào Văn thân khởi xướng và chủ trương cách đây trên một trăm năm (!).

Đối với các ông Văn thân đầu óc hủ lậu và hẹp hòi ngày xưa thời chúng ta còn có thể hiểu nổi nhưng ngày nay, chúng ta đã là sang thế-kỳ thứ 21, ai mà có thể hiểu được là ngay trên cái xứ Hoa kỳ dân chủ, tự do và tiến bộ nhất thế giới này vẫn còn có những kẻ cố chấp bênh

vực những tư tưởng hoặc lập trường lạc hậu và ấu trĩ đến
như vậy.

Chẳng những thế, những điều trên đây còn chứng tỏ
những người này còn mắc cái bệnh thành kiến và kỳ thị
thiệt là trầm trọng, nguy hiểm vô cùng. Chắc chắn là các
phe nhóm Jihah quá khích như Hamas, Taliban và al-
Qaeda mà có gặp các ông, chắc chắn chúng cũng sẽ
phải chào thua quý ông.

Thưa quý ông, chuyện tàn sát những người không
cùng đạo hoặc không cùng chủng tộc hay chính kiến
ngày nay người ta gọi là tội gì không? Nếu các ông
không biết, cũng dễ lắm, xin các ông chịu khó tới hỏi
mấy ông như Milenasovic, hoặc Saddam Hussein.

Rất tiếc là mấy ông này không còn hiện diện ở trên
trên cái quả đất chưa tới độ quá chật hẹp này, tuy nhiên
nó cũng không có dư chỗ để chứa những loại người kỳ
thị tới độ tàn ác và khát máu như mấy ông.

Trong một cái thời buổi rối loạn và nhiễu nhương
kinh khủng đến như thế, để bảo vệ con chiên và dân
chúng trong vùng, thử hỏi một ông thày tu nhà quê cai
quản một xứ đạo hẻo lánh và nhỏ bé như cha Sáu có thể
làm được những gì oanh oanh liệt liệt đây, ngoài sự xử
dụng hai thứ khí giới sắc bén nhất của ông : đó là đức-độ
sáng ngời của một con nhà Nho Việt Nam yêu nước
chân chính và lòng nhân-từ tỏa rộng của một kẻ đích
thực là con cái của Chúa.

Vào khoảng cuối năm 1873, một tiểu đội lính Tây
kéo về chiếm tỉnh lỵ Ninh Bình, các quan binh trong tỉnh
không hề chống cự, bỏ chạy hết.

Thiệt khốn nạn, chúng vẻn vẹn trước sau chỉ có một tiểu đội! tức chỉ vẻ vẹn có 7 tên lính tập ngờ nghệch, không biết rõ đường đi nước bước.

Nhưng một tiểu đội lính tập này đã dư đủ để tường tận nói lên được rất nhiều về cái hoàn cảnh tang thương bi đát và cái tình huống sầu thảm, ê chề và tuyệt vọng của đất nước khốn khổ của chúng ta vào cái thời điểm mà định mệnh dường như đã áp đặt chúng ta.

Thực vậy, viết tới đây, nhắc tới chuyện xưa, rồi nghĩ đến chuyện ngày nay, tôi cảm thấy hết sức buồn tủi, dường như không thể cầm được nước mắt, mặc dầu trong cuộc đời, tôi đã từng trải qua bao tình huống đau buồn, tủi nhục thiệt bi đát.

Vì không thể đóng quân mãi ở giữa cái phong cảnh Non Nước hữu tình của đất Thuý Sơn (Ninh Bình),* nên trước khi rút tiểu đội lính về Nam Định, tên quản Tây Hautefeuille ngu dốt kia không biết phải làm thế nào, nên đã nhờ người mời cha Sáu từ Phát Diệm lên để giao tỉnh ly cho cha quản lý và tuỳ nghi định đoạt mọi việc.

Vì tình thế ép buộc, vả lại, cứ thực tình mà nói, cũng chỉ vì dân vì nước nên cha Sáu bất đắc dĩ phải chấp nhận làm đại diện tạm và nhất thời của dân chúng để thu xếp tàn cuộc. Ôi! như bà con ta biết đó, đã nói là thu xếp tàn cuộc thì đâu có gì vui. Trái lại, một việc hết sức buồn nản và cay đắng.

---

* Giữa thành phố Ninh Bình có núi Thuý Sơn. Chùa và núi Non Nước trông ra sông Đáy cũng là một cảnh đẹp của Ninh Bình. Mùa xuân 1952, con trai của tướng De Lattre de Tassigny đã tử trận tại địa điểm này.

Còn như câu chuyện, sau khi dự hội nghị ký hòa ước Patenôtre, cha Sáu được mời đáp tàu của Tây từ Hànội trở về Ninh Bình, sự kiện tên quản Hautefeuille, chức vị thấp kém, chẳng có quyền thế gì, cũng có mặt trên tàu lúc đó , chẳng qua cũng chỉ là một sự tình cờ, không chứng minh được điều gì, trừ phi bà con ta cố ý làm to chuyện, tạo cơ hội để phá thối và bới bèo ra bọ mà thôi.

Vụ Ba-đình thì lại càng rùm beng hơn nữa. Cách đây 7, 8 chục năm, các ông muốn nói trên trời dưới biển gì cũng được hết, giới Công giáo thời đó chẳng một ai biết đâu mà mò để trả lời các ông, thành ra các ông mặc sức múa gậy vườn hoang, mặc sức ngậm máu phun người, không còn có coi ai ra gì. Thiệt là đồi tệ! Trắng trợn và bất công!

Riêng tôi, tôi đã hết sức cố gắng tìm hiểu vấn đề nhưng tới nay vẫn chưa có manh mối gì khả dĩ giúp tôi đi tới một kết luận chắc chắn, mặc dầu tôi đã được nghe nói tới một số tài liệu phản lại những lời cáo giác của các ông phe Văn Thân chống Ki-tô giáo, chẳng hạn như tài liệu do ông Nguyễn Đức Chiểu, nhạc phụ của nhà văn Trà Lũ tiết lộ, có nhắc nhở tới sự giao hảo rất thân thiện giữa Trần Xuân Soạn và Trần Lục, hoặc được một nhân chứng đương thời, tức ông nội tôi, kể lại cho nghe về vai trò bảo vệ dân chúng địa phương rất khéo léo của"cha Lớn Khâm" trong vụ Ba Đình cũng như tài ngoại-giao và đảm lược của cha trong thời-kỳ được triều đình cử làm Kinh-lược Tuyên phủ sứ tại ba tỉnh Thanh-Nghệ-Tĩnh để giải-quyết các vấn-đề "lương-giáo."

Nói là "vấn đề lương-giáo" chẳng qua cũng chỉ là

một lối nói tránh né quanh co mà thôi, chứ thực ra vấn-đề phải giải-quyết không có liên quan gì đến 2 bên Lương, Giáo mà phải nói trắng ra rằng đó là sự-kiện giáo-dân bị các phe đảng Văn thân kỳ-thị và tàn sát.

Nếu cha Trần Lục không được tiếng là một con người có đảm lược, lại công minh, đức độ thì cha đâu có được vua Tự-Đức, tiếp đến là vua Đồng Khánh, tin dùng cha trong nhiệm vụ bình định và thu phục nhân tâm trong những hoàn cảnh vô cùng khó-khăn, tế-nhị và rối ren lúc đó.

Theo nội tôi, có một điều chắc chắn và đáng nói hơn cả là nhờ có cha lớn Khâm nên dân chúng ở các làng lân cận với Ba Đình tránh được nạn quấy phá và hà hiếp của đội quân viễn chinh Pháp.

Để đối phó với sức mạnh về súng ống tối tân của đạo quân Viễn chinh của Pháp lúc đó, cuộc thất bại Ba Đình cũng như số phận của các vụ nổi dậy sau này, như ai nấy đều biết, hầu như là lẽ đương nhiên, bởi vì chúng ta quá kém cỏi, thiếu hậu thuẫn bên trong cũng như bên ngoài, lại kém lãnh đạo, kém tổ chức và nhất là không biết đồng lòng, thất bại là cái chắc, không ai có thể cứu được chúng ta trong cái hoàn ảnh bi đát đó.

Thiệt là oái oăm, ngang ngược và vô lý khi có một số người sau này vẫn tiếp tục vịn vào 2 vụ thất bại ở Ninh Bình và Ba Đình để kết tội Trần Lục một cách thiệt là bừa bãi và vô trách nhiệm. Tại sao quý ông không chịu nói trắng ra là chúng ta mất nước vì Trần Lục để cho nó tiện sổ sách

Dù là ở trong một giai đoạn tranh tối tranh sáng, u u

minh minh của lịch sử, kẻ bàng quan có đôi chút ý thức đều thấy rõ trước sau vẫn chỉ là một sự vu cáo hết sức chủ quan và hàm hồ, hoàn toàn do thành kiến và đố kỵ mà có, thực ra không có chứng cớ cụ thể hoặc sự kiện nào khả dĩ kiểm chứng được là xác thực. Đó cũng rất có thể là một âm mưu bóp méo lịch sử một cách thực vô duyên và đầy ác ý của một số người thiển cận, hoặc vì mục-đích chính-trị, hoặc vì đầu óc họ đặc sệt bè phái và thiên kiến mà bất cứ thời buổi nào chúng ta cũng đều thấy xuất hiện, chứ đâu phải chỉ có riêng thời buổi này.

Riêng tôi, tôi vẫn nghĩ rằng cha Sáu vốn là một con người thông quán đặc biệt, cho nên mỗi khi phải đối phó với một sự việc khó khăn nào cha thường có những quyết định đặc biệt và khác thường, người bình thường như chúng ta đôi khi không hiểu hoặc hiểu một cách sai lầm. Vốn là một con người chính trực quân tử, thông tình đạt lý, lại thẳng thắn can trường, thấy việc đáng phải làm là làm, cha Sáu chẳng bao giờ nghĩ đến chuyện sau này người đời không hiểu có thể xuyên tạc.

Hơn nữa, tôi thiết nghĩ, một khi đã là một vị chân tu có lòng trung quân ái quốc, có tài đức và trí tuệ hơn người, lại hết lòng thương dân, có tinh thần dân tộc cao độ, biết trọng đạo nghĩa Thánh Hiền, không ham danh vọng và tiền tài và nhất là quán triệt nền văn hóa truyền thống Việt Nam như cụ Sáu không thể là một con người bội phản, bất trung, bất nghĩa, hoặc bán nước hại dân để cầu vinh.

Thực vậy ngay khi chức cao, quyền trọng Cha Sáu vẫn luôn sống cuộc đời khổ hạnh và đạm bạc của một con người tu hành, không hề có tiền của riêng, hoặc ăn mặc lụa là.*

Trước khi kết thúc bài tạp ghi này, tôi không thể không có một đôi lời về nhà thờ Lớn Phát Diệm, mặc dầu trước tôi đã có nhiều người nói về ngôi thánh đường có một không hai này một cách tường tận hơn nhiều.

Khi bị đày ở Lạng Sơn cha Sáu đã từng có lời khấn nguyền là khi nào được thả tự do để trở về phục vụ dân con Chúa cha sẽ xây một ngôi thánh đường thiệt xứng đáng để dâng kính Đức Mẹ Mân côi.

Sau khi được phóng thích, cha vẫn chưa biết tới khi nào, tại đâu mình sẽ có thể thực hiện được điều mình đã khấn hứa với Đức Mẹ.

Khi được cử về làm giáo sư tại tiểu chủng viện Vĩnh Trị cha đã chú ý tới ngôi nhà thờ kiểu Việt Nam của xứ Vĩnh Trị.

Sau này, trong mấy dịp có việc đi Huế, cha đặc biệt quan sát lối kiến trúc các cung đình trong đại-nội, nhất là cửa Ngọ-môn trước điện Thái-hòa.

Khi được cử về làm chánh xứ Phát Diệm, cha Sáu nhận thấy ngôi thánh đường xứ mới quá nhỏ, bằng gỗ và

---

* Theo lời những người thân cận, cha Sáu không bao giờ giữ tiền riêng. Mọi vật dụng và quần áo đều do bổn đạo mua sắm biếu cha. Cha thường nói: "Chúa cho tôi đủ ăn đủ mặc, tôi đâu có mong gì hơn". Dù là bậc đại thần, cha chưa bao giờ dám sắm phẩm phục đại triều, cùng lắm là mặc áo thụng bằng nhiễu kiểu các quan viên mà thôi, kể cả khi cha được phong chức Khâm Sai. Khi qua đời. cha cũng không để lại một tài vật gì có thể gọi là tài sản riêng, ngoài một số cổ vật cha sưu tầm và để lại cho nhà Chung Phát Diệm, vẫn được cất giữ dưới hầm nhà cha quản lý. Rất tiếc là mấy chục năm sau, vào thời khu An toàn, những cổ vật này đều bị thất tán

lợp bổi rất sơ sài, bỗng nhiên cha sực nhớ tới lời khấn năm xưa, và như có Trời trên xui khiến cha Sáu bỗng cảm thấy nơi đây dường như là nơi Thiên Chúa đã tuyển chọn để cha thực hiện lời mình đã khấn với Đức Mẹ.

Sau một thời gian đắn đo suy nghĩ và trù tính kế hoạch, kể từ năm 1870 cha bắt đầu cùng giáo dân trong xứ tích cực chuẩn bị công cuộc xây dựng một ngôi thánh đường lớn, thực xứng đáng để tôn kính Đức Mẹ. Giai-đoạn chuẩn bị này kéo dài trên 10 năm.

Bước quan trọng đầu tiên là tìm nguồn cung cấp vật liệu. Phải thành thực công nhận là nhờ lúc đó cha có nhiều quyền thế trong suốt mấy tỉnh lại thêm có sự đóng góp rất nhiệt thành của con chiên về mọi mặt, tài chánh cũng như nhân lực, nên các công việc chuẩn bị được xúc tiến rất thuận lợi và mau lẹ.

Ai nấy đều biết là miền thượng lưu 3 sông Cả, sông Chu và sông Mã (Hạ Lào) có rất nhiều rừng gỗ quý như gụ, lim v.v. nhất là cây chò (trò?), vừa cao lại vừa thẳng, rất to lớn, bình thường chỉ triều-đình mới có quyền quyền đốn loại gỗ này để xây cất cung điện. Tục truyền rằng, dân gian nếu ai cả gan dám đốn rừng chò, Trời sẽ ra tai ương lụt lội, đồng thời sẽ sai Hà Bá lấy lại hết số gỗ bị đốn.

Cha Sáu đâu có tin những lời đồn nhảm nhí đó chẳng qua người ta phao lời đồn ra như vậy có ý bảo vệ rừng chò cho Triều Đình đấy thôi.

Tuy nhiên, lời đồn cũng có phần nào sự thiệt, vì nếu để dân phá rừng quá lố, vào mùa mưa, sẽ không có gì đủ sức ngăn nước lũ từ trên nguồn các sông lớn đổ xuống, tất nhiên là lụt lội sẽ xảy ra. Đó chính là một phương thức bảo vệ môi sinh rất hữu hiệu của người xưa vậy.

Vào cái thời buổi hỗn quân hỗn quan đó, trong khi triều đình chẳng còn quyền hành gì, hằng năm vào mùa nắng ráo cha Sáu cho dân công lên rừng đốn gỗ đóng bè, rồi thả xuôi theo dòng sông (sông Cả, sông Chu hoặc sông Mã) xuôi ra biển, ngược lên tới Cửa Đài, chờ nước thủy triều lên, xuôi bè qua Kim Đài, rồi vào tận khúc sông đào Ân giang thuộc thị xã Phát Diệm.

Đá thời bà con ta lấy ở 2 núi Nhồi, thuộc Thanh Hóa, và Thiện-dưỡng, thuộc Ninh Bình. Sau khi phá núi lấy đá, người ta lấy gỗ đã đốn sẵn ở các rừng lân cận đóng bè chở đá theo đường sông về Phát Diệm như đã nói ở trên.

Cho tới nay, người bình thường không mấy ai biết rõ các cột nhà thờ cao và thẳng tắp từ chân lên tới ngọn làm bằng loại gỗ gì. Có nhiều người vẫn đinh ninh là gỗ lim rừng Lào, đóng bè về qua ngả sông Cả.

Cứ theo lời ông nội tôi nói thì đó chính là gỗ chò mà tôi đã trình bày ở trên, bởi vì chỉ có gỗ chò mới lớn, cao, thẳng và nhẵn nhụi như vậy. Theo như tôi được biết thì hình như Cung điện và cửa Ngọ Môn ở kinh đô Huế trước đó gần một trăm năm phần lớn cũng đều được cất dựng bằng gỗ chò.

Không phải chỉ có gỗ chò mới là thứ hiếm, nhiều loại vật liệu khác phải được thửa riêng cho việc xây cất, nên sau này, mỗi khi cần được thay thế thường rất khó tìm hoặc phải chế bằng vật liệu khác, chẳng hạn như ngói lợp, vì lớn quá khổ nên phải đặt làm riêng ở lò Phù

Lạng thuộc tỉnh Quảng Ninh ngày nay.

Sau hơn mười năm kiên trì chuẩn bị như kiến tha mồi về tổ, gỗ đá và các loại vật liệu được chất cao như núi, cha Sáu cho cất 4 ngôi nhà thờ nhỏ ở bốn góc khu đất dành xây cất nhà thờ Lớn.

Kiểu mẫu, loại gỗ và cách chạm chổ hoàn toàn khác nhau, có lẽ với mục đích chọn kiểu mẫu thích hợp nhất cho nhà thờ Lớn sau này, đồng thời rút kinh nghiệm trong việc xây cất và chạm chổ trên gỗ và đá.

Ngôi nhà thờ nhỏ đẹp nhất và cũng là công trình hơn cả là ngôi nhà thờ kính Trái Tim Chúa ở góc đông Bắc làm toàn toàn bằng gỗ gụ, thứ gỗ mà Việt Nam ta cho là quý và đẹp nhất. Những hình ảnh về nhà thờ này đã được trưng bày và được giải thưởng danh dự tại Hội chợ Triển lãm Quốc-tế đầu tiên tại Paris năm 1889 (Première Exposition Internationale).

Tuy là vậy, nhưng rốt cuộc khi vẽ lại, kiểu cách nhà thờ Lớn khác hẳn, đẹp, mỹ thuật và nguy nga hơn mấy nhà thờ nhỏ làm mẫu kia rất nhiều.

Nói tới nhà thờ mẫu, tôi thiết tưởng không thể bỏ quên mà không nói tới ngôi nhà thờ kiểu mẫu thứ năm với một lối kiến trúc tuy rõ rệt có tính cách Việt Nam, nhưng vẫn có một vẻ gì rất lạ, tưởng có thể coi đó như là bước đầu chập chững của nghệ thuật kiến trúc tiền tiến ngày nay vậy.

Ngôi nhà mẫu thứ 5 này ở lui hẳn vào một góc, toàn bằng đá xanh nên thường được gọi là nhà thờ Đá. Hai tháp nhọn nhiều tầng của nhà thờ Đá rất giống tháp Bút cạnh cổng ra vào chính, bên ngoài lối vào cửa đền Ngọc

Sơn (ở trên đảo giữa hồ Hoàn Kiếm Hànội), nhưng đường nét của nó có tính cách kỷ hà, đơn giản và thanh thoát hơn. Dẫu sao thì chúng ta cũng phải có cơ hội ngắm kỹ cả hai thì mới có thể so sánh một cách đứng đắn và tường tận được.

Công cuộc xây cất nhà thờ Lớn tiếp theo đó kéo dài chừng 10 năm, cả thảy trước sau là trên 20 năm. Thực ra nhà thờ không to lớn bao nhiêu nếu chúng ta đưa ra so sánh với các ngôi nhà thờ lớn nổi tiếng trên thế giới, nhưng vì được cất lên toàn bằng những cây gỗ và phiến đá nặng hàng mấy chục tấn nên ai cũng công nhận đó là một công trình kiến trúc vĩ đại có một không hai ở Việt Nam .

Ngoài ra lối kiến trúc Việt Nam có pha thêm đôi chút nghệ thuật baroque của nhà thờ rất độc đáo, uy nghi mà vẫn mỹ lệ, duyên dáng và nhất là, vẫn chứa đựng đầy dân tộc tính. Đó mới chính là điều quan trọng hơn hết mà ai nấy đều khâm phục.

Chưa hết, còn một điều đặc biệt khác nữa làm cho mọi người phải ngạc nhiên và kính phục: đó là sự hòa đồng rất khéo léo và sâu sắc giữa các nền văn hóa và nghệ thuật dị biệt mà từ trước tới nay người ta tưởng chừng như không bao giờ có thể gặp nhau, nhưng nhờ đôi bàn tay phù thủy rất tài tình của Trần Lục, sự hoà đồng rất hiếm có kia đã có thể được thể hiện một cách vô cùng hợp lý và tự nhiên ở nơi các công trình kiến trúc của khu quần thể nhà thờ Phát Diệm.

Thực vậy, mãi tới gần đây, trên một số những phù điêu và hoa văn, đặc biệt là quanh bàn thờ trong ngôi nhà thờ Đá mà tôi đã nói ở trên, người ta đã phát giác những chi tiết thể hiện một cách khá rõ rệt sự hòa hợp giữa Thiên Chúa giáo với Phật giáo và Đạo giáo, giữa nghệ-thuật cổ-truyền Việt Nam với nghệ-thuật Phục Hưng và Cổ-điển Tây phương, và đặc biệt hơn nữa, giữa quan niệm triết lý vuông tròn rất nhân bản và thực tiễn của Việt Nam và hệ thống tư tưởng có tính cách siêu linh và nhiệm mầu của Thiên Chúa giáo, một sự phối hợp hết sức chặt chẽ, hài hòa và rộng lớn về nghệ thuật và tư tưởng có thể nói là chưa từng thấy được thể hiện ở bất cứ thời nào, nơi nào trên thế giới.

Vì được xây cất theo lối cổ truyền Việt Nam ngôi nhà lại quá lớn, nên nhà thờ phải cần tới 6 hàng cột, với 2 hàng cột giữa cao tới 12 thước tây, cột nào cũng to lớn, tròn trịa đều đặn từ chân lên tới ngọn.

Từ gác đàn (nơi ca đoàn ngồi) lên tới Cung Thánh cả thảy có 9 vì, đặc biệt là mỗi vì được giao cho một họ đạo trong xứ tự vẽ kiểu và chạm chổ theo ý riêng của mỗi họ, vật liệu cùng gỗ lạt thì do nhà xứ cung cấp thành ra giữa các họ đạo có sự thi đua rất gay go. Kết quả mỗi vì như thế là cả một công trình nghệ thuật chạm chổ và ráp nối gỗ rất công phu và trác tuyệt nhưng kiểu cách chạm chổ hoàn toàn riêng biệt, không giống nhau.

Đúng vậy, nhà thờ cả thảy có chín vì, mỗi vì đẹp mỗi vẻ, không vì nào giống vì nào.

Khi phê bình các kiến trúc cổ của Việt Nam, người ta thường chỉ chú trọng đến những chi tiết truyền thống như mái cong hoặc rồng phượng này nọ, nhưng những chi tiết đó đi tới đâu cũng thấy có và phải có, từ những lăng mộ, cầu đình, cho tới các đình chùa, miếu mạo v.v. Nhưng cái cách thức xây cất cột kèo, xà nhà, thượng lương, thềm cửa, cánh cửa v.v. sao cho tương xứng, đúng với phương vị và mô thức cổ truyền Việt Nam, nhất là đối với một công trình kiến trúc có tầm vóc như nhà thờ Lớn Phát Diệm mới là điều khó, đáng cho chúng ta chú ý và nghiên cứu, kể từ những chi tiết nhỏ nhặt nhất. Chẳng hạn như, một ngôi nhà lớn với kích thước như thế, cửa chính của tam quan (hay ngũ quan) phải rộng và cao ít nhất là bao nhiêu, bực và thềm cửa hông phải cao bao nhiêu, niên hiệu phải được ghi khắc ở đà thượng lương nào v.v. Nói tóm lại người vẽ kiểu cũng như người đứng ra đốc công việc xây cất phải biết hàng nghìn thứ chuyện lớn nhỏ. Đó là chưa kể những chuyện kiêng cữ và tính toán theo thước Lỗ Ban v.v. (Riêng Cha Sáu, tôi nghĩ chắc cha không tin những chuyện nhảm nhí này).

Ngoài các cung điện ở Huế được xây dựng với một cung cách riêng biệt dành cho nhà vua và hoàng tộc có lẽ chỉ có đình làng Đình Bảng (Bắc Ninh) và một ít đình chùa lớn được xây dựng trước đây ít nhất là 5,6 trăm năm, và nay là nhà thờ Lớn Phát Diệm, mới có thể được coi như là những mẫu mực xây cất đúng phương thức và phong cách cổ truyền Việt Nam nhất. Rất tiếc là ít người chú ý tới những yếu tố có tính cách tập tục hết sức phức tạp và độc đáo này.

Riêng thợ chạm đá không rõ cha Sáu tuyển ở đâu, nhưng ai nấy đều công nhận là hết thảy các bức phù điêu bằng đá đều được chạm chổ một cách thiệt là tỉ mỉ, tinh vi và nghệ thuật.

Đáng chú ý hơn cả là hai tác phẩm Rồng và Phượng được chạm "bong" ở hai bên hông tả, hữu cuối nhà thờ và mặt tiền của ngũ môn tiền đình nhà thờ, hoàn toàn được xây cất bằng những tảng đá phiến đã được chạm khắc sẵn với những chi tiết trang trí thuần túy Việt Nam. Đúng vậy, cái điểm độc đáo của những chi tiết trang trí này là hết thảy những hình người, tức những nhân vật trong kinh Thánh, những thiên thần, những súc vật, những cỏ cây, hoa lá như cây chuối, cây cau, bông hoa và lá sen v.v. được chạm nổi trên các bức phù điêu đều là những hình ảnh hoàn toàn Việt Nam, rất quen thuộc mà chúng ta thường chỉ thấy diễn tả trên các di tích lịch sử hoặc đình chùa các đời Đinh, Lê, Lý, Trần hoặc trên các tranh in mộc bản cổ truyền phố Hàng Trống hay làng Đông Hồ mà thôi.

Đẹp và kỳ vĩ hơn cả là tòa Phương Đình hình vuông 25m x 25m , có 5 tháp (lớn ở giữa, bốn nhỏ ở bốn góc), cao chừng 25m , được xây bằng những phiến đá xanh lớn, như đã nói ở trên, nặng hàng mấy chục tấn.

Hồi còn mài đũng quần ở trường các Frères Phát Diệm, vào những ngày hè nóng bức, tới giờ nghỉ tôi thường tới nằm phễn rốn giữa sập đá lớn giữa Phương Đình để hóng gió và thưởng thức cái mát lạnh của sập đá. Nhưng khi nhìn lên vòm đá hình tròn trên cao mười mấy thước tôi bỗng có một cảm giác rờn rợn...Vô phúc mà vì một lý do nào đó cái vòm đá hình tròn được xây bằng những tảng đá thước lớn lao kia sập xuống chắc chắn thân xác mình sẽ bẹp dí và nát nhừ như tương...

Rồi tôi lẩn thẩn suy nghĩ không biết là ông cha mình

ngày xưa đã làm cách nào kéo lên trên cao được những tảng đá lớn như vậy, hơn nữa lại không có xi-măng, làm thế nào mà các cụ lại có thể gắn những tảng đá lớn đã được cưa cắt và gọt đẽo kỹ càng để cho ăn khớp với nhau như những miếng puzzles để rồi tạo nên cái vòm trần hùng vĩ của Phương Đình một cách tài tình, tròn trĩnh, nhẵn nhụi, cân đối và mỹ thuật đến như vậy.

Nay ngồi nghĩ lại, tự hỏi phải chăng những vòm đá hình tròn trên đây tượng trưng cho trời và những sập đá hình vuông bên dưới tượng trưng cho đất (sự tích bánh chưng bánh dày), hai biểu tượng căn bản của cái phạm trù về vũ trụ quan và quan niệm triết lý vuông tròn rất thực tiễn của cha ông chúng ta từ mấy nghìn năm về trước (xin đọc mấy phần ở trên).

Nếu đúng là như thế, trên phương diện đem Ki-tô giáo hội nhập vào nền văn hóa cổ truyền địa phương, cha Sáu đã vô hình trung đồng ý với các giáo sĩ Dòng Tên (les pères Jésuites) để rồi mạnh dạn đi trước Công Đồng Vatican hơn nửa thế kỷ.

Nói một cách khác, với cái tâm tình chứa chan tình tự dân tộc, cộng với tài năng thiên phú, óc uyên bác và sự cảm hứng bắt nguồn từ lòng mộ đạo sâu xa, cha Sáu đã thành công một cách tuyệt diệu trong cố gắng Việt Nam hóa đạo Thiên Chúa qua khu quần thể nhà thờ Lớn Phát Diệm, với những tác phẩm kiến trúc để đời độc nhất vô nhị của ông.

Không biết khi nói như thế có phải là tôi đã quá lời hay không, nhưng trước tôi cũng đã có nhiều người khen ngợi công trình cha Sáu để lại một cách, tuy có phần nào hời hợt, thiếu chiều sâu nhưng "nặng tay" hơn tôi nhiều.

Ngay khi cha Sáu còn sinh thời, cũng đã có nhiều nhân vật quốc tế, sau khi tới thăm Phát Diệm, đã hết lời ca tụng cha, chẳng hạn như Lord Curzon, Phó Vương Ấn Độ, đã viết trong National Observer về cha Sáu như sau: "Tôi đi du lịch đã nhiều, nhưng ít khi được gặp một nhân vật lỗi lạc như vị giáo hoàng nhỏ của Việt Nam."

Nữ ký giả Yvonne Schultz, khi nói về nhà thờ Phát Diệm đã viết trong tạp chí Pháp Illustration (tương tự như tờ Life ở Hoa Kỳ) số ngày 29 tháng 11, 1929 như sau:"Có lẽ trên khắp thế-giới không có ngôi nhà thờ nào rực rỡ như các nhà thờ Phát Diệm, trùng trùng những bức cuốn, càng vào trong càng thấy lộng lẫy."

Theo ý tôi thì người nữ ký giả này, trong một lúc bồng bột, có thể đã diễn tả hơi quá đáng. Tuy nhiên điều đáng nói về cái chân giá trị của nhà thờ Lớn Phát Diệm không phải là sự lộng lẫy tương đối và hời hợt bên ngoài mà là cái phương vị độc đáo về mọi khía cạnh nghệ thuật cũng như ý nghĩa trọng đại của nó đối với Thiên Chúa giáo và nền văn hóa mấy ngàn năm của Việt Nam.

Việc kéo chuông lên treo ở tầng thứ 3 của Phương Đình cũng là một công trình phi thường.

Theo như ông nội tôi kể lại thì người ta phải đắp một con đường dốc từ mặt đất lên tới tận từng lầu thứ 3 cao gần 20 thước tây để kéo chuông lên. Cũng nhờ công việc lấy đất này mà có cái hồ phía trước nhà thờ, tức hồ có đài dựng tượng "Chúa là vua" ở giữa.

Nói thì đơn giản là như vậy, thực sự ra thì đó là một nỗ lực cam go và vĩ đại của hằng mấy trăm con người, vì thời đó đâu có bulldozer, máy cần kéo hoặc những dụng cụ cơ khí như thời đại chúng ta ngày nay.

Chuông nhà thờ Phát Diệm to lớn hàng thứ hai ở Việt Nam, chỉ đứng sau chuông chùa Cổ Lễ (Nam Định) nhưng tiếng chuông Phát Diệm trầm hùng và vang xa hơn chùa Cổ Lễ nhiều. Rất có thể là do chất liệu và kỹ thuật đúc tinh vi hơn.

Cũng có thể là vì chuông nhà thờ Lớn PD được treo cao hơn chuông Cổ Lễ rất nhiều. Theo như những người trong vùng cho biết, vào những ngày thiệt tốt trời tiếng chuông vọng xa tới 5,6 cây số.

Sau Phương Đình, Cha Sáu đã trù tính xây thêm một tháp cao 12 ngũ tức khoảng 60 thước Tây (chừng 200 ft.) coi như cao nhất Việt Nam thời đó, nhưng chưa kịp thực hiện thì cha Lớn đã qua đời. Thực là người muốn không bằng Trời định.

Năm đó, năm cuối cùng của thế-kỷ XIX , một trong những thế kỷ rối ren, đen tối và bi-thảm nhất của lịch-sử Việt Nam.

Cha Sáu thọ đúng 75 tuổi (1825-1899).

Ngay từ hồi cha Sáu còn sinh thời, nhất là từ khi có ngôi thánh đường mới, Phát Diệm bắt đầu nổi tiếng trong thiên hạ và cũng từ đó, nhờ những công cuộc mở mang vĩ đại của cha Sáu, nên Tòa Thánh Vatican để ý tới Phát Diệm, để rồi sau đó, cắt phần phía Nam của Giáo-phận Hànội, gồm 2 tỉnh Ninh Bình và Thanh Hóa, lập một giáo-phận mới tức giáo phận Phát Diệm quen gọi là Địa-phận Thanh (nguồn gốc do chữ Thanh hóa).

Sau hơn 30 năm được quản trị bởi các giáo-sĩ thuộc Dòng Thừa-Sai ngoại-quốc Paris (Les pères des Mission étrangères de Paris), kể từ năm 1932, với sự bổ nhiệm của vị Giám-mục Việt Nam tiên khởi Nguyễn Bá Tòng, Phát Diệm trở thành giáo-phận VN đầu tiên được hoàn toàn quản-trị bởi các Giám-mục và hàng giáo phẩm bản xứ Việt Nam.

Tiếp đến, kể từ 1945 tới 1954, là thời Giám Mục Lê Hữu Từ, tức thời Phát Diệm trở thành khu An Toàn.

Với "khu an-toàn", khi mà cuộc chiến tranh Việt Pháp bùng nổ (tức chiến tranh Việt Nam I, 1946-1954) Phát Diệm đã là nơi nương náu an toàn của rất đông nhân vật chính trị đối lập cũng như các phần tử đảng phái quốc-gia khác, nên rất được Thế-giới Tự do chú ý và ngưỡng mộ.

Thời cha Lớn Khâm, nhiều nhân vật nổi tiếng trong cũng như ngoài nước đã tới thăm chốn địa linh nhân kiệt này, trong số đó có những vị như học giả Trương Vĩnh Ký, toàn-quyền De Lanessan và toàn quyền Rousseau

Và tiếp theo sau đó, kể từ đầu thế kỷ 20, là Phước Môn Công Nguyễn Hữu Bài, Phó Vương Anh quốc tại Ấn Độ Lord Curzon , Đức Cha Yu Ban (Thương-hải),các toàn quyền Catroux và Decoux , các thống-sứ Châtel và Tholance v.v.

Thời Việt Minh, cũng như thời Tây, các nhân vật lớn trong chính quyền, từ Chủ-tịch Hồ Chí Minh, Cố vấn

Vĩnh Thụy, đến các bộ trưởng như Phạm Văn Đồng, Võ Nguyên Giáp, Trần Huy Liệu, Phan Anh v.v. đều có về thăm và làm thân với Phát Diệm.

Thời khu An-toàn, Phát Diệm hầu như bị cô lập, sự di-chuyển và ra vào rất khó khăn, tuy vậy cũng có một số nhân vật ngoại quốc mạo hiểm tới thăm hoặc tìm hiểu, chẳng hạn như giáo-sư Honey thuộc Đại-học Luân-đôn, đại văn-hào Graham Green v.v.

Tôi lúc đó mới gia nhập làng văn nghệ nên hầu như ngày nào cũng có dịp tiếp đón các bạn văn nghệ.

Chính nhờ vào những dịp móc nối này nên mùa đông năm 1948, Đoàn Văn Cầu và tôi, bất chấp mọi khó khăn, đã có thể tổ chức được ba buổi đại trình diễn nhạc cổ điển Tây phương lần đầu tiên tại Phát Diệm.

Riêng mẹ tôi đã phải lo nơi ăn chốn ở cho các anh em suốt mấy tháng trời tập dượt và tổ chức, mặc dầu vào thời kỳ đó, nhờ cách mạng Mùa Thu, gia-đình tôi chẳng còn được sung túc như xưa. Anh Cửu đã có lần phải về Nghệ bán 10 mẫu ruộng (thời đó ruộng đất rẻ hơn bèo) để góp với mẹ tôi chi phí và giúp đỡ anh em trong thời gian tập dượt.

Đây chẳng những là chuyện có lần đầu tiên tại Phát Diệm mà cũng là độc nhất vô nhị trong khu kháng chiến cũng như đối với các thị thành bị chiếm đóng hồi đó.

Báo Sự Thật, cơ quan chính thức của đảng chửi bới chúng tôi thậm tệ về vụ tổ chức "quá lãng phí", vô ích (?), hoàn toàn có tính cách tiểu tư sản và không hợp thời này (ý nói thời kháng chiến).

Thực vậy, chỉ riêng một việc chuyên chở chiếc đàn dương cầm Moultrie từ trại cụ thượng Vũ Ngọc Oánh (Lạc Thủy, tức thân phụ ông Vũ ngọc Trản, ông nội BS Vũ Ngọc Hoàn) chở về Phát Diệm, rồi trả lại, đã tốn mất 50 ngàn đồng. Dù là tiền Hồ, vào thời đó số tiền nói trên cũng đâu có phải là nhỏ.

Về phương diện vật chất, chúng tôi chẳng được lợi gì, bởi vì chúng tôi tuyệt nhiên không bán vé. Chẳng qua vì yêu âm nhạc, quý mến anh em, nên chúng tôi đã cố gắng tạo cho anh em có dịp họp mặt, tập dượt và cơ hội trình diễn tài nghệ của mình trước các giới hâm mộ cho vui mà thôi.

Đối với riêng tôi, buổi trình diễn có một không hai này, tuy là rất khiêm nhượng, về phương diện nhân sự cũng như phương tiện tổ chức, đã như là một chứng tích đánh dấu sự hiện diện của rất đông anh em nghệ sĩ, cũng như đồng bào ở các thành phố tản cư về Phát Diệm để lánh nạn trong một thời tao loạn. Tấm lòng hiếu khách của gia-đình tôi, nhất là sự ân cần ưu ái đặc biệt mẹ tôi dành cho bạn bè của con mình đã không vô ích mà thực sự đã tạo nên được một cái gì thân thương và hứng khởi trong lòng mỗi người anh em nghệ sĩ tham dự cũng như những người Phát Diệm yêu văn nghệ thời đó. Ít nhất thì cũng là một mớ kỷ niệm đẹp khó quên. Ngày nay chỉ còn lại có tôi và một số rất ít anh em. Có phải thế không, Đỗ Anh Tuấn và Đỗ Thiếu Liệt?

Tôi còn nhớ lễ Noel năm đó (1948) cha Hoàng Quỳnh làm lễ nửa đêm tại nhà thờ họ Rosa ở phía bên kia cầu Ngói, tôi đưa Đỗ Thế Phiệt và Đỗ Anh Tuấn tới đánh đàn và thổi sáo dưới ánh nến lung linh của đêm Giáng sinh trong ngôi nhà thờ nhỏ hẹp và cũ kỹ do nội tôi xây cất cách đó 40 năm.

Sau khi tan lễ ra về, anh Nguyễn Đình Th., con trưởng cụ Hàn Th. vốn cũng là một tay vĩ cầm loại tài tử tâm sự với tôi là trong cuộc đời anh, chưa bao giờ anh được dự một lễ Noel đẹp và nghe những tiếng đàn, tiếng sáo cảm động và tuyệt diệu đến như vậy. Hai năm sau, anh Th... qua đời, tuổi chưa tới 40. Anh Th. ơi! bây giờ anh hẳn đương chơi đàn với các thiên thần ở trên trời, chắc anh chưa quên cái tật thích chơi ngông của tôi.

Đỗ Thế Phiệt sau đó mấy năm đi Âu châu để tiếp tục hoàn chỉnh nghệ-thuật vĩ-cầm và học thêm lớp nhạc trưởng tại Conservatoire internationale (Thụy sĩ).

Anh cũng đã mất một cách đột ngột tại Saigon cách đây trên 30 năm giữa lúc anh đảm nhiệm chức Giám Đốc Trường Quốc Gia Âm nhạc Saigòn. Thay thế Đỗ Thế Phiệt là một người Phát Diệm, cũng là một vĩ cầm gia nổi tiếng. Đó là Nguyễn Khắc Cung, con trai thứ hai cụ Bố chánh Nguyễn Lập L. Cũng như nhiều anh em văn nghệ-sĩ bạn khác, họ Nguyễn nay sống ở đâu, tôi thực không rõ.

Sau lễ đêm tại nhà thờ Rosa năm đó, tôi có mời một số bạn bè thân Phát Diệm tới dự tiệc Réveillon để mừng lễ

Giáng sinh với các anh em nghệ sĩ. Bữa tiệc có thể nói là có tính chất văn nghệ, vui và huy hoàng nhất Phát Diệm trong cái thời kháng chiến đầy thử thách và thiếu thốn đó. Đúng vậy, mẹ tôi đã nhờ một ông đầu bếp Tàu tản cư nổi tiếng đứng ra lo việc nấu ăn đêm hôm đó.

Những chuyện trên đây tôi có cảm tưởng như mới xảy ngày hôm qua, mặc dầu chuyện nào gần nhất cũng là sự việc xảy ra cách đây ít nhất ba, bốn mươi năm hoặc nửa thế-kỷ về trước và những người tôi nhắc tới trong bài này hình như chẳng còn mấy ai ở trên cái cõi đời luôn đổi thay và cũng rất là vô tình này. Thử hỏi mấy ai còn nhớ tới họ, dù có những kẻ đã một thời hét ra lửa hoặc là những thần tượng của quần chúng...

Tôi có một cái tật rất tệ và lẩm cẩm là cứ mỗi khi phải nghĩ ngợi về một vấn đề gì, hoặc khi cầm bút, tôi thường vừa suy nghĩ, vừa viết và vừa nghe nhạc. Khi tôi viết tới những dòng này thì máy CD của tôi đương chạy một đoạn nhạc của Schuman .

Bản nhạc solo dương cầm này có cái tên là Romance en Fa dièse majeur do một nữ dương cầm gia Nhật trình diễn, nghe thiệt là êm đềm nhưng hơi buồn.

Qua những tiếng đàn chứa chan tình cảm, bao kỷ niệm và hình ảnh thân yêu của những ngày Phát Diệm xa xưa lần lượt hiện ra trong đầu óc tôi thiệt nhanh, nhưng cũng rất rõ ràng...Và một nỗi nhớ nhung không đâu, mung lung và khó tả, tràn ngập trong lòng tôi...

Những năm này, những tháng này, những ngày này,

trong suốt cuộc đời còn lại, tôi đâu có thể nào quên được. Có lẽ vì đó là những tháng ngày tương đối tự do, ít phải lo nghĩ và vui nhất trong đời tôi, đồng thời cũng là một thời hạnh phúc của quê hương tôi, Phát Diệm.

Rốt cuộc, cách đây trên nửa thế kỷ, trước viễn tượng một cuộc thiên biến đổi đời ghê gớm, người dân xứ tôi đã phải rời bỏ Nhà Thờ, làng mạc, tài sản và mồ mả ông cha với biết bao nỗi đau buồn và luyến tiếc để đi tới một miền đất xa lạ, bắt đầu một cuộc sống mới đầy bấp bênh và chông gai.

Sự ra đi vô cùng đau xót này đã chấm dứt một giai đoạn lịch sử thực sự vàng son của một vùng đất hứa có cái tên là Phát Diệm, cái tên mới đầu nghe thì hơi quê và rộn ràng, nhưng vùng đất thời rất đẹp, đẹp như một cô gái quê thiệt đẹp, tuy mộc mạc nhưng mặn mà và duyên dáng.

Người ta cũng có thể gọi cái vùng đồng biển có gạo trắng nước trong và tôm cá thiệt ngon đó là Kim sơn hay Phát Diệm, hoặc cả hai: Kim Sơn/Phát Diệm.

Cũng thế thôi, vì cả hai tên đều đồng nghĩa với hiền lành, chất phác, cần cù, can đảm và trọng nghĩa.

Đó chỉ là một rẻo đất nhỏ xíu nằm ở tận cùng phía Đông Nam Bắc Việt, nơi mà con trâu vàng của bà Nữ Oa, như đã kể ở trên, được lệnh chở đá lấp biển Đông tới đó thì bị nằm liệt vì kiệt sức.

Ngay từ trước thời ông Bành Tổ, xác con "tâu" vàng của bà Nữ Oa đã nằm trơ trọi bên ngoài chân cỏ bãi Cồn

Thôi không bao xa. Dân mấy làng Văn Hải, Như Tân, Tân Mỹ hằng ngày đi làm ngoài đồng, mỗi khi hướng nhìn ra phía biển vẫn nhìn thấy xác con trâu nằm chình ình ngoài đó.

Mấy trăm, mấy ngàn triệu năm sau, hề! hề!... cái ông cha Sáu kia, một ông cụ đạo nhà quê, chở đá, chở gỗ từ trên ngàn về, cũng qua cái ngả đó để đem về xây nhà thờ thì lại thành công. Thiệt là một chuyện lạ!

Không! Không! Không có chi lạ cả bà con ơi! Cái ông cụ đạo người nhỏ thó kia với một mớ chừng năm ba trăm, hay một ngàn con chiên mộ đạo tận tâm, tận lực giúp đỡ ông một tay thì ở trên đời này có cái chi mà ông không làm được, huống chi những ngôi nhà thờ kia là của chung mọi người, ai ai cũng có quyền tới chiêm ngưỡng, hội họp, cầu kinh, thờ phụng...

Bà Nữ Oa thì chỉ có con "tâu" vàng.

Vâng, đúng thế. Nhưng chỉ có một con trâu, dù là trâu vàng đi nữa, thần thông và dũng mãnh vô cùng, bà Nữ Oa cũng đành phải nếm mùi thất bại mà thôi.

Ngoài ra, bà chỉ có quyền uy mà thiếu đức trị, mục đích tuy vô cùng vĩ đại, nhưng lờ mờ, trên trời dưới biển, mới đầu tưởng như thành công, nhưng sau bà đã không đủ khả năng và chất lửa để tạo niềm tin cho trâu vàng đi tới cùng... Bởi vì chỉ có Niềm Tin mới thực sự là nguyên động lực của mọi thành công ở trên đời này.

Không sai, cái nguyên do của sự thành công hay thất bại đã bắt đầu có ngay từ cái thời buổi xa xưa tới khùng người đó.

Thiệt đáng tiếc, nếu không chúng ta ngày nay đã có thể xây xa lộ chạy thẳng từ Hànội sang Ma-ní-la bên Phi-luật-tân. Nhưng nếu mà có chuyện như vậy sau này làm gì có bãi tân bồi để cho doanh điền sứ Nguyễn Công Trứ đứng ra mộ dân để khai phá nên cái vùng duyên-hải màu mỡ và thanh tú Phát-Diệm, Kim-sơn ngày nay.

May mà đó chỉ là một huyền thoại vớ vẩn bày đặt ra cho trẻ con nghe chơi cho vui vậy thôi.

Cuối thế kỷ 19, ông cha chúng ta mất nước không phải vì không yêu nước, và cũng không hẳn là vì quá yếu kém, mà bởi vì các ông các bà đã hoàn toàn mất hết mọi niềm tin đối với cái chính quyền phong kiến hủ bại, lạc hậu và bất lực lúc đó.

Trong cái đêm tối thời gian dày đặc mà người ta vẫn thường gọi là những trang sử tối tăm ô nhục đó, từ một góc trời thiệt hẻo lánh biệt mù khơi kia, trải qua gần trăm năm đầy biến cố trọng đại và bi thương, một tia sáng bỗng vụt chiếu, tuy nhỏ bé, lẻ loi, hầu như cô đơn nhưng sáng ngời.

Đó chính là ánh sáng của một Niềm Tin, niềm tin Trần Lục! bởi vì hơn ai hết, trong những năm tháng cuối cùng của một thế kỷ buồn đương lụi tàn trong sự ê chề, tủi nhục, nản chí, thất vọng và đường cùng không lối thoát, qua những công trình kiến trúc để đời được coi như những thông điệp về một Niềm tin bằng gỗ và đá, Trần Lục đã thực sự hé mở cho toàn dân thấy một chút ánh sáng ở cuối đường hầm...

Thực vậy, trong cái thời gian đen tối nhất của lịch sử nước nhà, khi mà hết thảy mọi người, từ vua quan tới giới sĩ phu xuống đến toàn thể lê dân trong nước, không một ai có lấy một chút niềm tin ở tương lai, thì Trần Lục, với sự trợ giúp của những đôi bàn tay thô kệch của các con chiên của ông, chẳng những ông đã chứng tỏ niềm tin riêng của bản thân mình mà còn biết khơi động trong lòng mỗi người chúng ta niềm tin ở tương lai, ở khả năng sáng tạo vô bờ bến và sức sống mãnh liệt ngàn đời của dân tộc Việt Nam chúng ta, dù ở trong những hoàn cảnh chúng ta nghĩ là bi đát và thất vọng nhất.

Trần Lục! một nhà Nho Việt Nam chân chính, một nhà thơ đích thực từ dân gian, của dân gian, một nhà ngoại giao biết lui tới thiệt đẹp mắt, một nhà kinh bang tài ba có cái nhìn sâu rộng, một chuyên gia bình định có đảm lược và thành công, một ông quan cai trị thương dân với tất cả tấm lòng nhân ái của một người cha trong gia đình, một nhà kiến trúc đại tài thực sự Việt nam mà từ trước tới nay chưa ai từng thấy.

Và trên hết, một nhà truyền giáo và một ông cha xứ rất xứng đáng với cái vai trò lãnh-đạo tinh-thần của một bày chiên Chúa đã giao phó cho ông dẫn-dắt giữa những năm tháng dài và đen tối nhất của lịch sử dân tộc.

Sau khi có dịp tháp tùng toàn quyền Rousseau về thăm Phát Diệm (1896), Louis Lyautey (khi đó là đại-úy, sau này là thống chế, được bầu vào Hàn-lâm viện

Pháp), khi luận về Cha Trần Lục đã đưa ra một nhận xét khá sâu sắc như sau: *"Phát Diệm, tức là cha Sáu. Là một vị linh mục Việt Nam đã cao niên, một trong những vị anh hùng khiêm-tốn, một trong những con người khát khao hoạt động, có khả năng thành công trong bất cứ sự nghiệp nào, bởi vì ông xuất thân để đóng những vai trò quan-trọng, và nếu không gặp vai trò quan-trọng, thì chính những cái nhỏ bé của ông cũng đã là một sự nghiệp vĩ đại rồi."* *

Đã quá lâu rồi, vì chính trị, vì đố kỵ hay ghen ghét, vì kỳ thị tôn giáo hay vì bất cứ một lý do thầm kín nào đó, đã có một số người đồng thời, hoặc sau này, đã có những cái nhìn hoặc nhận xét hết sức hồ đồ, đầy ác ý và bất công đến phi lý đối với Trần Lục.

Quần thể nhà thờ Phát Diệm còn đó, sừng sững vững tầy núi, như thi gan cùng dãy Tam Điệp, như thách thức với con trâu vàng của bà Nữ Oa hiện vẫn còn nằm liệt ở bên lề biển Đông!

Những di cảo, di bút và thi văn "cụ Sáu" còn đó. Rất phong phú. Thiệt đúng là Khổng Tử tái thế

Lịch sử còn đó. Hơn một trăm năm! Cũng rất là gần đây thôi... Và lòng người cũng còn đó...

Bởi vì con cháu các ông các bà trùm Sâm, huyện Chẩm, tổng Ngữ, trùm Cầm, trương Diệm, bá Kỳ, điển Tín

---

* "Sự-nghiệp của Cha Trần Lục", (trang 19, Trần Lục), Đức ông Trần Ngọc Thụ.

lái Thanh, huyện Hưng, giáp Nhất v.v., rồi họ Lê và họ Phan ở Lưu Phương, mấy họ Phạm, họ Trần, họ Lê và họ Đỗ ở Phu Vinh v.v. và bao dòng họ khác gốc Phát Diệm, Kim Sơn hiện nay đông như sào như vạc, sống rải rắc ở khắp năm châu, bốn bể trên địa cầu, hết thảy đều là những chứng tích hùng hồn, hết thảy đều là những chứng nhân đáng tin cậy nhất, bởi vì không có gì trung thực bằng cái tấm lòng của con người có niềm tin, sống bằng niềm tin, và cái gọi là niềm tin Trần Lục kia, chúng ta đều thấy ghi sâu trong lòng của mỗi người con dân đất Phát Diệm, Kim Sơn.

Đối với Trần Lục, ngoài Đức Tin, không có gì đáng trọng và đáng quý hơn tấm lòng Đất Nước và tình tự Dân tộc mà suốt cả một cuộc đời 75 năm ông luôn ấp ủ trong tâm khảm sâu kín của mình...

Thực vậy, hết thảy mọi việc trong cuộc đời của ông cũng như hết thảy những gì ông để lại cho hậu thế đều chứng minh một tấm lòng quê trong như ngọc chuốt, sáng ngời như 2 vầng nhật nguyệt.

Con người vốn đa đoan, lòng người khó lường nên ngay đến sử sách cũng đầy dãy những chuyện bịa đặt và sai lầm. Đó cũng chỉ là thường tình mà thôi.

Tuy nhiên, đối với Trần Lục, chứng tích ràng ràng còn đó, rất hùng hồn và minh bạch, cho nên, sự quên lãng, sự hiểu lầm cũng như sự bưng bít không thể kéo dài lâu hơn nữa ! Hãy trả lại cho Ceasar những gì thuộc về Ceasar . Hãy trả lại cho Trần Lục những gì đích thực là của Trần Lục.

Kết luận mà không nói ít nhiều về người dân xứ ta, tức Phát diệm, Kim sơn là một thiếu sót lớn. Nhưng những cái đáng nói cũng không nhiều lắm.

Tuy là dân đồng bể, họ chỉ biết cày ruộng, trồng rau, dệt chiếu, làm mắm, phơi cá và làm nghề đi biển hoặc chài lưới, nhưng người Phát Diệm cũng rất mực tài hoa, thích phiêu lưu, mạo hiểm, thích làm những việc lớn để đời, có óc sáng tạo, nên họ đã là những người đi tiên phong, khai sơn phá thạch, rất thành công.

Chứng cớ? Rất rõ ràng: Đó là đồng điền Kim-sơn phì-nhiêu nhất miền Bắc, với một hệ thống trị thủy, giao thông và dẫn thủy nhập điền kiện toàn ít thấy có nơi nào ở Việt Nam.

Họ cũng là những nghệ công xuất sắc.

Chứng cớ: Quần thể nhà thờ Lớn Phát Diêm.

Đó chính là một kho tàng lưu trữ những tác phẩm điêu khắc đủ loại, đủ cỡ, trên gỗ và đá vô cùng giá trị do những đôi bàn tay thô kệch nhưng cũng rất khéo léo của họ đã sáng tạo nên.

Như đã nói ở trên, hình ảnh một số những tác phẩm kiến trúc và điêu khắc nhỏ nhoi của Phát Diệm, tuy phải đối đầu với cây tháp Eiffel, một địch thủ hết sức vĩ đại đứng sừng sững cao ngất trời ở phía bên kia bờ con sông Seine, cũng đã được toàn thể thế giới văn minh tán thưởng tại cuộc Triển lãm Quốc tế lần đầu tại Paris (1ère Exposition Internationale, Paris, 1889).

Trước 1954, Phát Diệm có hàng chục ca-đoàn, 4 đội kèn đồng, trên 20 ban nhạc cổ điển (gọi là những đội Bát Âm), hàng mấy chục đội trống v.v. Vào cái thời xa xưa đó, có thể nói là không một vùng quê nào ở Việt Nam có nhiều ca đoàn và ban nhạc như Phát Diệm

Cái đáng nói nhất là bản tính con người Phát Diệm: rất cởi mở, chân thật, vui tính, lạc quan, hiếu khách, thích hội hè, đình đám, rước xách và nhất là...rất ngông, tức chịu chơi. Thì đó, quần thể nhà thờ lớn Phát Diệm! Thì đó, khu An toàn trong thời kỳ kháng chiến và... đại nhạc hội nhạc cổ điển Tây phương năm 1948!

Đó là chưa kể Phát Diệm trước sau còn có tới 3,4 cái nhất nước khác nữa, tỷ dụ như Phát Diệm xưa sản xuất và xuất cảng nhiều chiếu nhất nước. Đồ thêu và tượng ảnh Phát Diệm đẹp nhất nước. Cua bể và các loại tôm cá sông Phát Diệm ngon nhất nước. Gạo dự, gạo tám thơm Phát Diệm thì khỏi nói, nhất thế giới, chỉ tiếc rằng trong nửa thế kỷ qua, dường như bác và đảng cho đó là những thổ sản dành riêng cho phong kiến và địa chủ gian ác nên đã bằng mọi cách triệt hạ làm mất giống mấy loại lúa gạo tuyệt phẩm này rồi.

Ngoài ra người Phát Diệm, Kim Sơn rất biết chịu đựng, cần cù, nhẫn nại và chịu khó làm ăn, dù cực nhọc và cam khổ tới đâu. Nói là bản tính người Phát Diệm, Kim Sơn, nhưng thực ra, cũng là bản tính chung của mọi người dân quê miền Bắc.

Người Phát Diệm quả là chân thật, rất có bụng chung

lại hiếu khách và dễ tin người tới cái độ bất cứ ai tới làm thân với họ cũng đều được họ đối xử tử tế và thân tình.

Đối với cụ Hồ, khi về thăm Phát Diệm cuối năm 45, Phát Diệm dường như không có vẻ gì là xa lạ. Cụ đã không hề ngỏ ý muốn đi tham quan đây đó, kể cả khu quần thể nhà thờ lớn, mối tự hào của người dân Phát Diệm, mà bất cứ thượng khách nào, từ toàn quyền De Lanessan tới Phước Môn Công Nguyễn Hữu Bài v.v. đều có lời yêu cầu và được hướng dẫn đi tham quan.

Trước khi lên đường về Hànội, ông Hồ có ghé thăm, uống nước, hỏi chuyện và nhờ đi giải tại nhà một người dân ở xã Ứng Luật, cách Phát Diệm chừng 3,4 cây số. Ngày nay khi kể lại mấy cái chi tiết vặt vãnh đó mà có lẽ không một sử gia nào biết, thú thiệt là chính tôi, tôi cũng không nhớ rõ là tại sao tôi lại có thể có mặt ở hiện trường lúc đó.

Người ta thì thầm với nhau rằng, hồi còn trẻ, trước khi bỏ nước ra đi, người học trò họ Nguyễn kia (Nguyễn Tất Thành) đã từng qua lại Phát Diệm một đôi lần. Một cụ già đã nhận ra chân tướng người thanh niên đó và cả quyết rằng ông Hồ xưa đã cùng mấy thày đồ Nghệ khác đã ăn cơm và ngủ trọ tại nhà ông một đêm cách đó chừng 3,4 chục năm.

Những lời đồn trên đây thực hư thế nào chỉ ông Hồ mới rõ. Tiếc rằng bác đã qui tiên từ lâu rồi.

Có một điều chắc chắn là chừng hai năm sau đó, trên con đường đấu tranh cho Đất nước, ông Hồ đi một ngả, ông Từ đi một nẻo. Kết cục, nước với lửa còn có lúc gặp nhau, nhưng hai người bạn bất đắc dĩ và lạ lùng kia, cho tới khi quá vãng, chẳng bao giờ chịu nhìn lại nhau.

Hơn nữa, vì thời cuộc trớ trêu, họ đâu có còn cơ hội.

Nói cho cùng, người Phát Diệm thực ra đều rất kính phục cụ Hồ và họ vẫn nghĩ rằng có lẽ cụ cũng là một con người thực sự yêu nước như Đức cha Lê hay ông Ngô Đình Diệm, và hơn nữa có thể nói cụ là một nhà chính trị Việt Nam có tầm vóc và lỗi lạc nhất trong lịch sử hiện đại Việt Nam, chỉ tiếc rằng cụ Hồ đã phạm một lỗi lầm quá lớn khi cụ coi trọng đảng Cộng sản hơn Đất Nước và Dân tộc.

Theo như người Phát Diệm thì cụ Hồ đã theo chỉ thị của Cộng sản quốc tế gây ra cuộc chiến tranh chống thực dân và đế quốc kéo dài 30 năm, với mục đích xâm chiếm toàn cõi Đông dương trước, sau là toàn thể vùng Đông Nam Á, đồng thời cụ và đảng Lao động, đầu tiên với sách lược cải cách ruộng đất, đã gây ra tình trạng giai cấp đấu tranh, gia-đình phân tán, bần cùng hóa nhân dân, nhằm củng cố chính quyền độc tài đảng trị, xóa bỏ nhân quyền và áp đặt xã-hội chủ-nghĩa theo kiểu Công-sản bô-sơ-vít lên đầu lên cổ toàn thể dân ta.

Vốn tính tình đơn sơ và mộc mạc, thấy sao nói vậy, nên cho tới tận ngày hôm nay, người Phát Diệm vẫn luôn luôn nghĩ như thế, chẳng khác gì thời họ còn sống ở khu An toàn với Đức Cha Từ và cha Hoàng Quỳnh.

Và rồi sau khi suy đi nghĩ lại, họ vẫn cứ lẩn thẩn tự

hỏi mãi là tại sao một con người tài giỏi, xem ra cũng có đầu óc và tấm lòng thương dân yêu nước như cụ Hồ lại không có thể tiếp tục là một người bạn thân của Phát Diệm mà lại vì cái đảng CS ác độc bố hờ kia gây ra biết bao tàn hại cho Đất nước. Họ vẫn nghĩ rằng, nếu như ông Hồ *không phải là cộng sản* mà chỉ có biết lo cho nước cho dân thì nước ta đã thống-nhất, hòa-bình và phát-triển về mọi mặt từ lâu rồi. Thiệt đáng tiếc! đáng tiếc vô cùng!

Nay thời người Phát Diệm hầu hết đã bỏ xứ, bỏ nhà thờ, bỏ cả mồ mả ông cha để ra đi từ hồi đất nước bị chia đôi (1954), một đại thảm kịch mà ảnh hưởng và kích thước, cho đến tận bây giờ, không một ai lường nổi.

Chúng ta đều biết, kể cả Hồ Chủ-tịch, tức cậu khóa Nguyễn Tất Thành, tức nhà "cách mạng" Nguyễn Ái Quốc, người Phát Diệm vốn hiền lành, nhẫn nại, nặng tình, trọng nghĩa, chịu khó, chịu cực như con trâu cày trên đồng ruộng đất Kim sơn. Nó rất quý chủ, yêu trẻ và mến chú canh điền, nhưng coi chừng, đừng bao giờ chọc giận nó. Quá khứ đã cho ta thấy con trâu nổi điên.

Thiệt dễ sợ! Nhưng cũng rất là tội nghiệp! Vì ngay sau đó, người ta đã bắn gục con trâu.

Con trâu chết, thế là hết chuyện...

Chuyện Phát Diệm của những ngày vui cũ đã dứt khoát kết thúc kể từ cái ngày Bắc Nam chia cắt rất xa xưa đó rồi... Và hơn một nửa thế kỷ đã trôi qua!!!

Khi thấy tôi viết ngày, viết đêm, người vợ già đã cùng

tôi gánh vác bao gian truân vất vả từ hơn 50 năm qua, suốt từ Bắc vào Nam, để rồi sau cùng, một lần nữa, dẫn bầy con dại vượt trùng dương tìm đất sống bên xứ lạ, đã có lần mỉa mai tôi bằng mấy câu hỏi móc họe:

--- Ông ơi, ông đúng là già và vơ vẩn lắm rồi. Tại sao lúc nào ông cũng lẩm cẩm viết lách những chuyện gì ở đâu đâu? Mà rồi cái quá khứ của ông cũng đâu có phải là vàng son gì cho nó cam để rồi vẽ vời đủ chuyện. Ông tưởng ông là ai? Nguyễn Cao Kỳ chăng? Hay Bùi Diễm? Phạm Duy?

--- Hay! Hay! Chí lý! Bà hỏi đúng lúc quá! Đúng một trăm phần trăm! Tôi trả lời vợ rất dõng dạc, lần này nhất định không chịu lép vế. Thì bà cũng biết đó, tôi trên dưới chỉ có cái khố, xin lỗi... tôi nói sai rồi... chỉ có cái quần đùi rách, chứ đâu có cái đ... gì để mà khoe với khoang, huống chi là vẽ vời này nọ. Nhưng này bà, trước hết tôi muốn hỏi bà vọng cổ một câu là tại sao hôm nay bà chua chát và coi rẻ ông chồng này quá zậy ? Thế ra xưa nay bà vẫn bái phục mấy ông Nguyễn Cao Kỳ, Bùi Diễm và Phạm Duy quá "chời " mà tôi không hề biết. Đã thế bà coi thằng già này chẳng có chút ký-lô nào cả.

Nói thiệt nhé, ông Kỳ là ông Kỳ, ông Bùi Diễm là ông Bùi Diễm, Phạm Duy cũng thế thôi, thằng này là thằng này, già trẻ, lớn bé, béo gầy, cao thấp, giỏi dốt, mỗi người mỗi vẻ mười phân vẹn mười, so sánh với nhau thế ch... nào được. Hơn nữa, bà lầm to rồi, tôi đâu có viết hồi ký như mấy cha. Trong những câu chuyện phiếm bậy bạ mà tôi thường viết gần đây, làm sao tránh được chuyện thỉnh thoảng đá gà đá vịt tới những kỷ niệm hoặc một vài vấn đề có liên quan xa gần đến đời sống riêng tư của mình chứ.

Hơn nữa, những câu chuyện phiếm tôi viết thường ba hoa chích chòe là như thế mà cũng gọi là hồi ký được sao? Bà nên nhớ rằng: đã là hồi kỳ thì bao giờ cũng phải trung thực và đứng đắn, nói bậy, nói bạ, láo khoét đâu có được.

Mà rồi cũng có đôi khi tôi nhắc tới bà nữa đó. Như thế kể ra bà vợ tôi cũng oai phong lắm chứ. Nếu như bà chịu khó đọc thử cái văn chương tuyệt cú mèo của tôi, bà sẽ thấy.

Come on ! my dear mẹ đĩ! Tiếc rằng bà chỉ trọng người ngoài, thích đọc những sách vở va vớ vẩn ở đâu đâu, chứ bà đâu có thèm tìm đọc cái văn chương rồng bay phượng múa của chồng bà bao giờ. Đúng là bụt nhà không thiêng.

Tóm lại, nói thiệt nhé, như bà đã biết đó, với biết bao nỗi cơ nhục, đắng cay và buồn phiền vì thất bại và bất đắc chí, tôi chưa bao giờ chối cãi là cái quá khứ của tôi vốn lằng nhằng chẳng ra cái quái gì.

Tuy nhiên, trên phương diện tình cảm, đối với tôi, nó quý giá vô cùng. Có điều là đối với thiên hạ thì trước sau nó chẳng là cái thá gì hết, đâu có đáng gì để mà hồi ký với hồi kiếc, làm mất thì giờ bà con.

Xét cho cùng, chữ nghĩa làng nhàng như bà mà biết

suy nghĩ được đến như thế kể ra cũng là hay lắm rồi.

Tóm lại, xưa nay tôi thường chỉ viết về đất nước, về quê hương Phát Diệm, về ông bà, về bạn bè, về những người tôi yêu mến, ngưỡng mộ hoặc kính trọng như cha Lớn Khâm, ông phó Bá, cha Hoàng Quỳnh, bác Hoành đen, bố tôi, ông Đang, ông "Đạo"* v.v. Cái "tôi" đáng ghét thỉnh thoảng được nhắc tới một cách bất đắc dĩ, chẳng qua cũng chỉ như là chứng nhân hay chứng tích cho một sự việc nào đó mà thôi.

Vả lại trong suốt cuộc đời, tôi hầu như luôn luôn ở phe bại, có gì đáng để mà khoe chứ, phải không bà?

Mãi tới bây giờ, ngoài tám mươi tuổi, sắp sửa được về với ông bà mới có được vài ba tập sách vở vẩn để trình làng... bà nghĩ rằng như thế đã là xứng đáng để trả nợ đời và tạm đủ để đóng góp với anh em chút ít sao?

Nói ra đau và xấu hổ lắm, bu nó ơi!

---

* Ông Hoàng Đạo Nguyễn Tường Long.

Đức Cha Lê
và tôi

Đức Cha Lê và tôi

Cái tựa đề trên đây dường như có vẻ quá bao hàm, lại có thể gây ngộ nhận là người viết muốn thổi phồng "cái tôi" rất đáng ghét cũng như sự quan-hệ giữa Đức Cha Lê và hắn ta, nên tôi thiết nghĩ cần phải nói rõ ngay là trong suốt cuộc đời của mình tôi chỉ có dịp được gặp và trực-tiếp hầu chuyện với Đức Cha vẻn vẹn *chỉ có 4 lần* và giữa Ngài và tôi hầu như *chẳng có quan-hệ gì*, ngoài cái quan hệ rất mơ hồ giữa vị Chủ Chiên và con chiên trong một giáo-phận có số giáo-dân đông vào bực nhất ở Việt Nam.

Tôi đặt cái tựa đề trên đây chẳng qua là bắt chước cái mốt rất thời trang của một số tác giả là nhái lại cái tựa đề của một vở nhạc-kịch Broadway do Oscar Hammerstein và Richard Rogers sáng tác với cái tựa là *"The King and I"*. Vở nhạc kịch này sau được làm thành

127

phim ca nhạc rất nổi tiếng cách đây mấy chục năm do hai tài tử gạo cội Yul Bryner và Deborah Kerr đóng vai chánh. Trước sau chỉ có thế thôi, rất đơn giản, ngoài ra tôi không có ngụ ý nào khác cả.

Thực sự ra thì tôi đã được nhìn và rất ngưỡng mộ Đức Cha Lê kể từ khi Ngài rời bỏ Phước Sơn ra lập nhà dòng mới ở Châu Sơn (hình như do lời mời của Đức Giám mục Tiên-khởi Việt Nam Nguyễn Bá Tòng). Tôi không nhớ rõ là năm nào, và chỉ đại-khái nhớ là lúc đó tôi mới chừng trên dưới 10 tuổi, tức là vào khoảng giữa thập niên 30.

Về dòng Phước Sơn (phía Bắc Huế, thuộc tỉnh Quảng Trị), tôi chỉ biết đại-khái đó là một dòng khổ tu chỉ dành cho các nam tu-sĩ mà thôi, lề luật và nếp sống vô cùng khắc khổ và nhiệm nhặt, tương tự như dòng các thày khổ tu Trappistes rất nổi tiếng bên Âu-châu. Nếu tôi không lầm thì dòng Phước Sơn cũng là do các thày khổ tu Trappistes bên Pháp lập nên (vào năm nào tôi thực không rõ).

Riêng về nhà dòng Châu Sơn, rất tiếc là tôi chưa có dịp nào tới thăm. Theo như lời đồn đãi hồi đó thì hình như khuân viên nhà dòng là một công-trình xây cất rất quy mô và đặc-biệt, nhất là đối với Phát Diệm thời đó, chẳng hạn như vị-trí rất hẻo lánh, có nhiều cơ-cấu ngoại-vi, nhà nguyện có nhiều bàn thờ phụ v.v.

Theo lời mấy vị thông thạo tin tức như bác Hoành, bác Hạnh, ông trùm Quang v.v. kháo nhau thì Đức Cha

Tòng sợ một ngày nào vì chiến- tranh hay biến cố nào đó, Đức Cha và các cha cần phải có một nơi tương đối an-toàn để tạm thời trú-ẩn. Do đó, ngoài vấn-đề đón các thày khổ tu Phước Sơn về lập dòng, khuân viên nhà dòng Châu Sơn còn có thể là chốn tạm dung cho Đức Cha và một số lớn các cha trong khi nguy biến.

Không biết từ đâu có lời đồn này. Theo như tôi nghĩ nếu như nhà dòng mà có những cơ cấu đặc-biệt nào thì chẳng qua cũng chỉ là tiện cho việc phụng-vụ đồng thời nhằm đón tiếp khách thập-phương tới thăm hoặc tĩnh tâm ở một nơi hẻo lánh như Châu Sơn mà thôi. Thực vậy, từ khi nhà dòng được thành lập, người tứ xứ tới thăm rất đông và đều được các thày đón tiếp nồng hậu. Những người tới tĩnh-tâm có nơi ăn chốn ngủ rất tươm tất. Theo luật dòng, các thày ăn uống rất kham khổ nhưng khách hành hương tới tĩnh tâm đều được đãi ăn thịt cá ngon lành. Cho tới nay, nhiều người vẫn chưa quên mùi vị loại cheese nguyên chất kiểu nhà quê (giống loại cheese feta) do nhà dòng sản xuất.

Vì là dòng khổ tu nên các thày từ vị Đan-viện trưởng trở xuống đều chấp-nhận một nếp sống hết sức cam khổ.

Ngoài những giờ lễ lạy, đọc kinh, cầu nguyện, suy gẫm, các thày ai nấy đều phải làm việc chân tay rất cực nhọc như ra rừng đốn củi, làm rãy, trồng rau, chăn bò, vắt sữa, gánh nước, chẻ củi, giặt giũ, nấu bếp, sửa chữa nhà cửa v.v.

Trong phòng mỗi thày chỉ có một chiếc ghế, một chiếc bàn nhỏ và một tấm ván đặt trên 2 ghế ngựa. Hết thảy đều bằng gỗ rất thô sơ. Tấm ván ngựa giường nằm sẽ trọn đời gắn bó với người tu-sĩ bởi vì nó cũng sẽ là giường nằm vĩnh viễn trong lòng đất của người tu-sĩ đã trọn đời hiến thân cho Chúa.

Tôi còn nhớ cha Giảng là cha phó xứ Phát Diệm vốn có tật hay uống rượu, có đôi lúc tới độ ngà ngà say nên khi gần về hưu, ngài hối hận, xin phép Đức Cha đi tu dòng Châu Sơn để sám hối.

Sau khi được nhập dòng, dù già yếu, cha cũng vẫn xin thày Bề Trên cho làm những công việc nặng nhọc, nên được giao cho việc gánh nước từ giếng ở cách đó khá xa về nhà dòng.

Một ngày nọ, vốn đã già yếu lại quá mệt mỏi vì công việc nên khi kéo một thùng nước từ lòng giếng lên, ngài phải kiễng chân, khom người xuống để cố kéo lên (cha Giảng người thấp nhỏ), nhưng có lẽ đã quá kiệt sức, lại mất thăng bằng, ngài bị thùng nước kéo luôn xuống giếng sâu.

Khi tìm được ngài, cha Giảng chỉ còn là một cái xác không hồn.

Sau này, theo gương cha Giảng, đã có một số cha triều (tức linh mục không thuộc dòng tu nào) xin đi tu dòng Châu Sơn để xám sám hối và đền tội.

Mùa xuân 1945, cha Hoàng Quỳnh và một nhóm thanh niên Công-giáo Phát Diệm lập chiến-khu Rịa để chống Pháp, kháng Nhật. Vì chiến khu gần nhà dòng nên các anh em đã được thầy Đan-viện trưởng và nhà dòng giúp đỡ rất nhiều

Có lẽ đây cũng là cái cơ duyên sẽ đưa tới sự việc là ông Hồ Chí Minh để ý, ngưỡng mộ và vì nể Đức Cha Lê để rồi sau đó mời Đức cha làm cố vấn chính phủ cũng như sự cộng tác rất chặt chẽ và khôn ngoan của cha Tổng Hoàng Quỳnh trong giai đoạn thành lập Khu An-toàn Phát Diệm sau này

Vào thời kỳ đó tôi mấy lần định theo anh em lên chiến khu, nhân tiện thăm nhà dòng như vẫn hằng mong ước, tiếc rằng vì một vài lý do ngoài ý muốn, dự tính của tôi bất thành.

Đức cha Tiên khởi Việt Nam Nguyễn Bá Tòng lúc sinh thời rất thích xây cất những công trình kiến trúc to lớn để đời. Trong Nam, khi còn làm cha sở họ Tân định, trước khi được đề cử làm giám-mục Phát Diệm không bao lâu, Đức Cha đã xây cất nhà thờ Tân Định, một trong mấy nhà thờ đẹp và lớn nhất Sài Gòn . Trong gần 10 năm cai quản giáo-phận Phát Diệm. đức cha đã để lại cho giáo-phận 3 công-trình xây cất khá đồ sộ: Nhà hát lớn kiểu Renaissance, khuân-viên dòng Châu Sơn và khuân viên dòng kín Carmelo trên tả ngạn sông Trì-chính. Rất tiếc vì bị bom đạn tàn phá trong suốt 2 cuộc chiến-tranh Việt Nam, nhà hát lớn bị hư hại nặng nề, dòng Kín thì bị bom đạn tàn phá bình địa.

Riêng dòng Châu Sơn, từ cuộc di cư 1954 tới nay, sau

bao cuộc thăng trầm, biển dâu biến đổi, không biết khuân viên nhà dòng nay ra sao?

Tiếp theo đây, tôi xin được trở lại chuyện Đức cha Lê.

Thú thiệt là mãi tới khi Ngài được cử làm giám-mục địa-phận Phát Diệm thay thế Đức cố giám mục Phan Đình Phùng (giám-mục Việt thứ 3, đồng thời cũng là giám mục gốc Phát Diệm đầu tiên) bất ngờ qua đời vào khoảng mùa xuân 1944, tôi mới biết tên thật của thày Đan viện trưởng Amselme là Lê Hữu Từ. Và cũng từ đó tên Lê Hữu Từ bắt đầu vang dội khắp nước, nhất là từ khi Đức cha được ông Hồ mời làm cố-vấn chính phủ

Ít lâu sau, với sự-kiện khu An-toàn Phát Diệm được thành lập, cả thế-giới chống Cộng biết tên Đức cha.

Tôi vẫn còn nhớ là vào khoảng những năm cuối thập niên 30, lúc đó tôi mới 11, 12 tuổi, cứ mỗi lần Phát Diệm có lễ lạt gì lớn, chẳng hạn như rước Thánh Thể (lễ San-ti), lễ các Thánh, lễ Phục Sinh tôi thường thấy xuất hiện một nhân vật rất lạ lùng, nhất là đối với một thằng bé nhà quê mới chừng hơn 10 tuổi nhưng lại giàu óc tưởng tượng là tôi lúc đó.

Nhân vật lạ lùng đó là một thày dòng mà từ lối húi tóc tới bộ áo dòng 2 mảnh trắng đen, cũng như cách đi đứng rất khiêm tốn, hiền từ và ung dung đối với tôi hồi đó quả thực là một nhân vật hết sức ly kỳ, nhất là bộ mặt xương xương, có nhiều góc cạnh, với đôi gò má rất cao, nụ cười lộ xỉ, đôi mắt thiệt sáng và hơi xếch dưới cặp lông mày rậm và dài, trông vừa khắc khổ vừa xấu trai, hầu như quái dị, nhưng không có vẻ gì là dữ dằn, trái lại rất hiền từ, và một khi đã gặp, không một ai có thể quên được cái bộ mặt khắc khổ rất đặc biệt đó.

Thực vậy, cách thức đi đứng của ông thày hết sức khiêm tốn và nghiêm túc, tuy lẹ làng nhưng không hấp tấp, đầu luôn hơi cúi về phía trước, ngay cả khi đi lại ngoài phố, hai bàn tay chắp trước ngực một cách rất tự nhiên, đôi chân không giầy lặng lẽ rảo bước với một tư thế thiệt là thoát tục, cho nên, ngay từ khi mới nhìn thấy ông thày, mặc dầu bộ dạng khác thường, ai cũng cảm thấy xúc động, kính trọng và quý mến. Về nhà hỏi tôi mới biết ông thày kỳ dị đó là thày Anselme, cha bề-trên dòng Châu Sơn.

Người ta nói rằng, từ Châu Sơn về Phát Diệm cách xa tới trên 3 chục cây số, nhưng mỗi khi có việc phải về Phát Diệm thày Anselme chẳng mấy khi dùng thuyền hay xe cộ mà chỉ dùng đôi chân dẻo dai của mình đi bộ một mạch không hề ghé nghỉ chỗ nào

Khoảng cuối năm 1944, Đức cha Phan Đình Phùng người Phát Diệm đầu tiên được phong Giám mục, bất ngờ qua đời. Đức Cha Nguyễn Bá Tòng tạm rời bỏ nhà hưu trí tại Kiên Chính, một làng thuộc vùng biển Nam Định, trở về Phát Diệm để tạm trông coi giáo-phận.

Đầu mùa hè 1945, ngay sau khi được Tòa Thánh bổ nhiệm làm giám-mục theo sự đề nghị của Đức Cha Nguyễn Bá Tòng, thày Đan viện trưởng Anselme , tức vị tân Giám mục, mặc dầu chưa được tấn phong, tức khắc vâng lời về Phát Diệm ngay sau đó để chia sẻ việc quản nhiệm giáo-phận với Đức Cha Cố Nguyễn Bá Tòng.

Ngày mồng 2 tháng 9, 1945, Đức tân Giám-mục chính thức ra mắt với đông đảo con chiên tại sân cỏ trước Phương Đình trong dịp làm lễ trao gươm cho chủ tịch ủy-ban cách-mạng đầu tiên của huyện Kim Sơn là ông Trần Ngân (sau 1954, ông Ngân dạy học ở Sàigòn , lấy tên là Trần Bằng Phong). Ông Ngân (không phải là Phan Kim Ngân, em ông hội Ngọc, trước làm lục sự, sau khi Pháp nhảy dù, làm tỉnh trưởng Ninh bình) là người lãnh đạo chiến khu Rịa của anh em Công giáo Cứu quốc và cuộc cướp chính quyền phủ Kim Sơn ngày 19 tháng Tám 1945.

Như ta đã biết, chiến khu Rịa (gần Quỳnh Lưu, phủ Nho Quan) của nhóm anh em Công giáo Phát Diệm đã được thày Đan viện trưởng Anselme hết lòng yểm trợ ngay từ những ngày đầu.

Vào dịp lễ tấn phong chức giám mục cho thày Anselme, cố vấn Vĩnh Thụy, tức cựu hoàng Bảo Đại, đại-diện chủ-tịch Hồ Chí Minh cùng với rất nhiều nhân vật quan-trọng trong chính phủ về tham dự, trong số đó có Phạm Văn Đồng, Võ Nguyên Giáp, Trần Huy Liệu, Phan Anh v.v. (Các ông này hình như về Phát Diệm từ chiều hôm trước và ngủ đêm tại đồn Trì Chính). Cũng trong dịp này, chủ-tịch Hồ Chí Minh chính thức mời Đức cha Lê, vị tân giám-mục, làm cố-vấn trong chính phủ

Việt Nam Dân chủ Cộng hòa.

Mấy tháng sau (tháng Giêng 1946), bác Hồ đích thân về thăm Đức cha và cùng Đức cha ra mắt với đồng bào Phát Diệm tại nhà hát lớn. Sự thân mật này, mặc dầu chỉ là bề ngoài, có tính cách chính trị và ngoại giao mà thôi, nhưng có mấy ai biết 2 người này thực sự khác biệt nhau như nước với lửa. Và cũng đâu có ai ngờ là chỉ một ít tháng sau, 2 bên công khai đối đầu nhau một cách hết sức gay go và kịch liệt.

Cử chỉ lúng túng có vẻ như khờ khạo và chất phác của chủ tịch Hồ Chí Minh khi tìm chỗ để cái mũ dưới gầm chiếc ghế ngồi của ông đã làm cho cả hội trường cười rộ chẳng qua cũng chỉ là một màn kịch rất ngắn ông Hồ cố ý diễn để bà con Phát Diệm xem chơi cái tài đóng kịch của ông ta mà thôi, thực ra ông đâu có nhút nhát, lúng túng và vụng về đến thế.

Con thoi đắc lực nhất trong giai-đoạn trăng mật của cuộc giao thiệp giữa đức Cha Lê và ông Hồ Chí Minh lúc đó là cụ Ngô Tử Hạ, một nhân-sĩ Phát Diệm rất có tiếng, chủ một nhà in lớn tại Hànội, có dinh cơ tại phố Thượng Kiệm, đồng thời cũng là dân biểu đại diện huyện Kim Sơn tại quốc hội Việt Minh.

Ngay sau khi quân đội Pháp nhảy dù chiếm Phát Diệm, cụ Ngô Tử Hạ xuất ngoại để chữa bệnh tại Rôma (Ý). Ít năm sau, cụ trở về Việt Nam sống tại Hànội rồi qua đời ở đó vào khoảng 1972,73. Thái độ chính-trị của cụ Ngô Tử Hạ xưa, đúng hay sai, xin để lịch sử đời sau phê phán.

Theo như tôi được biết, mặc dầu rất kính phục và quý mến Đức Cha Lê, nhưng vốn là con người khẳng khái, cụ Ngô không chịu chấp nhận cảnh hàng thần lơ láo nên đã lấy cớ đi chữa bệnh để rồi rời khỏi Phát diệm. Và cũng theo ý kiến riêng của tôi, điều này chứng tỏ cụ Ngô không phải là một con người "cơ hội chủ nghĩa" như nhiều người trước đó vẫn tưởng. Cụ chẳng qua là một con người đơn sơ, dễ tin, nên vẫn nghĩ rằng ông Hồ là con người thực sự yêu nước và chỉ có Việt Minh mới thực sự chống Pháp, chỉ có Việt Minh mới có đủ ý chí và khả năng chống Pháp, và cũng từ những điểm đó, cụ có cảm tình với ông Hồ Chí Minh và tin tưởng ở khả năng chống Pháp của C.s. Việt Minh, mặc dầu trước sau cụ vẫn luôn luôn tỏ ra là một con người Công-giáo thuần thành.

Người ta nói, trong thời gian trở về Việt Nam sống tại Hànội cụ chịu đựng mọi cam khổ như mọi người một cách rất an phận và can đảm.

Ngoài ra, cụ cũng đã lợi dụng mối cảm tình của ông Hồ đối với cụ để giúp đỡ đức Hồng Y Trinh Như Khuê, Tổng giám mục Hànội hồi đó, giải quyết được nhiều vấn đề khó khăn do chính quyền Hànội tạo ra với mục-đích đàn áp và hạn chế quyền tự do tôn giáo của giáo dân Hànội

Từ khi được ông Hồ mời làm cố vấn chính phủ, đức cha Lê thường được mời lên Hànội tham nghị.

Thời kỳ đó giáo-phận có sắm một chiếc xe hơi cũ nhỏ hiệu *Simca 5* để đưa đón Đức cha đi Hànội họp hoặc di chuyển đây đó, do anh Ái con ông trùm Nhật (có hiệu sửa đồng hồ ngoài phố Phát Diệm) lái và tu trì.

Có một hôm ở Hànội tôi cần về Phát Diệm gấp, may gặp được anh Ái hứa xin phép Đức Cha cho tôi cùng được đáp theo xe Đức cha về Phát Diệm.

Tôi theo anh Ái tới nhà ông Mai Văn Hàm ở đường Julien Blanc và được Đức Cha đồng ý một cách rất vui vẻ, mặc dầu chiếc xe quá nhỏ bé, hành lý lại nhiều.

Tôi ngồi co ro phía sau, trong lòng có phần nào ái ngại nên không có chút gì là thoải-mái cả. Nhưng đó lại là lần đầu tiên tôi có cái cơ may được hầu chuyện Đức cha, mặc dầu chỉ là những câu chuyện vụn vặt, vớ vẩn không đâu giữa những người không quen biết gặp nhau giữa đường mà thôi. Có một điều là khác hẳn với ý-nghĩ trước đó của tôi đối với thày Anselme, một vị chân tu khổ hạnh mà tôi vẫn cho rằng kín đáo, ít nói và vô cùng nghiêm túc, bởi vì hôm đó Đức cha thực ra đã nói chuyện thiệt vui vẻ, tự nhiên và cởi mở, có thể nói là rất hoạt bát nữa.

Như đã nói ở trên, câu chuyện giữa chúng tôi kể ra thực sơ sài, vì đây là lần đầu tiên tôi được hầu chuyện với Đức cha, nên không dám hỏi hoặc nói năng nhiều vì sợ bất kính hoặc thất thố gì chăng mặc dầu thái độ của Đức cha rất khoan hòa, giản dị. Qua những câu chuyện sơ sài có pha đôi chút chính trị này, tôi được biết đại khái là ông Hồ Chí Minh đã cố gắng rất nhiều để gây cảm tình với Đức Cha mặc dầu đã có nhiều lần với tư cách cố vấn chính-phủ Đức cha đã nói thẳng với ông "những điều rất khó nghe" (sic , lời Đức cha). Riêng về phần Đức cha, dù ông Hồ có ngọt ngào đường mật tới đâu đi nữa, ngài cũng không bao giờ tin ông.

Thành thực mà nói, mặc dầu rất kính trọng Đức cha, nhưng khi nói về sự thành tâm và khả năng chống Pháp của Việt Minh, ý-kiến của riêng tôi lúc đó có lẽ cũng không khác ý-kiến của cụ Ngô Tử Hạ và một số trí-thức không cộng sản theo kháng chiến lúc đó là bao nhiêu, thành thử ra khi được nghe Đức cha nhận xét và phê bình về ông Hồ Chí Minh tôi vẫn cứ phân vân mãi không biết có phải là Ngài đã quá giáo-điều hoặc có thành kiến quá khắt khe đối với họ Hồ và cộng sản Việt Minh chăng. Trong khi đó, để thu phục Đức cha, quả thực ông Hồ đã đối xử với Đức cha một cách hết sức nhường nhịn và đặc biệt.

Chẳng bao lâu, những biến cố và kinh nghiệm chính trị cũng như những điều tai nghe mắt thấy sau này trong cuộc đời đã dần dần mở mắt tôi và tới lúc đó tôi mới nhận thức được rằng, về phương diện chính trị, tôi hồi đó thực sự ra là rất ngây thơ và hồ đồ, lại quá lý tưởng và tình cảm, lòng yêu nước dường như có tính chất lãng mạn, nên đã phần nào nghi ngờ thái-độ chính trị rất tỉnh táo, thẳng thắn, sáng suốt và cũng rất ái quốc của Đức cha, tức sự kết tinh của biết bao kinh nghiệm và xương máu của Giáo hội Công giáo khi phải đương đầu với các chế độ cộng-sản trong những thập niên đã qua, nào là Đệ nhị quốc-tế, nào là Đệ tam Quốc-tế, nào là Đệ-tứ Quốc tế, rồi Mễ-tây-cơ, rồi Tây-ban-nha, rồi Bôn-sơ vít, rồi Lê-nin-nít, rồi Sta-lin-nit v.v.... nay thì rõ ràng là dưới hình thức một anh chàng giả bộ nhà quê mặc quần áo nâu, nhưng khi ra tay thì xuất quỷ nhập thần. Họ Hồ, có bộ râu dê, thực ra trông cũng tầm thường thôi... Mưu thần chước quỷ của ông sau cùng rồi cũng đã bị lật tẩy, thế mà tại sao hồi đó tôi lại có thể vì cái chiêu bài kháng chiến "vải thưa che mắt thánh" kia mà không nhìn ra chân tướng ông ta?

Cho tới nay, sau hơn nửa thế-kỷ, tôi không nhớ rõ Phát Diệm thực sự công khai chống Việt Minh cộng sản từ lúc nào. Tôi chỉ đại khái nhớ là là vụ dân làng Văn hải (có thể coi như quê ngoại của tôi), dưới sự chỉ huy của cha xứ là linh mục Vũ Hữu Văn, nổi dậy giết chết 7 cán bộ "mặt trận" cấp xã (Việt minh) tại sân nhà thờ Văn Hải là biến cố đẫm máu đầu tiên (tháng Giêng 1947). Trong số 7 cán bộ xã này, có 3 người làng Văn Hải là Hạnh, Quỳnh và Mão (Mão là con rể ông Trương Định, chánh trương xứ Văn Hải), đều là người Công giáo và một người công giáo khác tên Long, người làng Như Tân (Long là bạn khá thân của tôi hồi nhỏ, có 2 con, mới chừng 1, hay 2,3 tuổi).

Nói tóm lại, 7 người cán bộ xã này không phải là những người xa lạ đối với dân làng Văn hải, trái lại, có một vài người thực sự là thân thuộc hoặc bạn bè, quen biết lâu đời của họ.

Khi đi ngang qua nhà thờ, thấy đám đông khua chân múa tay, gậy gộc đao búa, hung hăng chửi bới, nhóm cán bộ kia hẳn là rất lo sợ. Tuy nhiên chúng cũng đâu có ngờ là mình đã lọt vào tử lộ.

Những chi tiết dễ sợ trên đây, ít có người biết, hoặc vì lý do bí ẩn nào đó, họ cũng không muốn biết hoặc để ý tới.

Tôi phải nói rõ ra như vậy để quý vị có thể phần nào chia sẻ được nỗi kinh hoàng của những nạn nhân, cũng như ý chí chống cộng của dân Văn Hải nói riêng, người Phát Diệm nói chung, và cường lực sự va chạm giữa 2 bên đối địch lúc đó là như thế nào.

Có như thế quý vị mới nhận định được cái uy tín cũng như tài lãnh-đạo và cách giải-quyết các vấn-đề một cách khéo léo của Đức cha Lê, cũng như sự nhường nhịn của ông Hồ trong cái giai-đoạn hết sức khó khăn và tế nhị này.

Vào mấy tháng trước khi chiến-tranh Việt-Pháp bùng nổ (tháng 12, 1946), tình hình chính-trị tại thủ đô Hànội rất căng thẳng và rối loạn. Ngoài chuyện quân đội viễn chinh Pháp khiêu khích và quấy phá, người mình bắt bớ, tra tấn và giết lẫn nhau như ngóe. Suốt gần ngàn năm qua, có lẽ đất Ngàn năm Văn vật chưa bao giờ có những ngày rối loạn, đen tối và thê thảm đến như thế. Mấy chú rùa sống từ mấy trăm năm dưới đáy hồ Gươm và tượng đức Lê Lợi trong một công viên nhỏ bên cạnh bờ hồ cũng phải rơi lệ đau buồn trước cảnh nồi da xáo thịt...

Người Hànội , nhất là các giới chính trị, đã biết tin và bàn tán rất nhiều về khu An-toàn Phát Diệm cũng như chủ trương công khai chống Việt Minh cộng sản của Đức cha Lê Hữu Từ. Rất đông dân chúng đã từ Hànội và các thành phố miền trung châu ùn ùn kéo nhau tản cư về Phát Diệm để tá túc, một phần với mục đích lánh nạn một khi chiến tranh bùng nổ, phần khác tránh sự đàn áp của chính quyền Cộng sản. Có thể nói là cho tới khi chiến tranh bùng nổ, hầu hết các gia-đình tên tuổi hoặc giàu có cũng như một số lớn các nhân vật chính trị, các văn nhân tài tử và trí thức của Hànội, già trẻ, lớn nhỏ đều đã có mặt tại khu an toàn Phát Diệm.

Những người như Khái Hưng Trần Khánh Dư, Nguyễn Cát Tường v.v., nếu như biết tìm về Phát Diệm sớm, họ đâu có bị chết thảm trên đường chạy loạn.

Riêng đối với những người thuộc các đảng phái quốc gia đối lập vừa chống Pháp lại vừa chống Việt Minh thì khu An-toàn Phát Diệm có thể được coi như là đất tạm dung lý tưởng nhất. Có thể nói rằng phần lớn những người quốc gia chống cộng tị nạn tại khu An-toàn Phát Diệm đã trở thành những nhân vật chính trị và quân sự nòng cốt của Miền Nam sau này.

Tôi vẫn thường nghĩ rằng, nếu không có khu An-toàn Phát Diệm, có lẽ đã không có chế độ ông Diệm ở miền Nam và dù có đi nữa, không hiểu chế độ đó sẽ có thể là như thế nào?

Có điều rất đáng tiếc là sau khi chế độ được củng cố

ông Diệm đã chịu ảnh hưởng và lệ thuộc vào một thiểu số cơ hội chủ nghĩa, hoặc CS nằm vùng và những chân tay nô bộc chỉ có biết bợ đỡ và kỳ thị địa phương nên đã không biết đón nhận và xử dụng sự hợp tác rất đáng tin cậy của một số lớn những người Bắc kỳ đã hết lòng ủng hộ anh em ông ngay từ khi mới có khu An-toàn Phát Diệm, trong số đó, chúng ta không thể không kể tới những nhân vật chủ chốt như Đức cha Lê và cha Hoàng Quỳnh.

Sự kiện trên đã tạo ra một chế-độ hủ-bại, gia-đình trị và độc-đoán trong sự bưng bít, để rồi đưa tới sự sụp đổ thê thảm của chế độ.

Hơn nữa, mặc dầu không phải là chiến lược gia, tôi vẫn cho rằng, nếu anh em ông Diệm biết tin dùng và nghe lời những nhân vật Bắc kỳ vốn rất trung thành với ông đồng thời biết tổ chức và xử dụng các khu xóm đông dân di cư Bắc Việt, nhất là dân gốc các tỉnh Phát Diệm, Bùi chu, Thái Bình và Hải Dương (đa số là người CG ở vùng Kẻ Sặt) sống tụ tập tại Sàigòn và các vùng phụ cận như Thủ Thiêm, Xóm Mới, Chí Linh, Lộc Hưng, Hố Nai, Xuân Lộc, Vũng Tàu, Bà-Rịa, Phước Tỉnh, Cái Sắn, Kiên-giang v.v.

Với những kinh nghiệm chống Cộng sẵn có từ khi còn ở ngoài Bắc, chắc chắn những vùng dân cư rất có tinh thần đó sẽ trở thành những ấp hoặc vòng đai chiến lược rất kiên cố, công thủ dễ dàng, có giá trị ít nhất cũng là ngang với 5,10 sư đoàn tinh nhuệ, khả dĩ bảo vệ ông và thủ đô Saigon một cách thiết hữu hiệu.

Mặc dầu người Bắc di cư vốn vẫn có cảm tình với ông Diệm nhưng vì họ nghĩ là bị ông bỏ rơi và khinh thường nên sự kiện anh em ông bị lật đổ không làm bận lòng một ai, nếu không muốn nói là trong sự thờ ơ, kể cả những người trước kia đã hết lòng tin cậy và ủng hộ ông trong những ngày đầu của chế độ.

Mấy năm về sau, mỉa mai thay, trong khi những ông Cần lao gộc bị "đảo chánh" bỏ tù hoặc biến đi đâu hết, thì chính những người Bắc di cư Xóm Mới, Bùi Phát, Lộc Hưng, Chí Linh, Hố Nai v.v. cùng anh em thanh niên nhóm Tự Dân và nhất là Lực Lượng Đại Đoàn Kết đã mạnh dạn đứng lên tranh đấu cho sự ổn định tình thế.

Vào dịp này, mới đầu tôi chỉ đóng vai cố vấn cho Nguyễn Gia Hiến, về sau tôi đã trực tiếp tham gia cuộc tranh đấu, và sau cùng, khi vào thượng viện, đã tích cực góp phần vào nỗ lực vận động phóng thích các nhân vật thuộc chế độ cũ còn bị cầm tù.

Tôi đã hoàn toàn vì công tâm và nhân đạo cũng như tình thế đất nước lúc đó đòi hỏi chứ không phải vì tôi có ơn nhờ gì đối với anh em ông Diệm hoặc một người nào khác thuộc chế độ.

Nói cho đúng cũng chỉ vì tính cách phong kiến lạc hậu của nó, cũng như bộ điệu khệnh khạng và thái độ kiêu ngạo của anh em ông Diệm, nên ngay từ buổi đầu tôi đã không hề ưa chế độc độc đoán và xa rời quần chúng của ông Diệm, nhưng vì tình thế đất nước, người dân như tôi bất đắc dĩ phải chấp nhận và tạm thời ủng hộ đấy thôi.

Nhưng sự nhắm mắt buông xuôi đó có lẽ cũng lại là một lỗi lầm khác. Nhưng, nếu chống ông Diệm trong cái hoàn cảnh nhá nhem đương bị CS lợi dụng tình thế nước đục thả câu thì lại càng nguy hiểm hơn.

Xem ra chuyện "chính chị chính em" ở cái nước An-nam khốn khổ của chúng ta không đơn giản, trái lại nó rối như mớ bòng bong, xoay xở khó vô cùng. Nếu anh em ông Diệm không áp dụng cái chính sách dân chủ nửa vời, mà ngược lại, tạm thi hành thủ đoạn đôi bàn tay sắt bọc nhung, biết đâu lại chả hay hơn.

Tóm tắt lại, tôi vẫn nghĩ rằng, dù có đôi chút độc tài, phong kiến đi nữa, nếu như anh em ông Diệm biết đối đãi mềm dẻo với các phần tử quốc gia đối lập, cư xử một cách thành tín, trước sau như một, đối với những người đã ủng hộ anh em ông từ buổi đầu, chắc chắn ông đã không bị phản bội và tất nhiên là Miền Nam Tự do sẽ có thể vẫn còn tồn tại cho tới ngày hôm nay.

Cái lỗi lầm lớn nhất của chế độ Diệm vẫn là cái tính chất phong kiến. Những hậu quả trực tiếp của cái lỗi lầm đó chính là thái độ tự tôn quá chớn và lối hành xử tự tác tự quyền của anh em ông Diệm.

Cũng chính vì thế mà nảy sinh ra cái chuyện suy tôn và thần thánh hóa người lãnh đạo một cách thiệt vô duyên, các quyền tự do bị tiêu ma hoặc hạn chế, đối lập bị đàn áp một cách tàn tệ.

Thực vậy, cho tới tận ngày hôm nay, người dân lành vẫn chưa quên những vụ án chính trị thời đó cũng như những cái chết đầy bí ẩn của một số nhân vật đối lập, vụ Giáo chủ Phạm Công Tắc phải bỏ nước ra đi, vụ Ba Cụt bị chết trên đoạn đầu đài một cách bất công và đáng thương, vụ Nguyễn Tường Tam tự kết liễu đời mình để thức tỉnh lương tâm Con người.

Không phải Phật Giáo mà cũng không phải CIA hay Cabot Lodge mà chính mấy anh em ông Diệm, sau khi bị mê muội bởi sự bợ đỡ hèn hạ và ngu xuẩn của một lũ nịnh thần, đã tự đào lỗ chôn mình và chế độ từ nhiều năm trước.

Chuyện đã qua từ lâu, nhưng mỗi khi nghĩ lại, tôi thấy buồn, đáng hận và đáng tiếc vô cùng. Dẫu sao tôi cũng phải tạm chấm dứt chuyện anh em ông Diệm để trở lại câu chuyện Đức cha Lê.

Trên đây, tôi đã nói nói về một trường hợp rất ngẫu nhiên mà tôi may mắn được hầu chuyện lần đầu tiên với Đức cha.

Lúc đó tuổi đời tôi chỉ mới 20, có đôi chút kiến thức nhưng kinh nghiệm cuộc đời chỉ là một con số không. Tuy rằng có cơ hội nói chuyện với Đức cha tới mấy tiếng đồng hồ mà rồi cũng chẳng nói được điều gì hoặc thu thập được chút kinh nghiệm hay bài học nào ở nơi Đức Cha. Trước sau cũng vẫn chỉ là một cuộc tiếp xúc sơ sài thông thường ngoài đường giữa 2 người không quen biết nhau mà thôi. Hơn nữa, ngoài liên-hệ lỏng lẻo giữa Chủ chiên và con chiên, chúng tôi cách biệt nhau rất xa, về tuổi tác cũng như địa vị trong xã hội.

Dẫu là như thế, không hiểu tại sao tôi vẫn cảm thấy rất xúc động về cuộc gặp gỡ giữa đường này và ghi nhớ mãi trong lòng, coi đó như là một biến cố rất quan trọng trong cuộc đời tôi.

Khoảng mùa hè năm 47, tôi lại có dịp được trực tiếp gặp Đức Cha. Đó là lần thứ 2, nhưng trong một hoàn cảnh đặc biệt khác và có ít nhiều căng thẳng.

Như chúng ta đã biết, các sư-huynh dòng La-san về Phát Diệm giúp giáo-phận trong địa hạt giáo-dục các con em kể từ niên-khóa 1932-1933. Trường tiểu-học của giáo xứ Phát Diệm, quen gọi là trường Cụ Đinh (?) được giao cho các Sư-huynh dòng La-san (Les Frères Lasalle des Écoles Chrétiennes) toàn quyền quản-trị về cả hai mặt hành chánh và chuyên môn.

Trường này bắt nguồn từ trường Tiểu học Pháp Việt đầu tiên trong vùng do cố Độ và ông phó Bá thành lập khoảng gần 20 năm trước. Các giáo viên viên đầu tiên thời đó, nếu tôi không lầm, có các ông giáo Lý, giáo Vọng, giáo Ngọc v.v. và chỉ mở tới lớp tư mà thôi (cours élémentaire). Ông giáo Lý, người Phát Ngoại có lẽ là người Việt đầu tiên soạn sách Văn phạm tiếng Pháp để cho học-sinh nhà trường dùng.

Việc chi tiêu dành cho sự điều hành nhà trường thì ngoài việc thu học phí rất nhẹ còn gồm có huê lợi mấy chục mẫu ruộng ông phó Bá để lại cho nhà trường với điều kiện là nhà trường phải miễn học phí cho hết thảy các con em xã Phát Diệm. Lệ này vẫn được duy trì mãi về sau kể cả thời kỳ các sư huynh về dạy và điều hành nhà trường sau này.

Các sư huynh không nhận thù lao nhưng được giáo phận và xứ Phát Diệm cung cấp nơi ăn chốn ở tương đối khá tươm tất.

Ngôi nhà 2 tầng lầu lợp bổi do cha Trần Lục xây cất gấp trong vòng hơn nửa tháng để đón tiếp toàn quyền De Lanessan nay được dành làm chỗ ở cho các sư huynh.

Tôi sinh ra vào năm việc cải-lương hương-chánh bắt đầu được thực thi tại Bắc-kỳ. Trong số các cải cách mới có việc lập các sổ hộ-tịch. Vì là bước đầu nên có nhiều sự lộn xộn và sai lầm do đó cũng vì một sự lầm lẫn trên giấy khai sinh, nên tôi bị rút xuống tới 4 tuổi.

Mới đầu thì tưởng không có gì quan hệ nhưng khi tôi tới tuổi đi học, căn cứ vào luật lệ mới của nha Học chánh Bắc kỳ, nhà trường không chịu nhận vì theo như giấy khai sinh lúc đó tôi chỉ mới có 2 tuổi. Thành ra cứ mỗi lần thấy"thằng Diễn"con ông Dần,"thằng Học"con ông giáo Ngọc v.v. ở trong hàng ngũ học-sinh trường cụ Đinh cầm cờ tam tài (cờ Pháp, ba màu xanh, trắng, đỏ) tôi rất thèm được cầm cờ đi rước kiệu như chúng nó.

Rất may là khi các Sư huynh La-san về, thấy thằng bé mặt mũi tương đối sáng sủa, nên mắt nhắm mắt mở nhận cho vào học mà không thèm để ý tới là trên giấy tờ tôi năm đó chỉ mới 3 tuổi.

Tuy vậy, sau này tôi vẫn bị khựng lại mấy năm vì luật lệ giới hạn tuổi tối thiểu trong các kỳ thi sơ học yếu lược và tiểu-học, thường gọi là bằng certificat hay primaire, mặc dầu tôi cũng đã xin được miễn tuổi trước sau tới 2 lần.

Thành ra năm tôi đậu bằng Primaire, trên giấy tờ thì là 11 tuổi, nhưng thực sự tôi đã 14, 15 tuổi.

Các Sư huynh Marcel, Jourdain và François là những sư-huynh đầu tiên được cử về Phát Diệm. Sư huynh hiệu trưởng Marcel là người Pháp, rất hiền từ và vui tánh, lúc đó đã lớn tuổi, ở Phát Diệm chỉ được có một niên khóa (1932-1933) vì ông đã đột ngột qua đời ngay trong kỳ nghỉ hè đầu tiên. Sau đó nhà trường liên tiếp thay đổi hiệu-trưởng tới 3, 4 lần.

Thày Jourdain được cử làm hiệu-trưởng thứ tư của nhà trường và tiếp tục công việc giáo dục con em P D cho tới khi các sư huynh được yêu cầu rời Phát Diệm, giao lại nhà trường cho giáo-phận (hè 1947).

Trước đó mấy năm, các nữ tu dòng kín Carmelo Trì-chính cũng được yêu cầu rời khỏi Phát Diệm vì lý do là tình trạng tài chánh giáo-phận không được mấy khả quan, tuy nhiên không mấy ai chú ý đến việc ra đi này.

Tới khi các sư huynh được giáo-phận yêu cầu ra đi thì dư-luận Phát Diệm rất xôn xao, nhất là đối với giới phụ huynh và các cựu học sinh của các sư huynh.

Tôi lúc đó được các anh em cựu học sinh Lasan mời tham gia ủy ban vận động giữ các sư-huynh ở lại, hằng ngày thường họp nhau tại nhàcác sư huynh vừa mới được xây cất tại khu đất cạnh nhà Hát lớn để bàn thảo kế hoạch.

Thực ra thì đâu có kế hoạch gì ngoài việc đi năn nỉ các cha, đặc biệt là cha Chính Đắc, chánh xứ Phát Diệm, cha quản lý giáo-phận và cha Điện, vị linh mục phụ trách giáo dục của giáo-phận Phát Diệm (chức vụ này mới được đặt ra).

Các cha bề ngoài tỏ vẻ rất có cảm tình đối với chúng tôi nhưng đều nói là không có quyền quyết định trong vấn đề rất quan trọng này. Chúng tôi cảm thấy cuộc vận động kể như là thất bại và chỉ còn hy vọng ở sự chuyển ý của vị nắm quyền tối cao trong giáo-phận mà thôi. Do đó anh em xin được yết kiến Đức cha.

Phái đoàn đại-diện anh em cựu học-sinh được Đức cha tiếp vào một buổi tối dưới ánh đèn dầu tại phòng khách Tòa giám mục (nơi có bày bức bình phong ĐỊA LINH NHÂN KIỆT). Như đã nói ở trên, đây là lần thứ hai tôi có dịp được trực tiếp hầu chuyện với Đức cha Lê.

Sau khi nghe chúng tôi trình bày những lý do, về tình cũng như về lý, giáo-phận cần phải giữ các sư huynh ở lại để tiếp tục lo việc giáo dục con em Phát Diệm, Đức Cha không ngần ngại trả lời một cách thiệt đơn giản và rõ ràng là mọi sự đã được quyết định dứt khoát, không thể thay đổi được điều gì. Hơn nữa đây là chuyện riêng của giáo-xứ Phát Diệm đã được sự chấp thuận của giáo-phận, các giáo-hữu trong xứ không nên xen vào làm gì.

Chúng tôi rất thất vọng nhưng vẫn cố vừa năn nỉ, vừa lý luận nên bầu không khí tối hôm đó hẳn có phần nào căng thẳng.

Tôi bình thường nhút nhát, ít nói, nhưng không hiểu tại sao hôm đó có vẻ như quá nóng nảy và hăng say trong việc trình bày ý-kiến của mình nên rất có thể có những lời lẽ thất thố, nhưng xem chừng Đức cha trước sau không tỏ vẻ gì là phiền lòng, trái lại luôn bình tĩnh chịu khó nghe để rồi bình tĩnh và nghiêm nghị trả lời những thắc mắc của chúng tôi cũng như lập trường trước sau như một của ngài.

Thấy chúng tôi cứ lải nhải kéo dài, Đức cha sau cùng dứt khoát:"Mọi sự tôi và các cha đã quyết định đều có lý do của nó. Ngoài ra còn có nhiều vấn đề không tiện nói ra lúc này, cho nên, dù các anh em có nói gì đi nữa tôi cũng không thể thay đổi được điều gì. Thôi, chúng ta hãy chấm dứt câu chuyện này." Tuy không đồng ý với Đức cha chúng tôi kết cuộc đành phải chịu thua và chấp thuận quyết định của ngài và giáo xứ Phát Diệm.

Vào một buổi chiều hè nóng nực cách sau đó không bao lâu, như thường lệ, người ta thấy Sư-huynh bề-trên Jourdain chống ba-toong, cùng 2 sư-huynh phụ-tá đi hai bên, vui vẻ rảo bộ ra phố chơi. Các sư-huynh qua khỏi đập Phu-vinh, ngược lên chợ Năm Dân, tiến về phía bến đậu của các thuyền mành lớn, sau cùng lẫn và tan biến vào đám đông buổi chợ chiều ...

Tối hôm đó, mấy người giúp việc dọn bữa ăn tối như thường lệ, nhưng chờ tới khuya không thấy các sư huynh trở về...Thế là không một lời giã biệt, kể cả những người học trò cũ như chúng tôi, các sư huynh đã âm-thầm rời bỏ Phát Diệm sau 15 năm tận-tụy với công-cuộc giáo-dục con em Phát Diệm.

Rất nhiều học trò cũ của trường Lasan Phát Diệm đã gặt hái được những thành công rực rỡ trên đường đời. Họ sau này đã là những linh mục, giám mục, nhà văn, nhà báo, luật sư. giáo sư, bác-sĩ, bộ trưởng, dân biểu, nghị-sĩ, tướng, tá v.v.

Ngày nay vẫn còn một số người 7, 8 chục tuổi đã hoặc đương giữ những chức vụ lớn trong giáo-hội cũng như xã-hội, nhưng hết thảy đều ghi lòng tạc dạ công ơn dạy dỗ của các sư huynh. Cách đây ít lâu, tôi nghe nói thày bề-trên Jourdain, tức sư-huynh Thiện, đã gần trăm tuổi, mắt lòa nhưng vẫn còn sống, hiện hưu trí tại nhà dưỡng lão của các sư-huynh tại Mai-thôn (Thủ Đức). Không biết nay thày ra sao, còn sống hay đã qua đời? *

Tiếp sau, đây là lần thứ ba, tôi lại có cơ hội gặp Đức cha, tuy ngắn ngủi, nhưng trong một trường hợp khá đặc biệt và bất ngờ..

Một buổi tối dạo đó, có người bên ngoại tôi ở Lưu Phương sang báo tin bố mẹ tôi hay là trưa mai Đức cha Lê sẽ tới thăm bà cố ngoại tôi, nên hết thảy các con cháu đều phải tới hội họp để nghênh đón. Riêng tôi thì được giao cho trách-nhiệm soạn một bài hát mừng Đức cha.

Tôi bắt đầu viết nhạc từ 1944, nếu như muốn có một

---

* Bài này viết năm 1998.

bản nhạc trung bình, không hay không dở thì cũng rất dễ thôi, nhưng nếu bây giờ bảo tôi viết một bản nhạc ca-ngợi một cá-nhân, dù cá nhân đó là Đức cha Lê, một vị Giám mục có uy quyền, được dân chúng mộ mến và tôn sùng hết mực, thiệt khó cho tôi quá và dĩ nhiên, tôi cũng cần được phép suy xét lại.

Nhưng sau cùng, vì nể lòng bố mẹ tôi, cũng như sự tin cậy bên họ ngoại, rốt cuộc trước nửa đêm hôm đó tôi viết xong bản nhạc

Sáng hôm sau tôi bắt các em tôi và mấy người anh em họ tập hát, nhưng trong lòng hầu như vẫn còn có một cái gì ấm ức không thể nói ra được. Khi Đức cha tới, bà cố ngoại tôi lúc đó đã quá già yếu nên sau khi cố đứng lên để vái chào, định quỳ xuống hôn nhẫn, thì Đức cha đã vội vàng nắm hai tay bà cố rồi dìu bà cụ tới ngồi ngay cái ghế chạm chổ kiểu Tàu dành cho Đức cha ngồi. Bà cố nhất định không chịu nên sau cùng Đức cha cũng không chịu ngồi ghế mà ghé ngồi xuống chiếc phản gỗ của bà cố để nói chuyện một cách rất niềm nở và ưu ái, trước sự ngạc nhiên của mọi người, mặc dầu đôi bên chủ khách chỉ mới giáp mặt nhau lần đầu tiên.

Nhìn thấy cảnh tượng này, tuy có vẻ hơi lẩm cẩm, nhưng, thú thiệt, tôi hết sức xúc động, nên khi cùng các anh chị em trong gia-đình hát bản nhạc tôi viết đêm qua để mừng Đức cha tôi đã hát lên với tất cả tấm lòng. Con người tôi vốn rất mềm lòng thành thử ra rất dễ bị tình cảm chinh phục.

Khi ông ngoại tôi đưa tác giả bài hát tới trình diện Đức cha, không hiểu tại sao Ngài xem ra như vẫn biết tôi nên mỉm cười hỏi: "Anh là anh A...? Nghe người ta nói anh "làm bài hát" khá lắm". Trong khi tôi chưa kịp có phản ứng gì Ngài tiếp tục cười và hỏi thêm: "Nghe đâu như anh có làm bài hát *Bác Hồ muôn năm* hay lắm, có đúng không?"

Tôi giật mình và mắc cở tới muốn độn thổ luôn. Không biết ai đã biết chuyện này để rồi nói đến tai Đức cha.

Thấy tôi sượng sùng và lúng túng Đức cha vui vẻ quay sang nói chuyện với ông ngoại tôi.

Thú thiệt mấy năm trước tôi quả nhiên có phục ông Hồ Chí Minh sát đất, coi ông như thần như thánh nên trong một lúc cao hứng tôi đã viết một bài hát 4 bè theo thể canon *Hồ Chí Minh muôn năm* dạy các em tôi hát chơi, sau có ý định gửi đi Thái Nguyên dự giải văn nghệ toàn quốc. Rất may là có người tỉnh táo hơn khuyên can nên tôi đã không gửi đi.

Chỉ trong vòng có hơn một năm, các biến cố thê thảm xảy ra trên đất nước đã làm tôi mở mắt, nên mỗi khi nhớ lại chuyện hồ đồ này, tôi vô cùng hối tiếc và xấu hổ.

Cũng chính vì thế mà từ đó tôi rất sợ và ghét chuyện thần thánh hóa cá nhân.

Tôi đã ngần ngại viết bài hát mừng Đức cha cũng vì nguyên nhân đó. Nhưng thái độ nhân hậu và khiêm tốn của Đức Cha khi ngài tới viếng thăm bà cố ngoại tôi đã làm cho tôi hết sức xúc động và những ẩn ức trước đó bỗng tan biến lúc nào tôi cũng không hay.

Mặc dầu tôi không đồng ý hoặc chấp nhận một số sự kiện đã xảy ra tại khu an-toàn Phát Diệm, nhất là sau thời kỳ Pháp nhảy dù, nhưng trong thâm tâm, tôi lúc nào tôi cũng quý mến Đức cha.

Cứ thực tình mà nói, Đức cha vốn là một vị chân tu, tuy khôn ngoan nhưng rất đơn sơ và chân thật lại không hiểu rõ những cái lắt léo, xảo quyệt của người đời, nhất là chính trị kiểu "lá mặt lá trái" An-nam ta, nên đã quá tin vào một số nhân vật đảng phái vô lương tâm, chuyên lợi dụng tình trạng nước đục thả câu để trục lợi cho riêng cá-nhân hay phe phái của mình, nên mới xảy ra nhiều chuyện thiệt đáng tiếc, làm hại rất nhiều đến uy tín Đức cha và danh tiếng của khu An toàn.

Chẳng phải riêng tôi mà còn có một số cộng tác viên vốn sát cánh với Đức cha ngay từ buổi đầu của Khu An-toàn cũng phải lắc đầu thở dài, đến nỗi có một vị linh mục cố-vấn rất thân cận với Đức cha, vì quá chán nản, đã rời bỏ Phát Diệm đi tu dòng ở nước ngoài mà không hề nói cho một ai biết tung tích của mình.*

Gần đây tôi có dịp gặp lại Đức Ông Thụ, khi ôn lại những chuyện đáng tiếc khi xưa tại khu An toàn, cha cũng đồng ý với tôi. Cha rất tiếc lúc đó mới về nước nên đã không thể làm gì khác hơn ngoài việc trình ý-kiến

---

* Vị linh mục khả kính này đã qua đời tại Canada cách đây chừng 5,6 năm. Đức Ông Trần Ngọc Thụ cũng qua đời sau đó ít lâu tại Rôma .

154

riêng của mình lên Đức Cha để tùy ý Đức Cha định đoạt

Tất cả những chuyện mặt trái này tôi sẽ trình bày khi nào tiện dịp hoặc xét thấy cơ hội thích hợp.

Tuy nhiên, hết thảy những sự lầm lẫn trên đây của khu An toàn dầu sao cũng chỉ là những lỗi rất nhỏ, chỉ có tính cách cục bộ, hoặc nói theo kiểu mấy ông lý thuyết gia chính trị, chỉ có tính cách chiến thuật mà thôi.

Cái lỗi lầm lớn nhất của khu An toàn là sau khi Pháp nhảy dù, Phát Diệm đã từ bỏ lập trường trung lập, cắt đứt hẳn mọi liên-hệ với chính phủ "kháng chiến", chính thức tự biến thể thành một phần đất của Quốc Gia Việt Nam dưới quyền lãnh đạo của cựu hoàng Bảo Đại, tức một chính quyền bù nhìn do Pháp tạo dựng.

Kể từ ngày đó, khu An toàn Phát Diệm cũng đã từ bỏ quy chế tự trị đã từng được Chính phủ Kháng chiến của ông Hồ Chí Minh mặc nhiên chấp nhận trên thực tế.

Đây là một lỗi lầm về chiến lược vô cùng to lớn. Nếu như Phát Diệm kiên quyết tiếp tục duy trì quy chế trung lập của Khu An toàn tới cùng, chắc chắn chính quyền Cộng Sản sẽ vẫn phải tiếp tục tôn trọng, mà rồi Pháp cũng như phe Quốc gia của ông Bảo Đại cũng không thể không tôn trọng. Trong trường hợp này, tương lai Phát Diệm sẽ ra sao? Theo ý tôi, Phát Diệm sẽ tạm thời có một thế đứng riêng mà ai ai cũng phải tôn trọng. Lẽ tất nhiên, trong khi chờ đợi một tình *thế chính trị dứt khoát và ổn định,* người dân không cần phải di cư đi đâu hết và Phát Diệm sẽ có cơ hội phát triển, vì ngay cả sau Genève, khu An-toàn *trung lập và tự trị* chẳng những sẽ được cả 2 phía công nhận mà còn được Quốc-tế tôn trọng, bảo vệ và giúp đỡ mọi mặt, nếu chúng ta khéo biết vận động. Cái nhìn của tôi có thể là hơi viển vông nhưng không hẳn không có chút lý lẽ, phải không quý vị.

Gần đây có dịp đọc cuốn *"Một thời tranh đấu"* của Khôi Nguyên Nguyễn Đình Thư, tôi thấy có nhiều chuyện khá thú vị. Tuy nhiên, đối với một số sự kiện lịch sử về PD, Nguyễn Đình Thư có một cái nhìn cũng như sự cảm nghiệm khác hẳn tôi, một người ngoài cuộc (outsider).

Nhưng khi viết, điều quan trọng nhất vẫn là chúng ta phải luôn luôn cảnh giác và tự hỏi mình là chúng ta có thành thực với chính bản thân chúng ta hay không. Ngoài ra, lầm lẫn cũng như sự chủ quan, cũng chỉ là chuyện thường tình mà thôi.

Trước thời gian Pháp nhảy dù, bạn bè trong giới văn-nghệ khu 3 và khu 4 thường hằng ngày qua lại thăm tôi rất đông. Có nhiều tay dường như là những cán bộ cao cấp. Chẳng biết họ tới thăm với ý đồ gì.

Sự giao thiệp này của tôi có lẽ đã có người nói với Đức Cha, nhưng Phát Diệm đối với tôi, nếu không phải là thân thuộc, phần đông ai cũng là bạn bè cả cho nên mặc dầu có phần nào nghi ngờ tôi thân Cộng đi nữa, chẳng một ai muốn làm khó dễ gì tôi.

Mùa đông 1948, khi tôi cùng anh Đoàn Văn Cừu (sau này là nghị-sĩ, lúc đó là Trưởng ty Thú-y Ninh Bình) cùng nhau tổ-chức mấy buổi trình-diễn nhạc Cổ điển Tây-phương tại Phát Diệm với sự hợp-tác của một số nhạc-sĩ tên tuổi tản cư tại hai khu 3 và khu 4 lúc đó như Nguyễn Văn Hiếu, Đỗ Thế Phiệt, Lương Ngọc Châu v.v. Có một vài người PD cho rằng đằng sau có bàn tay của Cộng Sản giật giây. Trong khi đó, công an, mật vụ cũng theo dõi chúng tôi tôi (trong số đó hình như có cả nhóm công an đặc biệt do Mai đen chỉ huy).*

Mặc dầu là như vậy, ngoài 2 buổi trình diễn suông sẻ tại rạp Kiến Thái, chúng tôi đã rất thành công với buổi trình diễn thứ ba tại nhà hát Lớn trong khuân viên nhà thờ Chánh tòa. Một phần có lẽ cũng là nhờ sự tham dự của ca-đoàn trường Lý-đoán Thượng Kiệm (tức Đại chủng viện) dưới sự điều-khiển của cha giám đốc Phạm Ngọc Chi.

Sự hợp tác của cha bề trên Phạm Ngọc Chi cũng như sự hiện diện của ca-đoàn trường Lý đoán Thượng Kiệm hẳn đã vô hình trung phá tan mọi dư luận bất lợi đối với chương trình trình diễn văn-nghệ của chúng tôi..

Hồi đó cha giám đốc đại chủng viện Phạm Ngọc Chi coi tôi như một người bạn vong niên. Nói cho đúng hơn, như một người bạn văn nghệ trẻ. Rất tiếc là sau này tôi chỉ có cơ hội được gặp lại Đức Cha một lần nữa mà thôi. Đó là lần tôi ra Đà-Nẵng tham dự Đại-hội Lực Lượng Đại-đoàn-kết toàn miền Trung (đầu mùa hè 1967).

---

* Sau 1950, tôi gặp lại Mai đen ở Hà nội. Lần này anh tự xưng là đại-úy 2ème bureau . Thời Ủy Ban Lãnh Đạo Quốc Gia, hình như Mai đen làm quân sư quạt mo cho thủ tướng Kỳ và tướng Loan, nên đã có một thời kỳ làm mưa làm gió ở đất Saigòn, sau vì vụ buôn thuốc phiện gì đó, phải chạy trốn sang Thái-lan....

Ngay sau khi Tây nhảy dù có nhiều thanh niên Phát Diệm vốn bị tình-nghi thân Cộng sản Việt Minh nên đã bị Tự-vệ PD bắt giam rồi gửi đi làm phu vác đạn và lương thực cho lính Pháp (trong số này tôi còn nhớ có Thuận Béo, bạn tôi từ hồi cùng học lớp tư trường Thày Dòng, sau này cặp kè với Bích Hợp đổi tên là Phong, quen gọi Phong Mập), nhưng đối với riêng tôi thì không ai đụng tới cả mặc dầu có một số người biết ngày hôm trước tôi đã đi Yên mô gặp chủ tịch Ủy-ban Kháng chiến tỉnh Ninh Bình.

Thú thiệt là buổi sáng khi Tây nhảy dù xuống Phát Diệm quả nhiên là tôi đương sửa soạn đi uống trà với phó chủ tịch Liên khu 3 và ông Phác, chủ-tịch tỉnh Ninh Bình tại một làng kháng chiến ở Yên Mô.

Câu chuyện kể ra thì rất dài dòng, tuy nhiên, tôi tưởng cũng cần phải xác định ngay là mặc dầu có chuyện như thế, nhưng tôi chưa bao giờ làm tay sai cho cộng sản hoặc làm điều gì có hại cho Phát Diệm.

Câu chuyện có thể tạm bắt đầu kể từ khi cha Trần Ngọc Thụ từ Rô-ma về Phát Diệm qua ngả Hải-phòng, bị bắt giữ ở Cồn Thoi, rồi bị giam tại nhà ông hội Ngọc ở Như Tân.

Sau khi công an lấy khẩu cung sơ-khởi, cha được giải về trụ-sở công an huyện Kim Sơn (căn nhà 2 từng màu hồng của ông cả Dzu ở đầu phố Trì Chính), giao cho công-an trưởng Nguyễn Văn Châu tạm giữ để tiếp tục lấy khẩu cung. Lúc đó, ông Nguyễn Đức Hiệp, người

Phát-Ngoại, làm chủ-tịch ủy-ban kháng chiến huyện, cũng chỉ biết bó tay đứng nhìn dân đi biểu tình phản đối công-an trên các đường phố.

Có điều kỳ quái là trước khi cha Thụ về rồi bị bắt mấy ngày, chủ-tịch Phác bỗng về nhà ông hội Ngọc ở xã Như Tân, nói là đi nghỉ mát (!?).

Ngày ngày chủ tịch Phác sang trại ông cụ tôi ở cách đó chừng 200 thước chơi, uống trà và nói chuyện trên trời dưới đất.

Thấy tôi còn trẻ nhưng có chút học thức, lại phần nào có chút kiến thức về chính trị nên ông Phác (gốc Thụy Khê) không hiểu "đỏ" tới mức nào, nhưng xem ra cũng là một con người nho nhã, rất thích nói chuyện chữ nghĩa và chính trị với tôi. Lúc đó tôi mới ngoài 20, xin thú thiệt, đôi khi cũng có chút mặc cảm, nhưng rất hãnh diện vì được một ông lớn, dù là một ông lớn cộng sản thưởng thức và coi mình như một người bạn vong niên.

Không biết chủ tịch Phác có thích đọc sách hay không, nhưng đi đâu cũng bắt người bí thư tên là Bằng (anh em họ của ông Phác) chở theo rất nhiều sách, đủ mọi thứ sách Tây, Ta và cả chữ Hán nữa. Tôi để ý coi thì thấy phần lớn toàn là những sách thuộc loại tham khảo về hành chánh, hình luật, án lệ, từ điển v.v. hoàn toàn vô bổ đối với tôi.

Sau khi được tin cha Thụ bị bắt, tình thế Phát Diệm rất căng thẳng và sôi động. Chủ tịch Phác mỗi ngày sang nhà tôi tới mấy lần hình như có ý thăm dò tin tức, tình hình và dư luận quần chúng qua những người đi chợ Phát Diệm về qua ngả đó nghỉ chân ở cổng trại hoặc xin nước uống, vì nhà chúng tôi có một bể nước mưa rất lớn.

Mặc dầu vào buổi tối tôi cũng thường sang chơi uống trà với chủ tịch Phác nhưng thực sự tôi không ngờ là cha Thụ lúc đó bị giam ngay tại nhà ông hội Ngọc mấy ngày trời liền để lấy khẩu cung sơ bộ.

Khi nghe tin dân chúng Phát Diệm biểu tình, tôi định sang nhà ông hội Ngọc xem tình hình ra sao, nhưng chưa kịp đi thì đã thấy chủ tịch Phác hấp tấp từ ngoài bước vào dáng điệu có vẻ như hớt hải. Sau khi trao đổi tin tức, ông Phác hỏi tôi: nếu ở trong địa vị ông, tôi sẽ có thể có những hành xử như thế nào?

Tôi cười và nói ngay, nửa đùa nửa thật: Nếu tôi là Chủ-tịch Ủy-ban Kháng chiến tỉnh Ninh Bình thì sẽ chẳng bao giờ có những chuyện lôi thôi như ngày hôm nay. Nhưng rồi ngay sau đó, bằng một cách thiệt ôn tồn, tôi thẳng thắn bác bỏ luận điệu "bảo vệ luật pháp quốc gia" đối với vụ cha Thụ của ông Phác.

Sau khi phân tách lợi hại của vấn đề, tôi kết luận:"Theo ý tôi, về tình (!) cũng như về lý, cụ không có lý do gì để giữ cha Thụ cả. Hơn nữa, từ đất địch về (tôi nhấn mạnh) thử hỏi linh mục Thụ còn có thể có phương-thức hợp-pháp nào khác để nhập cảnh?

Vả lại, chúng ta phải công nhận rằng linh mục Trần Ngọc Thụ là một con người rất có tinh thần quốc gia và trách nhiệm nên ông đã không quản ngại vất vả và nguy hiểm vượt biển từ Hải-phòng về Phát Diệm để phục vụ, sau khi từ bỏ đời sống văn minh đầy tiện nghi nơi xứ người. Thử hỏi giữ cha Thụ thì chính quyền sẽ có những lợi gì. Trái lại, về phương diện chính trị hại thì lại rất nhiều. Nếu là tôi, tôi sẽ thả cha Trần Ngọc Thụ gấp rồi trao trả lại cho Đức cha Lê một cách thiệt đẹp đẽ, êm thắm, sớm ngày nào hay ngày đó.

Ông Phác im lặng nghĩ ngợi một lúc, không nói gì, rồi cáo từ ra về.

Ngày hôm sau, khi tôi vừa nghe được tin cha Thụ đã được thả thì thấy chủ tịch Phác trong bộ đồ nâu kiểu dân quê cố hữu của ông (bắt chước cụ Hồ?) lọc cọc lê đôi guốc mộc, tay cầm chiếc quạt phe phẩy, lững thững sang chơi. Lần này dáng điệu có vẻ đình huỳnh, thư thái, chứ không hớt hải, hấp tấp như ngày hôm qua.

Gặp tôi ông hớn hở nói một hơi:"Xong rồi! xong rồi! xong hết mọi chuyện rồi anh Á...h ơi!"

Tôi hiểu ngay ý ông muốn nói gì nên rất mừng cho ông, cho cha Thụ, cho Phát Diệm của tôi.

Lần này ông sang cũng là để cáo biệt, đồng thời ngỏ ý muốn mời tôi cộng-tác với chức ủy-viên tỉnh vì lúc đó Ủy-ban Kháng-chiến tỉnh Ninh Bình khuyết chức Ủy-viên Tuyên-nghiên-huấn.

Tôi rất ngạc nhiên tại sao người ta lại chọn cho tôi chức Ủy-viên Tuyên-nghiên-huấn, chỉ mới nghe đã thấy ớn lạnh người rồi, hơn nữa chức vụ này thường chỉ dành cho các đảng-viên cao cấp và thuần thành, trong khi đó tôi chưa hề hoạt động hoặc có chân gì trong Mặt trận Việt Minh, huống hồ là đảng Lao Động (tức Cộng sản) Việt Nam. Chắc chắn là tôi sẽ phải được đi "tẩy não" rất kỹ trước khi nhận chức. Dẫu sao tôi cũng chỉ có thể ậm ừ, không nhận lời mà cũng không dám từ chối ngay.

Vì thế, cứ cách năm mười bữa ông Phác sai cảnh vệ về mời tôi đi.

Tới lần đó, bố mẹ tôi khuyên cứ thử đi một chuyến xem tình thế ra sao, để rồi sau đó có thể tùy tiện lựa lời từ chối. Hơn nữa trời đã vào thu, theo lệ tôi muốn nhân tiện đi Yên mô chơi một chuyến thăm bạn bè.

Chính vì thế mà đúng vào sáng ngày Pháp nhảy dù Phát Diệm (16 tháng 10, 1949) tôi có mặt tại trụ-sở Ủy ban Hành chánh và Kháng chiến tỉnh Ninh Bình đóng tại một làng ở Yên Mô như đã nói ở trên. Do đó chuyện một số người Phát Diệm nghi tôi thân với Việt Minh không phải là không có căn cứ, chẳng những đến tai Đức Cha mà cả một số bạn bè cũ của tôi từ Hànội về thăm Phát Diệm sau ngày Pháp nhảy dù, chẳng hạn như Đào Văn, em rể anh Lê Quang Luật (chúng tôi biết nhau hồi cùng học trường Quốc học Vinh). Mặc dầu xa cách nhau nhiều năm, khi gặp tôi tại nhà cụ Xuân Trường (thân phụ 2 anh Khánh và Quảng, cũng là nhạc phụ ông Nguyễn Đức Chiểu) ở phố Thượng Kiệm, đáng lẽ anh em lâu ngày không gặp nhau nên tay bắt mặt mừng mới phải, nhưng anh Đào Văn vốn hiếu thắng, tự coi mình như là kẻ đắc thế (!?), đã xỉ vả tôi thậm tệ, một cách thiệt là.....

tôi không biết nói sao cho phải. Tôi đã không hề trả lời anh mà chỉ cười...

Gần hai mươi năm sau, tôi được gặp Đức Cha lần thứ tư mà cũng là lần chót tại xứ Phú Nhuận (Saigon). Lúc đó là vào khoảng mùa hè 1965, khi được tin Đức Cha, sau khi đi dưỡng bệnh ở Rô-ma nhiều năm đã về Saìgòn, ông cụ tôi kêu tôi cùng đến thăm Ngài. Hai bố con chúng tôi được Đức Cha tiếp tại phòng khách xứ Phú-Nhuận (cũng còn được gọi là xứ Phát Diệm di-cư) một cách rất niềm nở và vui vẻ, mặc dầu cả hai cha con chúng tôi trước đây không hề tham gia một hoạt động nào của khu An toàn và đối với Đức cha cũng không phải là chỗ thân tình. Sau khi đàm đạo với ông cụ tôi, Đức Cha quay sang nói chuyện với tôi, và đầu tiên là câu hỏi:"Anh cũng vô Nam sao?"

Nghe Ngài hỏi như thế, tôi chết điếng và hơi buồn, vì không ngờ là sau mười mấy năm Ngài vẫn còn nhớ và có lẽ vẫn nghi tôi là thân cộng.

Thành ra, cũng nhân dịp này, tôi cố trình bày với Ngài là ngày xưa tôi có rất nhiều những người bạn theo phía bên kia, nhưng tôi không bao giờ thân Cộng. Ngoài ra, ngày xưa tôi vốn lừng khừng, tuy lêu lổng, ham chơi, nhưng không thích a-dua, nhất là không thích tham gia những hoạt động có tính cách chính trị hoặc những phong-trào quần chúng đấu tranh này nọ, nên đã bị bà con hiểu lầm rất nhiều.

Chủ tịch Phác (chủ tịch tỉnh Ninh Bình, người đã đứng ra bắt cha Thụ, như đã nói ở phần trên) chắc chắn cũng dư biết là tôi không hề ưa Cộng Sản, nhưng hồi đó đã cố ý mời tôi làm ủy viên tỉnh, chẳng qua là ông ta hy vọng sau này có thể tùy cơ hội dụ khị thêm một người trẻ gốc Phát Diệm theo kháng chiến đấy thôi.

Thực vậy, hồi xưa vì còn trẻ, có chút kiến thức, đọc sách khá nhiều, *Le Capital* cũng cố đọc mà rồi loại sách như *Somme d'un catholique contre les sans-Dieu* * cũng đã được tôi nghiền ngẫm, học hỏi rất kỹ, nên về các phạm vi tôn-giáo cũng như chính trị, rất có thể là tôi đã quá nặng về lý-thuyết, nên thường có cái xu hướng lý tưởng tới cực đoan. Tuy nhiên, lúc thiên tả, lúc thiên hữu, tôi vẫn phân vân nước đôi, chưa ngả hẳn về phía nào. Nhưng nếu xét cho cùng kỳ lý, tôi dường như có khuynh hướng thiên tả (libéral) nhiều hơn vì trên phương diện quan điểm xã-hội, tôi phần nào đã hoặc ít hoặc nhiều chịu ảnh hưởng duy-vật biện-chứng của cặp Marx và Engels. Tuy hăng say, nhưng tư tưởng và thái độ có lẽ không mấy thực tế. Đã thế, đôi khi lại còn có vẻ như kiêu ngạo, ngang bướng, không thích bắt chước hoặc giống ai, và cũng không phục mấy ai.

Khi thấy khu An-toàn lập các đoàn tự-vệ võ trang, mua sắm súng ống, bắt người giam và tra tấn tại hầm nhà

---

* Hình như anh Nguyễn Đình Minh, tức bình luận gia Khôi Nguyên Nguyễn Đình Minh, đã cho tôi mượn đọc ké cuốn sách rất khó nuốt này.

Hát lớn, tiếp đến là các vụ lộn xộn đẫm máu Văn Hải, Bình Sa rồi Phúc Nhạc, đám táng Tống Văn Dung đầy âm mưu chính trị, cái chết phi lý của tên bí thư Mặt trận Nguyễn Văn Ái, hoặc hằng ngày Đức cha ngồi trên kiệu giát vàng như một ông vua hay giáo-hoàng, được dân chúng khiêng, hát mừng và hoan hô như điên như cuồng, tôi cảm thấy kinh sợ, khó coi và có phần nào nghi ngờ sự sáng suốt cũng như thái độ khiêm dung, từ tốn của thày Anselme ngày nào.

Tôi bất mãn khi thấy khuân viên nhà thờ lớn và Tòa giám mục nay đã biến thành trại binh, các tu sinh bỏ chủng viện đi giết giặc, trái ngược hẳn với lời dạy của Chúa khi Ngài thấy thánh Phêrô cầm dao chém đứt tai một tên lính đến bắt Ngài:"Kẻ nào dùng gươm sẽ chết vì gươm" hoặc một lần khác Ngài dạy các môn đệ: "Người ta vả má này, các con hãy đưa má kia cho người ta vả tiếp." v.v.

Tôi vốn chủ trương nếu như chúng ta thực tâm trung thành với Chúa, không có sức mạnh nào có thể khuất phục được chúng ta. Cùng lắm chúng ta thà chết tử đạo chứ không thể dùng bạo lực để chống với bạo lực. Giáo-hội chúng ta được mở rộng trên khắp hoàn vũ và tồn tại tới ngày nay cũng là nhờ xương máu của hàng vạn các thánh Tử Đạo chứ không phải là nhờ những đoàn Viễn Chinh Thập Tự Giá thời Trung-cổ.

Người Phát Diệm lúc đó vô cùng tin phục Đức Cha nên khi nghe tôi lý luận như thế nhiều người rất bất mãn và đơn giản gán cho tôi hai cái tội tầy đình là thân Cộng và bất kính đối với Đức Cha, đấng Cứu tinh của Phát Diệm và Đất nước.

Xét cho cùng, phần lớn những chuyện lạm dụng không hay xảy ra tại khu An toàn cũng như các vụ Bình Sa, Phúc Nhạc, Tống Văn Dung v.v. đều do sự lũng đoạn và thao túng của một số đảng phái với sự thúc đẩy và yểm trợ của những tay buôn lậu, đặc biệt là nhóm người Trà Cổ, bọn đi hàng hai như nhân viên Phòng Nhì (2è Bureau), công an mật vụ nằm vùng v.v.

Những hạng người này thường bất chấp phương tiện, mà chỉ nhắm đạt được mục đích và quyền lợi riêng mà không nghĩ gì đến tiếng tăm và uy tín của Đức Cha.

Ngay tới vụ quân đội Pháp nhảy dù xuống Phát Diệm, đối với Đức Cha cũng hoàn toàn là một sự bất ngờ trái ý và rất khó xử.*

Có lẽ cũng chỉ vì thấy tôi có cái thái độ nửa nạc nửa mỡ, hầu như chống đối lề lối hoạt động của khu An toàn, nên có một vài người, cứ tạm gọi là mấy ông bạn cộng sản (hoặc mấy ông bạn phía bên kia) lầm tưởng là có thể dụ được tôi theo họ một cách dễ dàng.

Sau này nghĩ lại, tôi cho rằng trường hợp của tôi dẫu

---

* Theo tôi được biết thì vụ này đã xảy ra qua sự móc nối và vận động với phòng nhì Pháp do một nhóm người Nghệ gốc Xã Đoài đã tá túc từ lâu tại khu An-toàn chủ trương. Những người này vốn là chân tay của ông Nhu nên họ nghĩ rằng, nếu có sự trợ giúp của Pháp họ sẽ dễ bề tạo cuộc hôn nhân chính trị giữa Bảo Đại và Ngô Đình Diệm. Và một khi khu An toàn trở thành khu chiếm đóng, với sự trợ giúp của những nhân vật như Trần Văn Chương, Lê Quang Luật v.v. lúc đó đều đương tá túc tại khu An toàn, họ sẽ có thể hoạt động cho lá bài Ngô Đình Diệm một cách dễ dàng hơn

sao cũng chỉ là bình thường thôi, chẳng có chi lạ cả

Tại các xã hội văn minh Tây phương, bình thường mà nói, trên phương diện tiến triển của cái gọi là sự tiến trình tư tưởng chính trị của mỗi con người, thiên hạ vẫn thường cho rằng, một chàng thanh niên khi mới bắt đầu biết suy luận, tức vào khoảng từ 16, 17 cho tới ngoài 20 tuổi thường rất lý-tưởng và dễ biến thành những đồ đệ hăng say của Mác, Lê.

Từ 30 tuổi trở đi con người Mác-xít kia biến dạng dần để rồi trở nên một đảng viên Xã-hội thuần thành. Từ 40, anh chàng trung niên đảng viên đảng Xã hội mỗi ngày mỗi ôn hòa, thực-tế và thủ cựu hơn, và sau cùng trở thành một con người bảo-thủ chính cống bà lang trọc.

Hồi đó Saigon bắt đầu có phong trào đọc và phẩm bình các chuyện kiếm hiệp của Kim Dung. Riêng tôi, thú thiệt là chẳng biết mô tê gì về Kim-dung ngoài một lần có đọc sơ qua bộ "Cô gái Đồ long", nhưng khi kết luận về trường hợp năm xưa của tôi với Đức Cha tôi đã bắt chước thiên hạ nói đùa cho vui như sau:"Thưa Đức Cha, nghĩ lại chuyện cũ con thấy dạo đó mình quả là lừng chừng và lếu láo. Cũng chỉ vì nửa chánh nửa tà, lại thích lăng ba vi bộ, nên ngũ nhạc chính phái cũng ghét mà rồi tam gia ma giáo cũng không ưa là như vậy." Rồi tôi nghiêm chỉnh nói tiếp:" Và từ nay, thưa Đức Cha, con sẽ cố gắng có một thái độ thực dứt khoát, đứng đắn và dấn thân hơn, xin Đức Cha thương cầu nguyện cho con."

Không biết Đức Cha có đọc Kim Dung hoặc nghe

loại ngôn-ngữ "ba trợn" này bao giờ chưa, tôi chỉ thấy Ngài mỉm cười hết sức hiền từ và khoan-dung như thày Anselme thuở nào, rồi tiếp tục nói sang chuyện khác.

Ít lâu sau, khi Nguyễn Gia Hiến yêu cầu tôi chính thức tham gia Lực Lượng Đại Đoàn Kết (thực sự ra thì trước đó thỉnh thoảng tôi cũng đi họp phất phơ với anh em, sau đó đóng vai quân sư quạt mo trong bóng tối cho Nguyễn Gia Hiến, đặc biệt là trong vụ vận động quần chúng lật đổ chính phủ Phan Huy Quát)*, nhớ lại buổi gặp gỡ cuối cùng trên đây với Đức Cha Lê, tôi nhận lời ngay, mặc dầu trong thâm tâm dường như vẫn còn có một cái gì ấm ức và miễn cưỡng, vì đây là lần đầu tiên tôi công khai chính thức tham gia một phong trào quần chúng tôn giáo đấu tranh chính trị.

Trong vòng một thời gian rất ngắn chưa tới hai năm, Lực-lượng đã lôi cuốn được gần hai trăm ngàn đoàn viên rải rác trên 14 tỉnh miền Nam Việt Nam. Trong lịch sử đảng phái chính trị ở Việt nam, có lẽ chưa có đảng hay đoàn thể nào được quần chúng hưởng ứng đông đảo và nồng nhiệt đến như vậy kể cả các đảng do chính quyền thành lập như Cách mạng Quốc gia và Cần Lao thời cụ Diệm hoặc đảng Dân Chủ thời ông Thiệu sau này.

---

* Thời Quốc trưởng Phan Khắc Sửu (1965). Thủ tướng Quát đã không trao lại quyền cho Cụ Sửu để thành lập một chính phủ dân sự rộng rãi hơn như đã hứa với phe chống đối (LLĐĐK). Trái lại ông trao quyền lại cho phe tướng tá, tức cái tổ chức gọi là Ủy ban Lãnh đạo Quốc gia. Sự chống đối tiếp tục mãi cho tới khi tướng Loan đứng ra dàn hòa , và 2 ông Thiệu, Kỳ hứa tổ chức quốc hội Lập hiến.

Sau khi ông Diệm bị lật đổ, trong suốt 3 năm liền, tình hình Miền Nam, trong cũng như ngoài, thiệt rối loạn và đen tối, một lũ tướng tá tham quyền, với sự tiếp tay của một số chính trị gia nửa mùa thuộc loại cơ hội chủ nghĩa đảo chánh nhau mỗi ngày, coi chính quyền Miền nam như là một món quà béo bở từ trời rơi xuống, nên bất cứ ai mỗi khi thấy có cơ hội là "nhào zô" cướp phần.

Sàigòn hồi đó, cứ năm ba bữa hoặc một vài tháng, khi thấy đài phát thanh ngưng mọi chương trình kể cả loan tin tức, mà chỉ cho nghe toàn là những bản quân hành, bà con mọi người đều biết ngay là đương có đảo chánh.

Cảm thấy không thể ngồi yên, một số anh em người Bắc di cư sang Bình Xuyên yêu cầu cha Hoàng Quỳnh đứng ra khởi xướng một phong trào đấu tranh chính trị mới để tạo thế đứng cho những người Công giáo có lòng yêu nước nói chung, những người Bắc di cư nói riêng, với mục đích tối hậu là ổn định tình thế và đoàn kết mọi tầng lớp nhân dân, không phân biệt tôn giáo, sắc-tộc và địa-phương để cứu nguy Miền Nam.

Khởi đầu là nhóm Thanh niên Tự Dân. Tiếp đến là những cuộc biểu tình tuần hành rầm rộ gọi là "biểu dương lực lượng" của hàng trăm ngàn giáo dân di cư từ các khu vực Kỳ Đồng, Bùi Phát, Ông Tạ, Thủ Thiêm, Chí Linh, Lộc Hưng, Xóm Mới, Gò Vấp, Hố Nai, Gia Kiệm, Biên Hòa, Vũng Tàu, Long Khánh v.v. Nguyễn Gia Hiến là người lãnh đạo những cuộc biểu tình này.

Theo như cựu Nghị sĩ Trần Ngọc Oành kể lại thì vào khoảng cuối năm 1945, hồi còn là một sư huynh trẻ dạy học tại trường Tabert Saigon, cứ tối đến Nguyễn Gia Hiến cởi áo dòng trèo tường trốn ra ngoài phố tham dự biểu tình với nhóm Thanh Niên Tiền Phong của Trần Văn Giàu, sau bỏ tu dòng về Phát Diệm chỉ-huy đội Thần Phong bảo vệ Đức cha Lê. Năm 50, anh đi du học tại Hoa kỳ, rồi về nước 5 năm sau đó giúp ông Diệm, là người lãnh đạo những cuộc xuống đường hàng mấy trăm ngàn người hồi 64, 65, nên được báo chí Saigòn mệnh danh là vua xuống đường. Thời Phật Giáo chống ông Diệm, vua xuống đường là Nguyễn Trọng Nho.

Về sau này trong Quốc hội Đệ nhị Cộng Hòa, Hiến, Nho và tôi không hề đố kỵ nhau, trái lại rất tương thân tương kính. Tóm lại, có thể nói Lực Lượng Đại Đoàn-kết bắt nguồn từ cha Hoàng Quỳnh và những phong-trào quần-chúng Công-giáo đấu tranh mà ra. Hơn nữa, anh Hiến và tôi đều là người Phát Diệm nên cũng có thể nói Lực Lượng có phần nào gốc gác từ Phát Diệm, do đó, khoảng cuối mùa hè 1967, anh Hiến và tôi hẹn nhau đi thăm và trình bày với Đức Cha những kết quả khả quan mà Lực Lượng đã thâu hoạch được. Rất tiếc là vào lúc đó chúng tôi rất bận về việc bầu cử Thượng Nghị Viện cho Liên danh Đại Đoàn kết nên chưa kịp đi thăm thì đã nghe tin Ngài qua đời tại nhà hưu dưỡng các cha Phát Diệm ở Gò-vấp.

Thế là mấy tên tiểu tử có cái dã tâm muốn bắt chước

chước "Carnot" là 2 chúng tôi hết có cơ hội xúng xính "áo gấm trở về làng" để thăm thày xưa.

Trong đám tang Đức Cha, rất đông các anh chị em trong Lực lượng Đại Đoàn-kết, không phân biệt nguồn gốc địa- phương, Nam cũng như Bắc, đã sốt sắng tham dự và để tang Ngài như những con cái gốc Phát Diệm.

Riêng tôi thời cho đến tận ngày hôm nay vẫn bùi ngùi ân hận là Đức cha đã không thể sống lâu thêm được lấy một vài năm để nhìn thấy những kết quả mà chúng tôi cùng với các anh em trong Lực-Lượng Đại Đoàn-kết đã đạt được. Thực vậy, ngoài Nguyễn Gia Hiến và tôi, đắc cử vào Thượng Nghị-viện nhiệm kỳ I còn có 2 người gốc Phát Diệm khác là Trần Trung Dung và Nguyễn Văn Chức. Và Lực Lượng Đại Đoàn-kết là đoàn-thể chính-trị duy-nhất có đủ khả năng đưa cả một liên danh của riêng mình vào Thượng viện mà không cần phải liên kết với một đoàn thể hay đảng phái nào khác.

Ngoài ra, cũng có thể nói là nhờ có Lực-lượng Đại Đoàn-kết, với sự hậu thuẫn hết sức hùng hậu và nhiệt thành của người Công-giáo di-cư mà tình thế Miền Nam tạm được ổn-định và uy tín ông Diệm phần nào được phục hồi. Và cũng nhờ đó, ngoài mấy ông "tướng đảo chánh", những Trần Kim Tuyến, Ngô Trọng Hiếu, Dương Văn Hiếu, Đặng Sĩ v.v. được thả tự do, và một số nhân vật thuộc chế độ cũ, quen được gọi là những ông "gộc Cần lao" như Trần Chánh Thành, Trần Văn Lắm, Phạm Như Phiên, Ngô Khắc Tỉnh, Nguyễn Cao Thăng có thể tái xuất giang-hồ để rồi có thể nắm lại những địa vị then chốt trong chính quyền. Tiếc rằng đa số quí ông chỉ là những hàng thần lơ láo, cam làm bày tôi trung thành cho ông Thiệu, tới khi phải đối phó với cảnh nước mất nhà tan, chỉ biết bó tay đứng nhìn, để rồi cái gì cũng đổ lỗi cho "người ngoài" và hồn ma ông Hồ.

Nói tóm lại, chỉ vì ở trong tay một nhóm vô tài bất tướng nên rốt cuộc Đất nước đã đi vào tuyệt lộ.

Riêng chúng tôi, sau vụ bầu cử thất bại năm 1970, với sự khuyến khích của một số nhân vật thuộc các đảng Xã-hội Thiên Chúa giáo tại các nước Đức, Ý và A-căn-đình, cũng như lời hứa yểm trợ của bí thư Quốc dân đảng Trung hoa và chủ tịch đảng Xã hội Nhật bản, đã hết sức cố gắng tìm mọi biện pháp khả dĩ biến Lực Lượng Đại Đoàn Kết từ một phong-trào quần chúng thành một chính đảng Công giáo, nhưng không kịp nữa rồi, vì thiếu mọi điều kiện, về thời gian cũng như tài lực và nhân sự. Đặc biệt là nhân sự, tuy có lòng, nhưng yếu kém về mọi phương diện.

Như mọi người đã biết, Lực Lượng Đại Đoàn Kết chỉ là một phong trào đấu tranh quần chúng, không có dựa trên một chủ thuyết hoặc cương lĩnh chính trị nào, sau khi đã đạt được những mục tiêu cục bộ chỉ có tính cách chiến thuật đã tan rã dần, nhất là sau khi bị thất cử nhiệm kỳ 2 (1970), một phần vì vấn đề nhân sự, phần khác vì các cha xứ không chịu ủng hộ một cách vô tư, bất vụ lợi và nồng nhiệt như trước kia, phần khác nữa, do sự gian lận gần như công khai bên phía chính quyền, để rồi sau cùng, lực-lượng bị luật ủy-quyền bóp chết một cách tất tưởi cùng với các đảng phái khác (1972).

Cho tới tận ngày hôm nay, tôi vẫn nghĩ rằng, mặc dầu các đảng phái quốc gia chúng ta đều rất yếu và nát bét vì thiếu phương tiện, thiếu nhân sự, lại chia rẽ và đố kỵ lẫn nhau, kể cả những người cùng ở trong một đảng, nhưng nếu như năm 1972 ông Thiệu đã không nghe lũ đàn em ăn tàn phá hại xúi bậy bóp chết các đảng phái quốc gia, chưa chắc Miền Nam tự do đã bị thảm bại một cách nhanh chóng và nhục nhã đến như vậy.

Đó là một sự thực, đáng tiếc và đau xót vô cùng.

Lỗi lầm của 2 ông Thiệu và Kỳ tất nhiên không thể nào kể cho hết, nhưng cái tội lớn nhất của Nguyễn Văn Thiệu đối với Đất Nước và Dân tộc phải kể từ đó.

Không biết về sau, khi nghĩ lại chuyện này, ông có thấy hối hận chút nào không.

Trên nửa thế-kỷ trước đây, khu An toàn Phát Diệm và Đức Cha Lê đã không thể cứu được Miền Bắc, nhưng khi di cư vào Nam, người Bắc chúng ta vẫn còn có chỗ nương tựa và Hy vọng, và cũng nhờ hậu thuẫn của Đức Cha mà chế-độ ông Diệm đã có thể có cơ hội xuất đầu lộ diện ở Miền Nam.

Rất tiếc là không bao lâu sau đó ông Diệm đã quên chuyện "bát cơm phiếu mẫu" nên cả hai anh em ông đã gặp phải cái họa sát thân ngày mồng 2 tháng 11, năm 62 trong sự cô đơn và thờ ơ của người Bắc di cư, làm đổ vỡ hoàn toàn đại cuộc của Miền Nam Tự do, mở màn cho một chuỗi những tháng ngày hỗn loạn tại vùng đất tự do cuối cùng của chúng ta, để rồi kết cuộc chúng ta đã phải trốn chạy, bỏ nước ra đi trong uất hận và tủi nhục.*

Có lẽ cũng vì lần gặp gỡ Đức cha tại Phú nhuận năm nào, nên sau đó tôi đã dấn thân vào chánh trị với rất nhiều kỳ vọng mặc dầu tôi rất thiếu kinh nghiệm lại chưa được chuẩn bị đầy đủ. Kết quả là sau cùng tôi đã tự chuốc lấy một chuỗi dài những thất bại thiệt là cay đắng.

Thành thực mà nói, những người lãnh đạo miền Nam, kể cả thời ông Diệm, từ tổng thống, thủ tướng, tổng, bộ trưởng, tới các nhân vật quốc hội, các tướng tá v.v. nếu không phải là tham quan, ô lại, hoặc hoạt đầu, cơ hội chủ nghĩa thì cũng chỉ còn lại một mớ là những tay mơ về chính trị như lớp trẻ chúng tôi sau này mà thôi, tuy có lòng và thiện chí nhưng thiếu sự chuẩn bị cần thiết và kinh nghiệm bản thân.

Nếu như có đôi chút kiến thức thì chẳng qua cũng chỉ là lý-thuyết suông, hoặc lý tưởng tới "giáo điều", thường chỉ biết hành động căn cứ trên sự suy luận sách vở, thiếu cái nhìn sâu rộng và thực tế.

Đó là chưa kể những nhược điểm khác như tự cao, tự

---

* Nói cho đúng ra thì anh em ông Diệm không về tá túc tại Phát Diệm, nhưng phần lớn đàn em và tay chân của 2 ông cũng như rất nhiều nhân vật nòng cốt sau này của chế độ đã được PD che chở và cứu mang. Cũng có thể nói chế-độ Diệm đã được thai nghén ở PD và bước đầu đã được PD bảo vệ và nuôi dưỡng. Tất nhiên là với sự đồng ý của Đức cha Lê Hữu Từ.

đại, ỷ lại, cố chấp v.v. thực vậy   đa-số những người có trách-nhiệm của Miền Nam thường thích gõ mõ khua chuông để đề cao cái tôi... nhưng ngược lại, họ rất thiếu tự-tin, thiếu tự-chủ. Có một số làm ra bộ ta là kẻ "độc hành" (maverick), không thích đi chung với số đông, nhưng thực ra là "xé lẻ" hoặc quá đề cao "cái tôi".

Tuy họ rất kiêu-ngạo, tự-phụ tới vô lối, lại cố chấp, nhưng phần lớn đều mắc phải căn bệnh "vọng ngoại" hết sức trầm trọng và nguy hiểm. Thú thiệt, chính kẻ viết bài này, ngoài chút thiện chí và rất nhiều kỳ vọng, thường cũng vẫn mơ mơ, màng màng như mọi người chung quanh, chẳng hề biết trời cao đất rộng là gì, vẫn cứ đinh ninh là các vị đại chính khách của chúng ta cũng như các anh em đã tham gia chính-quyền hoặc quốc-hội thời Đệ Nhất Cộng-hòa, nhất là các vị vốn gốc luật gia đã từng lăn lộn nhiều năm tại nghị trường tất nhiên phải có dư khả năng và kinh nghiệm về các hoạt động về lập pháp, và một khi đã tái xuất giang hồ chắc chắn các vị đó sẽ gây sôi động tại diễn đàn lưỡng viện, đồng thời sẽ hướng dẫn và chia sẻ những kinh nghiệm về sinh hoạt nghị trường cũng như các thủ tục làm luật với những người mới tập tễnh vào nghề như chúng tôi.

Rất tiếc là trên thực-tế các thần tượng đó trước sau cũng vẫn chỉ là những thần tượng, không hơn không kém, đã làm cho chúng tôi hoàn toàn thất vọng, kể cả mấy đại nhân-vật được thiên hạ ai nấy ngưỡng mộ và đề cao như Nguyễn Văn Huyền, Vũ Văn Mẫu v.v. Theo lời đồn đại của một số người xấu miệng, mấy ông rốt cuộc cũng nặng đầu óc địa-phương và bè phái như ai, lại nhiều thủ đoạn và tham vọng, tuy xưa nay luôn giữ những địa vị lớn và quan trọng, nhưng các ông đâu đã làm được gì, huống chi chuyện cứu nguy đất nước.

Nhân dịp này có lẽ chúng ta cũng nên xét qua vai trò của ông Huyền trong những giờ phút sự thật đầy mê ảo cuối cùng của Miền Nam.

Lúc sinh thời, Đức Tổng Giám mục Nguyễn Văn Bình rất quý trọng LS Nguyễn Văn Huyền. Mỗi khi nhắc tới ông Huyền, Đức Tổng giám mục thường rất trịnh trọng, một điều "Ngài", hai điều "Ngài". Tuy nhiên, cũng theo ý kiến một số người khác, mặc dầu được coi là một nhân vật Công giáo đạo đức và có uy tín nhất, ông Huyền không hẳn không có tham vọng lớn. Có lời đồn khi bỗng dưng từ chức Nghị sĩ và Chủ tịch Thượng viện, ông Huyền đã thẳng tay dứt khoát với cái chế độ đương đương suy tàn để chuẩn bị đóng một vai trò chủ chốt trong giai đoạn chính trị kế tiếp sắp tới của miền Nam.

Tuy ông không bao giờ tự nói ra, nhưng thực sự ông ở trong nhóm *"miền Nam của người Miền Nam"*, là người "anh cả" tinh thần của những Lý Quý Chung, Ngô Công Đức, Hồ ngọc Nhuận, Hồ Văn Minh, Nguyễn Văn Binh, v.v. Kể cả những Nguyễn Xuân Phong, Huỳnh Thành Vị, Lý Chánh Trung v.v. Các đàn em của ông trong Thượng viện sau này chẳng qua không biết rõ cái nguồn gốc thực sự "Miền Nam" của ông nên đã tôn ông là "anh

Cả". Không biết ngày nay họ đã nhìn ra cái chân tướng đích thực đó chưa?

Dường như ông đã được Nguyễn Hữu Thọ, một bạn đồng môn cũ, "ban phép lành" trước đó, đã đi móc nối với nhóm Dương Văn Minh để rồi ngấm ngầm lập ra cái tạm gọi là "khối thứ ba".

Rốt cuộc, thời cơ của cả một đời người đã đến với "anh cả" khi mà chế độ Saigon lần đếm những giờ phút hấp hối bi thảm cuối cùng...

Có thể nói là ông Huyền, với sự đồng tình của ông giáo già Hương, đã là nhà đạo diễn màn bi hài kịch chót với cái quái thai gọi là "chánh phủ thuộc thành phần thứ ba Dương Văn Minh", trong khi Miền Nam Tự Do tất tưởi chết không kịp ngáp dưới trận đòn chí tử vô cùng tàn tệ của Cộng sản Bắc Việt.

Chính ông, đứng trong hậu trường, lợi dụng tình thế, chỉ huy âm mưu áp đảo Thượng viện và Tổng thống Trần Văn Hương trao quyền hành cho cặp Minh-Huyền, chuẩn bị cho sự thành lập chính phủ "thành phần Thứ Ba". Nhưng ông cũng đâu có ngờ là đúng vào cái giờ phút thứ 25 đó, Cộng sản Bắc Việt đã hoàn toàn thay đổi chiến lược, tự ra tay đánh chiếm Miền Nam một cách công nhiên, bức tử Mặt trận Giải phóng, và tất nhiên không thèm đếm xỉa gì tới cái bào thai còn trong bụng mẹ, tức cái tạm gọi là "thành phần thứ ba" do nhóm Minh-Huyền đương cố hình thành..

Kết cuộc ông Huyền làm phó Tổng thống chưa được

tới 2 ngày, và trong suốt khoảng thời gian phù du đó, trong khi đàn em chạy đôn chạy đáo tìm người lập chính phủ,* tổ chức lại quân đội để tiếp tục bảo vệ Saigòn (?), chỉnh đốn một số cơ quan chính quyền bị bỏ trống, thì tại Camp David , phó tổng thống Nguyễn Văn Huyền một mình ngồi chờ tới gẫy lưng thiếu tá VC Võ Đông Giang (trưởng ban Liên lạc của Mặt Trận Giải phóng Miền Nam) và một cú phôn đem tin vui không bao giờ tới của một nhân vật cấp cao trong Chính phủ Mặt trận Giải phóng hứa sẽ gọi về từ An Lộc...

Gần trưa ngày 30, bên ngoài bỗng xôn xao dữ dội, một tên lính VC chạy vào cho biết là trong lúc này thiếu tá trưởng phòng(!) của hắn rất bận, không có thì giờ tiếp ông, đồng thời hắn báo tin xe tăng quân đội "giải phóng nhân dân" đã oanh liệt phá cổng sắt tiến vào bên trong khuân viên dinh Độc lập, tên "tổng thống ngụy" Dương Văn Minh đã đầu hàng...

Ông Huyền bỗng cảm thấy trời đất như quay cuồng và tối sầm lại... Người ông ớn lạnh, trán toát mồ hôi, mắt hoa xâm,.. Ông bỗng chóng mặt và cảm thấy vô cùng mệt mỏi... Mặc dầu vậy, ông vẫn cố loạng quạng đứng dậy, chậm chạp lau đôi mắt kiếng, run rẩy xiêu vẹo lết ra ngoài một mình, không một ai xốc đỡ ông như mọi khi, vì mọi người đã bỏ chạy từ lúc nào, kể cả tài xế...

Dẫu sao ông Huyền cũng đã đạt được cái mộng lớn nhất của đời mình.

---

* Chính kẻ viết bài này cũng có cái hân hạnh được mời ở lại tham dự chính phủ của ông Dương Văn Minh.

Tính kỹ ra thì ông làm phó Tổng thống cuối cùng của Miền Nam Tự Do được đúng 41 tiếng đồng hồ... Đó cũng là một kỷ lục.*

Các bậc đàn anh của tôi phần đông cũng rất mưu lược, có nhiều kinh nghiệm. Uy tín và tài năng cũng chẳng phải là kém gì ông Huyền. Rất tiếc là họ chỉ giỏi mưu đồ những gì lợi cho bản thân, và những mánh lới chính trị của họ chỉ nhắm vào việc giành giựt địa vị và quyền lợi, cũng như để bợ đỡ hành pháp, do đó họ đã dùng đủ mọi thủ đoạn và mưu kế, dù hèn hạ nhất, để hòng được lọt vào mắt xanh của hoàng đế và được lòng các vị "công công" có thế lực trong Triều..., xin lỗi,... trong dinh Độc Lập, nhất là vào mấy năm về sau này, có một số không ít tai to mặt lớn đã cam tâm làm môn hạ cho Nguyễn Văn Ngân để mong giữ vững địa vị tại Quốc hội. Ngoài những chuyện bợ đỡ và mưu đồ đó ra, họ chẳng cần biết và để ý gì đến vai trò cũng như phận sự của mình trong tòa nhà Lập pháp. Nói ra thiệt xấu hổ!

Cũng chính vì thế mà những bọn ma đầu như đại gia Nguyễn Văn Ngân, (gốc tích mù mờ, cầu bơ cầu bất, không biết đã chui vào dinh Độc lập bằng cửa ngách nào) đã có thể lợi dụng tình thế và cơ hội, dùng tiền của góa phụ Nguyễn Cao Thăng, ỷ thế tổng thống làm kinh tài, chiêu mộ dân cử gia nô, ra báo và lập đảng chính quyền, gian lận liên tiếp các cuộc bầu cử 1970, 1971 và 1973, làm mưa làm gió một thời tại Quốc hội đệ

---

* Chuyện này được dramatized qua lời một người thân cận với ông Huyền kể lại. Sự thật dù có thế nào cũng xin được kể lại để rộng đường dư luận.

nhị Cộng hòa tới cái độ mà những người đứng đắn không ai dám nghĩ tới chuyện ra ứng cử bất cứ chức vụ gì.

Rốt cuộc, cho mãi tới năm 75 Miền Nam mới sụp đổ, kể ra cũng là một chuyện lạ bốn phương. Ấy thế mà cho tới ngày hôm nay, những con người thất bại đáng thương kia vẫn còn nằm mê và tiếp tục tự phong cho mình nào là đại chính-khách, đại chiến-lược gia, đại bình-luận gia, đại lãnh-tụ, v.v....chê bọn Henri Kissinger, Mc Namara, Alexander Haig, Cabot Lodge và đồng bọn chúng là những đồ bỏ, ngu dốt, nếu không...

Thưa vâng, nếu thì nhiều lắm. Nếu như muốn chửi bọn họ là vô lương tâm, là ích kỷ, là vô đạo, là bội phản hay là gì đi nữa thì cũng coi như là được đi, không sao cả, nhưng nếu muốn chửi họ là ngu dốt, là xuẩn động thì xin quý vị hãy bình tâm xét lại ...

Nói thiệt, quý vị tin hay không tin tùy ý, họ đã vì quyền lợi riêng nên đã ăn gian, chơi bài lận ngay từ đầu. Nào là Đô la xanh, Đô la đỏ, nào là viện trợ đồ thặng dư, nào là viện trợ kỹ thuật, nào là 4 bên, 2 phía, nào là "da beo, da báo"...Toàn là những chuyện ăn cắp, những âm mưu lừa bịp, xảo trá...Họ đã ăn gian, hiếp đáp và qua mặt chúng ta biết bao lần, nhưng không một ai dám ho hoe lên tiếng, nhất là những kẻ đã được hưởng chút cơm thừa, canh cặn...

Đã nhát gan như thế thì thua là phải, còn có thể nói được gì nữa đây? Thiệt khốn nạn! Mà cũng tại mình ngu, nên đã quá tin và ỷ lại vào họ.

Nhưng nghĩ cho cùng, ngoài chuyện đổ lỗi cho "người ngoài", chửi bới và hận thù cộng sản, dường như con người Việt nam lưu vong chúng ta vẫn chưa rút tỉa được gì qua bài học vô cùng đắt giá ngày nào, một bài học mà chúng ta đã phải trả bằng xương máu của hàng triệu sinh mạng con dân của cả 2 miền Nam Bắc. Đúng vậy, chúng ta chỉ có thể tin ở chính chúng ta, tin ở chính nghĩa Dân-tộc. Anh em trong nhà, bằng mọi giá, đáng lẽ phải tự giải quyết lấy với nhau từ lâu rồi mới đúng phép.

Đã không làm được như vậy, chúng ta hết thảy, kể cả hai miền, có mắt mà như mù, đều bị lợi dụng! Kẻ được người thua đều ngu, đều khốn nạn, đều cay đắng nhục nhã và mất mát vô cùng tận, đâu khác gì nhau.

Sau khi đắc-cử vào Thượng-viện, thực tình mà nói tôi cũng có đôi chút hãnh diện, và khi nghĩ tới chuyện ngày xưa Đức Cha và một số người PD hiểu lầm tôi thân Cộng, tôi rất tiếc là Đức cha đã không còn để nhìn thấy tôi, xưa đã có lần bị coi như một con chiên ghẻ lạc đàn, nay đạt được chút thành công trên chính trường Miền Nam mà sự hình thành có một phần công của Đức Cha.

Xét cho cùng thì một vài thành công nhỏ bé và vụn vặt đâu giúp ích gì được cho ai, huống chi nói tới đại cuộc Miền Nam.

Nay nghĩ lại những cái ngu xuẩn và ngông cuồng của mình ngày xưa tôi thấy buồn và xấu hổ vô cùng.

Có lúc tôi lẫn-thẫn tự hỏi, nếu tháng Tư năm 1975 Chúa vẫn còn giữ Đức Cha sống ở trên cái thế-gian đầy đau khổ này, không biết Ngài có bỏ nước ra đi một lần nữa hay không?

Tôi tin chắc ngàn phần ngàn là Ngài sẽ ở lại, cùng sống cùng chết với Non sông, Đất Nước, dân con Chuá và đồng bào ruột thịt, dù Ngài biết chắc là kẻ thù sẽ phanh thây, xé xác Ngài hoặc đầy đọa Ngài như họ đã từng đối xử một cách vô cùng dã man, bất nhân và tàn tệ với cha Hoàng Quỳnh.

Và ngược lại, dù kẻ thắng có mưu thần, chước quỷ để cố gắng dụ dỗ Ngài thế nào đi nữa, chắc chắn Đức Cha sẽ không bao giờ bị lay chuyển, đồng thời sẽ tiếp tục gióng lên Tiếng Kêu trên cõi hồng hoang nay vắng bóng Chân lý này.

Đức Cha Lê, tức Đức Thày Anselme , Bề trên dòng khổ tu Châu Sơn ngày xưa mà tôi rất kính mến, có thể sẵn sàng chết vì dân vì Chúa, nhưng Ngài đâu có thể chịu khuất phục để rồi cam tâm chấp nhận sống thân phận hàng thần.

Hình như mọi sự trên đời này đã được Chúa an bài một cách thiệt thỏa đáng, cho nên sự việc Đức Cha Lê vĩnh viễn ra đi từ tám năm trước những ngày thê thảm tháng Tư Đen là một sự an bài chí lý và tốt đẹp Chúa Quan phòng dành cho con cái Ngài.

Đã nói về Đức Cha Lê, có lẽ nào chúng ta không nhớ tới các kiện tướng của Ngài như cha Đoàn Độc Thư, một lý thuyết gia chống Cộng đanh thép, người mà tại phố Phát Diệm, mỗi buổi chiều trong những ngày đầu của khu An Toàn, thường gióng lên Tiếng Kêu cho Tự do và Chân lý; cha Phạm Quang Hàm, học giả, một con người kín đáo, thâm trầm và khiêm tốn, cố vấn thân cận nhất của Đức Cha; cha Xuyến, nhà ngoại giao rất tế nhị và khéo léo; cha Trần Ngọc Thụ, người bí thư trẻ học rộng tài cao từ Roma mới về nước để phục vụ giáo-phận.

Nhân vật mà tôi có cơ hội được qua lại nhiều nhất là cha Hoàng Quỳnh, vị linh mục già suốt đời sống thiệt đơn sơ trong cảnh nghèo, lấy thú hút thuốc lào làm thú vui hàng ngày độc nhất, là cha tuyên-úy và cố vấn chính trị của chiến khu Rịa, vị tổng chỉ huy tài ba và cương nghị của khu An-toàn Phát diệm và cũng là linh hồn của những phong trào quần chúng đấu tranh chính trị trên các đường phố Saigòn trong mấy năm 1964, 1965, mở đường cho những diễn biến chính trị có tính cách bình thường hóa tình thế Miền Nam sau cái thời kỳ cực kỳ rối loạn hậu Ngô Đình Diệm...

Nhờ có sự bình thường hóa tương đối này, nền Đệ Nhị Cộng hòa đã có cơ hội được hình thành.

Cha Hoàng Quỳnh đã dư biết mình sẽ là một trong mấy tội phạm Công sản thù ghét và chiếu cố kỹ nhất. Nhưng Ngài nhất quyết ở lại sống chết với con chiên và Đất nước mà Ngài vẫn hằng yêu mến, phục vụ và tận tụy hy sinh trong suốt cuộc đời dài trên 70 năm của mình.

Ngài bị Công sản bắt, giam giữ và tra tấn dã man ngay từ mấy ngày đầu... Và sau cùng, Cha Hoàng Quỳnh đã chết một cái chết đau đớn, thê thảm, ô nhục và bi phẫn nhất, gần như trần truồng trong một góc xà lim lạnh lẽo, ẩm ướt, thối tha và tối tăm tại khám Chí-hòa.

Ngài thực sự đã chết vì Dân vì Chúa...

Sau cùng... chúng ta không thể không nhắc tới Cha Nguyễn Gia Đệ.

Ông cha mấy đời trước của cha Đệ cách đây gần một trăm bốn mươi năm đã là những người đi tiền phong khai phá và mở mang vùng Kim sơn, đồng thời họ cũng là những cộng-sự viên đắc-lực và tín cẩn nhất của Cha Lớn Khâm Trần Lục.

Anh em họ Nguyễn gốc Trà Lũ này (bên ngoại của mẹ tôi), lập nghiệp tại Phát Ngoại, rất đoàn kết và thương yêu nhau tới độ khi có con cái, cháu chắt đầy nhà mà vẫn còn ở chung, ăn chung trong một khu nhà. Cha Sáu thấy bất tiện bắt ép mãi các ông bà mới chịu chia của cải và sống biệt lập mỗi gia-đình một dinh cư riêng.

Thời khu An-toàn, cha Đệ là một trong những linh mục trẻ hăng say nhất. Nay thì Cha đã là một cụ già ngoài 80 nhưng hùng khí ngày xưa vẫn còn. Những năm tháng Chúa dành cho Cha có lẽ cũng không còn nhiều lắm, nhưng cha vẫn hăng say và tha thiết với hết thảy những gì liên quan tới Phát Diệm, nên gần đây, ngoài việc đóng góp tài sức và công của vào dự án tái thiết quần thể nhà thờ Lớn Phát Diệm, cha đã cố gắng tìm mọi cách để lại cho con cháu Phát Diệm những di sản tinh thần thiệt quý giá. Đó là cuốn sử Phát Diệm *"Trần Lục"*, và nay, cuốn thứ hai *"Giám mục Lê Hữu Từ."* *

Tôi tuy là hội-trưởng hội Truyền Thống Phát Diệm, nhưng so sánh với một vị trưởng bối như cha, tôi cảm thấy thiệt hổ thẹn vì đã chưa làm được gì đáng kể cho Phát Diệm. Do đó tôi xin được góp chút công mọn bằng bài tạp ghi rất vụn vặt này.*

---

* Bài này đã được đăng trong cuốn "*Giám mục Lê Hữu Từ*" (Canada 2003) với tựa đề "Đức Cha Lê trong cuộc đời tôi." Cha Đệ cũng đã qua đời ít lâu sau đó.

Tôi đã về Phát Diệm

Tôi đã về Phát Diệm

Tôi rời bỏ Phát Diệm từ 1950. Vào năm đó, Đức Giáo Hoàng Pio thứ XII vẫn còn tại vị, tổng-thống Hoa-kỳ là Harry Truman, Đại-Thế-chiến thứ Hai chấm dứt chưa được 5 năm, Nữ-hoàng Elizabeth Đệ Nhị vẫn còn là một cô công-chúa trẻ tên gọi Lilibet vừa mới lấy chồng được 3 năm, cuộc chiến-tranh Việt-Pháp đã kéo dài gần 4 năm, trong khi đó, cộng-sản Bắc Hàn áp-dụng chiến-thuật biển người tràn xuống Nam xâm lăng Nam Hàn: chiến-tranh Cao-ly bắt đầu.

Tại Miền Nam Tự do, ông Nguyễn Văn Tâm làm thủ-tướng chính-phủ trong khi Quốc-trưởng Bảo-đại vẫn cố nằm khàn bên Tây để làm gì không một ai rõ. Tại Bắc Việt, thủ hiến là Nguyễn Hữu Trí. Cũng trong năm này, trường Đại-học Văn-khoa được thành-lập tại Hà nội.

Tôi là một trong những sinh-viên đầu tiên ghi danh vào phân-khoa mới này như Lê Ngọc Huỳnh, Trần Ngọc

Huyến, Lê Xuân Khoa, Mai Văn Loan, Lê Hữu Mục, Doãn Quốc Sĩ , Phạm Việt Tuyền v.v.

Mọi chuyện như mới thấp thoáng ngày hôm qua, thế mà nay đã trên nửa thế kỷ rồi. Vì nhớ nhung nhiều, nên đã có nhiều đêm tôi mơ trở về quê cũ...

Rốt cuộc, cầm lòng chẳng được, nên tháng năm vừa qua, tức là sau 51 năm xa cách, vợ chồng tôi đã đưa cháu trai đầu lòng về nhận mồ mả ông bà tại Phát Diệm.

Vì chẳng con bà con thân thuộc nào, nên việc đầu tiên khi về tới Phát Diệm là vào thẳng Nhà Thờ Lớn thăm Đức Đức Giám mục, tức Đức Cha Nguyễn Văn Yến, người Phát Diệm độc nhất mà tôi may mắn được quen biết gần đây qua thư từ và điện-thoại.

Vì trở về trong một hoàn-cảnh khá đặc-biệt, và nhất là không quen biết một ai nơi mà xưa kia quá nửa là thân thuộc của mình, nên khi gặp Đức Cha chúng tôi mừng mừng, tủi tủi như được gặp lại một người bạn thân cũ hoặc bà con thân thiết đã xa cách lâu ngày.

Riêng Đức cha, mặc dầu vồn vã, nhưng chắc Ngài cũng chỉ coi chúng tôi như những người hành hương thông thường, hay cùng lắm thì cũng như mấy người khách quý từ phương xa tới thăm mà thôi.

Sau khi hàn-huyên với Đức Cha và thăm khuân-viên nhà thờ Lớn nay đã được trùng-tu, chúng tôi xúc-động tới tận đáy lòng.

Cảnh trí nhà thờ và nhà Chung đã thay đổi rất nhiều, trông cũng phong quang, nhưng hơi hoang vắng, nhiều nơi tôi nhận không ra. Hai dãy nhà hai bên con đường lát gạch dẫn vào cổng nhà Chung, nhà Chè và ngôi nhà lớn 2 tầng lợp bổi cụ Sáu xây cất trong vòng chỉ có một tuần lễ để đón toàn-quyền Lanessan đều không còn gì, dù là mấy miếng gạch vụn. Mấy dãy nhà 2 tầng cổ kính phía trong dành cho Đức Cha, các cha, trường Thày giảng v.v. cũng đều hoàn-toàn biến mất, nhường chỗ cho những vườn rau cỏ dại mọc đầy.

Tôi còn nhớ ngày xưa Đức Cha Nguyễn Bá Tòng ở tại căn phòng góc Tây Bắc của tòa nhà này.

Trong thời-kỳ khu An-toàn, hai người khách ngoại-quốc khá nổi tiếng về tham-quan Phát Diệm lúc đó là nhà văn Graham Green và giáo-sư Honey thuộc Đại-học Luân-đôn đã được mời ở trong mấy căn phòng gần đó. Chính nhờ dịp này tôi được quen biết G.s. Honey và thường tới thăm ông để hút ké thuốc lá Ăng-lê Con Mèo (Cravena) rất hiếm hoi lúc đó.

Tôi có dịp gặp lại ông mấy lần tại Hànội và sau đó 18 năm, lần cuối cùng, trong một bữa tiệc Bộ Ngoại giao Anh khoản đãi phái-đoàn Nghị-sĩ Việt Nam Cộng hòa tại Luân đôn.

Tôi nói hơi nhiều về Honey không phải vì ông là một người bạn vong-niên của tôi mà vì ông là một người Anh đặc-biệt rất chịu khó học hỏi và nghiên-cứu về Việt Nam. Ông đã từng diễn thuyết về Văn- phạm Việt Nam tại Đại-học Văn Khoa Hà-nội và sau đó là Truyện Kiều tại Saigòn. Ngoài ra ông còn là một nhân vật chống cộng rất có uy-tín, và cũng như Đại tướng Vanuxem, ông là một trong số mấy người bạn ngoại-quốc rất hiếm hoi trung thành với Miền Nam Tự do, và ra mặt bênh vực chúng ta cho tới tận những ngày tháng cuối cùng.

Sống lưu vong lâu năm nơi xứ người tôi vẫn hằng mơ ước được trở lại thăm trường cũ như ông Carnot trong sách giáo-khoa thư lớp dự-bị ngày xưa. Rất tiếc là trường Lasan Phát Diệm, nơi tôi mài đũng quần suốt thời thơ ấu cũng đã hoàn toàn biến mất, chẳng còn chút vết tích gì.

Hằng trăm gốc nhãn cổ thụ mà ngày xưa chúng tôi biết rõ từng cây, nay không còn lấy một góc. Lác đác đây đó là một số cây mới được trồng lại gần đây. Quang cảnh kể ra vẫn phong quang, nhưng tôi vẫn luyến tiếc bồi hồi khi không sao tìm lại được cảnh cũ người xưa.

Hai cổng tam-quan xây toàn bằng đá phía Đông và phía Tây nhà thờ ngày trước đối với tôi nguy nga và đồ-sộ là như thế, nay gặp lại trông nhỏ hẳn và cũ kỹ, tạo cho tôi một cảm giác ngao ngán, dường như thất vọng và buồn buồn khó tả.

Mấy sập đá ở Phương đình cũng vậy, trông như nhỏ lại, bị nứt vỡ, không còn đen bóng và nhẵn nhụi như ngày xưa. Hồi còn đi học trường Thày dòng, tôi thường cùng các bạn nằm phưỡn bụng hóng gió trên chiếc sập lớn chính giữa Phương đình vào những giờ chơi hoặc những ngày nghỉ học mùa hè..

Lúc này, mấy người ngồi thừa lương ở đó nhớn nhác nhìn chúng tôi một cách tò mò. Đối với họ, chúng tôi quả nhiên chỉ là những khách lạ đến tự phương xa.

Bùi ngùi nhớ lại dĩ vãng, tôi cảm thấy Phát Diệm của hiện tại đối với tôi có vẻ như xa lạ. Thực vậy, người hướng dẫn viên nói thao thao bất tuyệt về cha Trần Lục và lịch-sử xây cất nhà thờ, với rất nhiều chi tiết được lấy ra từ những bài tôi viết trước đây về Phát Diệm, coi chúng tôi như những khách du-lịch lần đầu tới tham quan Phát Diệm. Nói cho cùng thì đó cũng không phải là không đúng, bởi vì vợ tôi, vốn người Hànội, và con trai lớn của tôi sinh ở trong Nam sau 54, về Phát Diệm đây là lần thứ nhất.

Ngày xưa Cha Lớn Khâm Trần Lục cùng dân chúng Phát Diệm phải mất 20 năm mới hoàn thành được quần thể nhà Thờ Lớn Phát Diệm, một công trình kiến trúc toàn bằng gỗ và đá vĩ đại, xây cất hoàn toàn theo lối cổ truyền, có thể nói là độc nhất vô nhị ở Việt Nam vào cuối thế-kỷ 19.

Trong thời kỳ chiến tranh Việt Nam II , nhà thờ bị hư hại rất nhiều, ai nấy đều tưởng không còn có cơ hội và phương tiện để trùng tu.

Nhưng sau cùng, Đức Cha Nguyễn Văn Yến, hiện là Giám mục cai quản giáo phận Phát Diệm, từ năm 2000, nối tiếp Đức cố Giám Mục Bùi Chu Tạo hoàn tất công cuộc trùng tu quần thể nhà thờ trong vòng 4 năm, với kinh phí lên tới gần 800 ngàn Mỹ kim.

Công cuộc xây cất nhà Thờ Lớn cách đây trên 100 năm tất nhiên đã là hết sức vĩ đại đối với Việt Nam thời kỳ đó. Nhưng trong bối cảnh đặc biệt của Đất Nước hiện tại, công cuộc trùng tu ngày nay cũng không kém phần công phu và kỳ vĩ.

Tôi có tò mò hỏi đức Cha là nhờ đâu mà ngài có đủ phương tiện để chu toàn trong một thời gian ngắn một đồ án lớn lao như vậy thì ngài nhũn nhặn trả lời:"Cụ ơi, cũng là nhờ Chúa Quan Phòng và Đức Mẹ Mân Côi đấy thôi, chứ thực sự chính tôi cũng chẳng hiểu tại sao chúng tôi có thể làm được như vậy."

Về vấn-đề tự-do hành-đạo ở Việt Nam, vì muốn tránh chuyện phiền phức có thể xảy ra cho Đức Cha, tôi cố gắng nhịn, không dám nhắc tới, kể cả chuyện cha Lý.

Trước hôm chúng tôi về một ngày, Phát Diệm đã long trọng khai mạc Năm Thánh để đánh dấu Giáo phận đã được thành lập đúng một trăm năm.

Đức Cha cho biết có 8 vị Hồng Y và Giám mục về tham dự với hàng ngàn giáo dân đến từ khắp nơi trong nước.

Về tình hình chung giáo-phận, Đức Cha cho biết là số tân linh mục đã bắt đầu gia tăng một cách rất đáng khích lệ: mỗi năm có thể có thêm 1 hay 2 cha mới. Hiện nay, toàn giáo-phận chỉ có 28 linh mục, nhưng phần lớn già yếu và đã quá tuổi về hưu. Dầu vậy mỗi cha vẫn phải kiêm nhiệm nhiều giáo-xứ.

Đối với việc tông-đồ của một địa-phận lớn như Phát Diệm quả là đồng lúa mênh mông mà thợ gặt thì lại quá ít. Tuy nhiên, căn cứ vào nhịp độ tiến-triển trong công cuộc trùng tu nhà Thờ Lớn, cũng như số khách hằng ngày tới hành hương và thái-độ ung dung của đức Cha, tôi nghĩ rằng việc đạo tại Phát Diệm hiện nay có lẽ cũng không đến nỗi bi quan cho lắm.

Phải chăng đó cũng là nhờ sự tháo vát và tài ngoại giao của Đức Cha, một vị Giám Mục tương đối còn trẻ nhưng tỏ ra rất hăng say trong mọi công việc.

Có thể một phần nào cái ưu-điểm của Đức cha là một sự pha trộn giữa hai đức tính khác nhau của hai bậc nhân kiệt ngày xưa của Phát Diệm: đó là cái đảm lược của Trần Lục và cái nhu hòa của Nguyễn Bá Tòng.

Nếu sự thiệt là như thế thì đó chắc chắn phải là một sự an bài rất tốt đẹp của Bề Trên, chúng ta có thể tạm an tâm và hy vọng là giáo-phận Phát Diệm nay đã có một vị lãnh đạo tinh thần quả cảm và khôn khéo. Thực ra thì trước khi về Phát Diệm và có dịp được gặp Đức Cha Yến tôi đã nghe một số dư luận không mấy tốt và thuận lợi đối với Đức Cha.

Nhưng với những điều tai nghe mắt thấy tại chỗ, tôi quả thấy có thiện cảm và hy vọng ở nơi vị Giám Mục tương đối còn trẻ tuổi này rất nhiều.

Riêng tôi thì tôi vẫn nghĩ rằng, từ xưa tới nay, để thích ứng với mỗi giai-đoạn đặc-biệt của lịch-sử giáo-phận, hình như Chúa đã sắp xếp cho Phát Diệm một vị lãnh đạo cũng đặc-biệt.

Từ Cụ Lớn Khâm Trần Lục tới các Đức Cha Marcou Thành, Nguyễn Bá Tòng, Lê Hữu Từ, Bùi Chu Tạo, ai cũng đã đóng tròn vai trò đặc-biệt của mình một cách rất quả cảm, ngoạn mục và xuất sắc.

Nay thì đến lượt Đức Cha Nguyễn Văn Yến. Chúng ta ai nấy đều cầu mong Đức Cha sẽ đóng trọn vai trò của mình trong cái giai-đoạn hết sức đặc biệt và khó khăn này sao cho đẹp mắt, thuận với ý Bề Trên và lòng người.

Thôi thì chúng ta cũng cứ tin tưởng và hy vọng như vậy. Dẫu sao thì mọi sự trên đời đều do Trời cao an bài, chúng ta không thể không chấp nhận.*

Sau cuộc thăm viếng Nhà Thờ đầy cảm xúc vui buồn lẫn lộn, chúng tôi thấy như được an ủi và đền bù phần nào khi được Đức Cha cho hưởng dụng một bữa ăn trưa thanh đạm thuần túy miền đồng bể, với những món ăn mà kể từ khi vào Nam, rồi sang đến Hoa kỳ, tôi thường chỉ thấy trong những giấc mơ.

Thực ra thì rau muống, rau lang, rau mồng tơi, rau đay, mắm tôm, đậu phụ v.v. đâu có thiếu gì trên đất Mỹ, nhưng nếu đem ra mà so sánh với những thổ sản của Phát Diệm, các sản phẩm tại Mỹ chẳng khác gì những đồ "dởm" hay mạo hóa.

Trong bữa ăn trưa này, có 3 món tôi nghĩ rằng sẽ không bao giờ tôi có thể quên: thứ nhất là món canh rau

---

* Gần đây, tôi được nhiều tin không vui về nguyên giám mục Nguyễn Ngọc Yến. Phải chăng nhận xét trên đây giống như một lời tiên tri. Tôi rất buồn vì đã đặt quá nhiều kỳ vọng ở nơi ông. Nhưng lòng người khó lường. Dẫu sao, công bình mà xét, nguyên giám mục Yến đã góp phần không nhỏ vào công cuộc trùng tu nhà thờ Lớn Phát Diệm cũng như việc xây cất một số nhà thờ mới như Ninh Bình, Tân Mỹ, nhà Truyền–thống PD v.v.

đay tía nấu với cua rốc (không phải là rock crab ở Mỹ, mà là một loại cua đồng vùng Kim sơn), thứ hai là món đậu phụ sống (tức chưa chiên hoặc nấu chín) chấm mắm tôm, thứ ba là món rau lang luộc thiệt non chấm với mắm cáy (một loại cua đồng khác của miền đồng bể).

Hồi còn ở Sàigòn, bỗng dưng có một đêm tôi nằm mơ được ăn rau lang luộc chấm mắm cáy.

Sáng hôm sau, tôi đòi vợ tìm mua mấy thứ đó cho bằng được, nhưng rốt cuộc cũng chỉ mua được một mớ rau lang, tuy còn non, nhưng sau khi luộc ăn giai và lạt lẽo một cách thiệt là vô duyên, chứ không ngai ngái đắng, vừa ngọt giọng lại vừa bùi bùi và crispy như rau lang luộc ngoài Bắc. Riêng món mắm cáy thì tuyệt nhiên vô phương, không tìm đâu ra.

Ngoài ra bữa "tiệc" trưa hôm đó còn có mấy món độc đáo khác nữa mà tôi thiết nghĩ chỉ khi nào về nhà chung Phát Diệm quý vị mới có thể có cơ hội được thưởng thức mà thôi, như cà pháo muối xổi, cá chép "rán" và cá rô kho nhừ, ăn rồi một cái xương giặm cũng không còn.

Đã nói đến cá chép thì ai cũng phải công nhận cá chép Phát Diệm là đệ nhất hạng, vừa ngọt thịt lại vừa béo, vừa thơm, không có xương giặm, lạt lẽo và vô duyên như các loại cá chép trong Nam hay ở Hoa-kỳ, bởi vì cá chép trong vùng đồng bể này sinh sống trong các sông ngòi nước phù sa rất màu mỡ.

Cách đây hơn 30 năm, trong một chuyến đi Nhật, tôi

đã có dịp được thưởng thức một loại cá chép tương tự như cá chép Phát Diệm tại một tiệm ăn Tàu nổi tiếng trong khu vực Tokyo Tower. Ăn thì tất nhiên là rất ngon rồi, nhưng giá tại sao lại có thể đắt đến như thế, chẳng kém gì thịt bò Kobe Wajiu. Nhưng bữa ăn tối hôm đó anh chị Đoàn Thuận đãi. Khổ chủ là đại kinh-doanh gia, chuyện đó đâu có đáng gì, phải không quý vị?

Hồi còn nhỏ tôi hay được theo ông nội tôi đi thăm mấy cha xứ hoặc bạn bè trong vùng Yên Mô.

Thời đó người ta thường đi lại bằng thuyền.

Các bạn thử tưởng tượng một đêm trăng, thuyền lênh đênh trên mặt sông sương phủ trắng xóa, thấp thoáng xa xa có ánh đèn của những chiếc thuyền chài đương thả lưới dưới ánh trăng lạnh mùa thu, đúng như cái cảnh mê ảo trong mấy câu thơ đầy thần khí của Trương Kế:

Nguyệt lạc ô đề sương mãn thiên
Giang phong ngư hỏa đối sầu miên...

Chỉ có khác là không có Cô Tô thành, không có Hàn San tự và cũng không có tiếng chuông đêm trong khung cảnh tịch mịch, thanh vắng và tiêu sái đầy sương khói này.

Rất có thể là vào lúc nửa đêm bạn cảm thấy hơi lạnh và đói bụng, bạn gọi một chiếc thuyền chài tới để mua cá nấu cháo ăn khuya.

Và cũng rất có thể là người thuyền chài vừa bắt được một con cá chép lớn, đương giẫy đành đạch trong chiếc vợt lưới. Thế là chừng một giờ sau bạn sẽ có một

196

nồi cháo cá, tuy đơn sơ, vì gia vị chỉ có chút gạo, chút muối, nhưng tôi cam đoan là suốt đời bạn sẽ không bao giờ có thể quên được cái thú vị rất mực là Đường Thi của bữa nhậu cá chép nấu cháo đêm đó.

Tôi hồi đó quá nhỏ, đâu có biết rượu là gì nhưng thấy các cụ nhậu nhẹt và thơ phú tưng bừng với món cháo cá chép nên cũng thấy ấm áp và vui lây.

Với câu chuyện nồi cháo cá chép trên đây, tôi muốn chứng tỏ cùng quý vị là người Phát "Riệm", chúng tôi xưa tuy nhà quê, nhưng đôi khi cũng biết ăn nhậu một cách rất lý thú và "văn nghệ."

Sau bữa ăn trưa nhớ đời trong nhà Chung, chúng tôi đi "tham quan" phố phường Phát Diệm. Phát Diệm nay đã được chính thức coi là một thị xã, có điện, điện thoại, TiVi nhưng chưa có nước (máy) và nhất là đã thay đổi rất nhiều. Đường xá có lẽ sạch sẽ phong quang, nhưng rất ít cây cối, im lìm và vắng vẻ hơn xưa.

Các tiệm buôn hầu như đều đóng cửa, mặc dầu không phải ngày lễ hay ngày tết. Có lẽ vì các chợ nhỏ bị dẹp và tập trung vào khu chợ lớn Năm Dân, sự buôn bán trong các phố ế ẩm nên các tiệm cũng phải dẹp luôn chăng.

Tôi tìm về khu nhà của ông cha và bố mẹ tôi ngày xưa ở phố Ngoài, nhưng, cũng như trong một giấc mơ nào đó trước đây, tôi đã chẳng còn nhận ra được gì, có chăng là mấy vũng nước nhỏ đầy bèo Nhật bản cao gần bằng đầu, di tích cái ao lớn phía Nam của khu nhà rộng trên 2 mẫu của chúng tôi ngày xưa, nay đã bị chia ra làm 4,5 mảnh cho 4,5 chủ mới xây nhà cửa và làm vườn tược.

Ngoài vũng nước ngập bèo Nhật bản, và mấy cây dừa xơ xác đó đây, cái tổ ấm gần một trăm năm của bốn đời dòng họ Vũ Phát Diệm nay chẳng còn chút vết tích gì, họa chăng còn sót lại là một mớ hình ảnh mơ hồ trong trí óc có lẽ đã quá già nua của một gã tuổi đã gần 80 là tôi ngày nay mà thôi.

Ngày hôm trước, sau gần 50 năm gặp lại Hànội tôi cũng có rất nhiều mối quan hoài, nhưng trên đường về Phát Diệm, qua Phủ Lý, rồi Ninh Bình, nhìn hai bên đường thấy đất nước nay đã đổi thay nhiều, xin thú thực là tôi không thấy có cảm giác gì đặc biệt, ngoài sự tò mò tìm hiểu mà thôi. Nhưng khi nhìn thấy tháp nhà thờ kiểu gô-tích rất quen thuộc của xứ Tôn Đạo, địa đầu khu thị xã Phát Diệm, tôi bỗng cảm thấy xúc động một cách lạ thường.

Tôi nói với người tài xế cho ngừng xe để vào thăm nhà thờ. Đứng trước tiền đình, nhìn ra đồng ruộng, con sông nho nhỏ (phải chăng đây là khúc đầu sông Ân?), và những mái nhà lợp bổi sau lũy tre ở phía xa, tôi cảm thấy một cái gì thiệt thê thiết và ấm lòng...

Nhìn mấy con vịt đương mò ăn cạnh mấy luống khoai ngứa trồng dọc bờ sông tôi cảm động và thấy vui vui như được gặp lại cố tri... Tôi nay kể ra cũng đã già rồi, đâu có còn nước mắt, thế mà mắt ướt cay lúc nào mà không hay...

Bỗng nhiên, không hiểu tại sao tôi nhớ tới một bài hát theo điệu kèn la-vầy (réveil) liên quan đến nhà thờ Tôn Đạo mà hồi còn nhỏ tôi thường nghe trẻ con cùng lứa tuổi hát như sau:

Này ông phó Nguyên,

Này ông phó Nguyên

Trèo lên cây tháp mà chơi

Thấy xe bình bịch gọi là cha Kim

Con nít thời đó gọi xe mô-tô là xe bình-bịch. Theo như tôi được biết, cha Kim là ông cố Tây đứng ra xây nhà thờ, thường cỡi xe bình bịch đi lại giữa Phát Diệm và Tôn Đạo.

Ông phó Nguyên hình như là người đốc công việc xây cất nhà thờ.

Lời lẽ bài hát thiệt dớ dẩn, trẻ con và bất thành văn làm cho tôi bật cười sằng sặc. Vợ tôi ngạc nhiên hỏi: "Ông điên hay sao mà bỗng dưng phá lên cười một mình như vậy?"

Khúc đường từ Tôn Đạo về Phát Diệm chỉ dài vào khoảng 5 miles. Ngày xưa đi bộ hoặc ngay cả đạp xe đạp tôi cũng thấy rất là dài. Phong cảnh hai bên đường nay đã biến đổi quá nhiều.

Trong khi tôi chưa kịp định thần thì người lái xe cho biết là đã về tới đền thờ Doanh Điền sứ Nguyễn Công Trứ, rồi phố Hòa Lạc...phố Kiến Thái...phố Trì Chính, chiếc cầu xi-măng bắc ngang sông Vạc...

199

Thú thực là tôi chưa kịp hỏi anh thêm một câu nào thì đã trông thấy Cầu Ngói...

Như thế đó, ngoài một cú điện thoại báo tin đức Cha Yến tối hôm trước, sau hơn nửa thế kỷ, không kèn, không trống, đầu óc lâng lâng và mơ hồ như trong mơ, tôi đã trở về quê tôi, đất Kim "Thơn", Phát "Riệm."

Cầu Trì-Chính, tức chiếc cầu bắc ngang sông Vạc trông nhỏ xíu và điêu tàn. Bãi chợ cói và bến tàu nay trông cũng rất nhỏ, hoang vắng và quê mùa. Nước sông Trì Chính, vẫn đỏ lờ lờ, cuồn cuộn gợn sóng chảy ra phía Kim Đài để rồi đổ vào cửa Đài, tức cửa sông Đáy, chẳng khác gì những ngày nào... Những cây đa, cây đề, cây bàng cổ thụ trên 200 năm bị triệt hạ không còn một gốc nào. Bưu điện, nhà thương, đồn Trí chính v.v. cũng đều biến mất tự bao giờ, không còn lấy chút vết tích nào, dù là một viên gạch hay một cục sỏi.

Tôi cố gắng tìm lại một vài nét quen thuộc của trên 50 năm về trước, nhưng vô ích, vì hầu như hết thảy đều đã biến đổi khác xưa. Có những căn nhà xây cất trước 54 hiện vẫn còn nhưng nay trông già nua, cũ kỹ và đã biến dạng nhiều. Một số khác trở nên hoang tàn, đổ nát, trông thiệt thảm hại, tệ nhất là khu nhà ông Phan Ký ở góc đầu phố Phát Diệm và khu nhà dòng Đức Bà Truyền Giáo bên Phú Vinh. Dường như nhà bà Hai Või , ngôi biệt thự lớn và đẹp nhất Phát Diệm xưa kia cũng vẫn còn là một đống gạch vụn cỏ dại phủ kín

Ngoài khu nhà Thờ Lớn đã được trùng tu, những dấu

tích đáng kể của Phát Diệm ngày nào nay chỉ còn lại cây cầu Ngói Phát Diệm, mấy ngôi nhà thờ và mấy chùa miếu lân cận.

Ngồi ở một quán nước cạnh bờ sông, nơi ngày xưa có một quán thịt chó, nhìn sang phố Ngoài, tôi không tìm được nét gì quen thuộc ngoài tháp nhà thờ họ Rôsa do ông nội tôi xây cất cách đây gần 100 năm, và cây Cầu Ngói bắc ngang sông Ân Giang.

Nước sông cũng vẫn đỏ với những mảng bèo Nhật Bản trôi lờ đờ đó đây, nhưng sông Ân Giang ngày nay hoàn toàn vắng lặng. Tiếng quác quác lạc lõng của mấy con vạc, con quạ bay ngang qua nay thay thế cho tiếng chợ búa ồn ào ngày xưa.

Trong một khung cảnh hoàn toàn đổi thay, hoang vắng và xa lạ như vậy, ngọn tháp quét vôi màu trắng cũ kỹ họ Rosa nay đã biến thành một màu xám nham nhúa và cây Cầu Ngói vắng tanh không người qua lại trông tàn tạ, bơ vơ và vô lý, không ăn nhập gì với Phát Diệm trong hiện tại..

Có một vài ông bạn nói với tôi là khi về Việt Nam thấy cảnh vật đã khác xưa, người chung quanh chẳng biết mình là ai, nên có cảm giác chẳng những rất buồn mà còn cảm thấy hết sức cô đơn và lạc lõng giống như Từ Thức khi trở về trần gian.

Không biết cái tâm tình Từ Thức thực sự như thế nào, riêng tôi hôm đó, khi đứng giữa phố Trong Phát Diệm vào một buổi chiều hoang vắng, tôi cảm thấy như vừa rời khỏi một chiếc máy thời gian (time machine) để bắt đầu một hành trình đi vào một thế-giới trong quá khứ hay tương lai thiệt xa lạ nào đó.

Đầu óc bỗng trống rỗng và bâng khuâng, tôi như cảm nghiệm thấy một cái gì không đầu không đuôi. Phải chăng đó cũng là cái trạng-thái tâm-thần bất-định và mất thăng bằng của một con người đi lạc vào Twilight zone .

Nói thì là như thế, nhưng thực tế làm gì có Time machine, làm gì có Twilight zone, phải không các bạn?

Nhưng quả thực lúc đó, trong ánh nắng quái xiên khoai nhạt nhòa của một buổi chiều vàng úa, tôi thực sự đã lạc vào một thứ Twilight zone, bơ vơ, mất ý thức phương hướng và thời gian, và cảm thấy trơ trọi một cách lạ lùng...

Sau cùng, cuộc viếng thăm mộ ông bà đã mang đến cho chúng tôi những giây phút cảm động nhất. Đã hơn 50 năm rồi, đây là lần đầu tiên nơi phần mộ hoang phế và vắng vẻ này có con cháu tới để lo việc nhang khói.

Khi đứng trước phần mộ của bà thứ thất, chúng tôi không thể không bùi ngùi khi nghĩ tới sự kiện bà là người gia đình họ Vũ duy nhất còn ở lại sau 54 nên, theo như người làng kể lại, bà đã bị đấu tố và đánh đập.

Sau cùng, vì bị hành hạ và bỏ đói, bà đã chết một cái chết thê thảm trong xó bếp tối tăm và nhơ nhớp, nơi cư ngụ cuối cùng của cuộc đời mà chính quyền xã Phát Diệm thời đó đã dành cho bà. Có thể nói là bà đã gánh cái nợ tiền kiếp của gia đình họ Vũ và bà đã chết một cái chết hết sức thê thảm thế cho chúng tôi.

Lúc bình sinh, dường như bà không được mấy cảm tình của con cháu bên chồng. Nhưng nay thì ai nấy đều thương cảm và nhớ ơn Bà đã hy sinh cho họ dù là Bà ở trong trường hợp bất đắc dĩ và bất khả kháng.

Khi đứng ở đây nhìn về phía nghĩa địa xã Lưu Phương, nằm ở xế bên kia con sông nhỏ, nơi an nghỉ của những người trong dòng họ ngoại tôi, xa xa là đồng ruộng và dãy Tam Điệp lam biếc quen thuộc, tôi không thể không cảm thấy một nỗi buồn man mác ...

Tôi suy nghĩ không biết rồi đây mình có còn dịp nào trở lại chốn linh thiêng này nữa hay không, để một lần nữa thắp nén hương hay đặt một bó hoa trên những ngôi mộ hầu như mồ côi và vô chủ này.

Tôi đã trù tính là sau khi về Hà Nội lo chút việc chúng tôi sẽ cố trở lại Phát Diệm mấy ngày để sửa mộ ông bà và đi thăm đây đó, như Văn Hải, Như Tân, Lai Thành, Điền Hộ v.v, Những nơi đã để lại trong lòng tôi rất nhiều kỷ niệm đẹp và thân thương

Tiếc rằng khi về tới Hà Nội, chúng tôi gặp chuyện trục trặc nên đã không thể trở lại Ninh Bình và Phát Diệm như đã dự tính.

Hồi thơ ấu, tôi sống trong một thế giới thiệt nhỏ bé. Đứng trên Cầu Ngói, nhìn về phía Tây, thấy dẫy núi màu xanh lam ở phía xa, tôi mường tượng như nơi chân trời đó đã là chốn tận cùng của trái đất.

Những chuyến đi xa nhất của tôi thời đó là những lần về thăm quê ngoại ở Văn Hải, hoặc theo ông nội, như đã nói ở trên, ngồi thuyền đi thăm mấy cụ tú và cha xứ già vốn là bạn của ông nội tôi trong vùng Yên Mô.

Hồi đó, chúng tôi thường ngược sông Trì Chính, tạt vào xứ Yên Thổ, rồi sang bên Quảng Nạp, ghé vào Hảo Nho, xuống Chánh Đại (xưa là cửa Thần Phù), rồi sau đó ngược sông Càn, vòng về Phát Diệm qua ngả Phượng Trì và Yên Mô để thăm mấy cụ bạn già của nội tôi..

Đẹp nhất là khúc sông chạy quanh co giữa những núi đá kỳ khu, trông giống như cảnh thần tiên trong một bức tranh chấm phá Tàu,

Thời kháng-chiến, tức là thời khu An-toàn Phát Diệm tôi cũng không đi đâu xa mà chỉ luẩn quẩn ở vùng Kim Sơn, Phát Diệm mà thôi. Mỗi đầu thu, tôi thường đi bộ lên Yên Mô, bởi vì không có một nơi nào có thể có một mùa thu đẹp như mùa thu trên con đường từ Phát Diệm lên Yên Mô qua ngả núi Voi ở xã Phượng Trì.

Tôi cũng đã từng đi coi lá rừng đổi màu vào mùa thu ở vùng Đông Bắc Hoa kỳ. Phong cảnh mùa thu ở những nơi đó thiệt đẹp, ngoạn mục, rực rỡ với muôn màu, muôn sắc. Nhưng ở quê tôi, với những đám mây trắng trôi bồng bềnh, trời như lên cao hơn, thiệt trong và xanh, và trong cái vắng lặng trầm trầm và hiu hắt của mùa thu tôi cảm thấy các xóm làng và đồng ruộng của quê hương tôi êm ả, dịu dàng, xinh đẹp, đáng yêu và duyên dáng một cách lạ thường, cái cảnh sơn khê bàng bạc khói mây mà tôi không thể tìm thấy ở bất cứ một nơi nào khác.

Sau hết, như là định mệnh đã an bài, vào một ngày đầu thu năm 1949, một ngày khác thường đã làm thay đổi hoàn toàn vận mạng dân chúng Phát Diệm, Kim Sơn, từ một địa điểm tại Yên Mô, tôi đã tình cờ được mục kích toàn diện quang cảnh quân đội Pháp nhảy dù xuống Phát Diệm

Thực vậy, từ tối hôm trước, tôi tới Yên Mô thăm một người bạn vong niên hơn tôi gần 30 tuổi.

Sáng sớm hôm sau, trong khi chúng tôi đương sửa soạn uống trà thì bỗng có tiếng máy bay và bên ngoài có nhiều tiếng la lối xôn xao. Có người hớt hải chạy vào báo tin Pháp nhảy dù, nhưng chưa rõ là tại địa điểm nào. Chúng tôi vội ra trước nhà nhìn về phía Nam quan sát. Quả nhiên Pháp đương thực hiện một cuộc hành quân lớn, có thể là cấp tiểu đoàn hoặc trung đoàn gì đó, với hàng trăm lính nhảy dù được thả xuống vùng Phát Diệm, Kim Sơn.

Tôi lúc đó quýnh quá, nên sau khi quan sát chừng 15 phút, vội vàng năm ba câu từ biệt ông bạn, hẹn sẽ gặp lại trong một dịp khác. Nhưng từ đó tới nay, đã trên 50 năm qua, chúng tôi chẳng bao giờ có cơ hội gặp lại hoặc biết tin tức nhau

Sau khi từ biệt ông bạn, tôi nhắm hướng Nam, ba chân bốn cẳng chạy thẳng về phía Phát Diệm, mặc dầu đã biết rõ là rất nguy hiểm vì máy bay Pháp đương tiếp tục thả quân xuống vùng này.

Vừa đi vừa chạy gần được hơn một cây số tôi bắt đầu gặp nhiều đoàn người từ phía dưới ào ào đổ lên. Trong số những người này có một "trự" ăn mặc rất bảnh bao, trên vai vác một chiếc xe đạp đuy-ra bóng loáng còn mới toanh. Tôi nhận ra ngay người đó là anh Bùi Trác, trước ở hàng Gai, anh em thường gọi là Trác Bốp (sau này vào Nam, anh là chủ hãng mền Sakymen và tiệm bách hóa lớn trên đường Tự do). Anh Trác cho biết là Pháp nhảy dù xuống Phát Diệm và khuyên tôi không nên về thẳng Phát Diệm ngay lúc này.

Nghe lời anh Trác khuyên, tôi đổi hướng chạy về phía Thanh Hóa. Vừa chạy vừa nghe ngóng tình hình, lại không quen đường nên mãi tới chiều mới về tới Chính Đại, đi vòng xuống Điền Hộ, theo hướng Nam, chạy dọc đê sông Càn...

Phong cảnh non nước vùng Chính Đại vào một buổi chiều mùa thu thiệt là đẹp và buồn...

Tiếng đại bác ì ầm xa xa từ phía Phát Diệm vọng lại, tiếp đến là những tiếng nổ lớn làm vang động núi rừng đất Nga Sơn. Đây đó có những đám khói lớn bốc lên ở trên các sườn núi...

Thế là cuộc chiến trước sau rồi cũng đã lan tới tận vùng sơn cùng thủy tận hẻo lánh này.

Khoảng 7 giờ tối ngày hôm đó tôi về tới giáp Nhất (tức giáp Lương) làng Văn Hải. Tới đây tôi đã quá mệt, may có người quen giết gà mời ăn tối rồi lấy thuyền chở tôi sang bên Như Tân. Gần nửa đêm ngày hôm đó, sau một ngày vừa đi vừa chạy gần, thân xác mệt mỏi, rã rời, tinh thần căng thẳng tột độ, tôi về tới trại của bố mẹ tôi ở Như Tân.

Theo đường chim bay, Như Tân cách Yên Mô chỉ chừng trên dưới 10 cây số, thế mà tôi tưởng như mình vừa trải qua một con đường dài vô tận.

Kể từ ngày đó cho tới những ngày máu lửa cuối cùng của Phát Diệm (1954), Phát Diệm với Yên Mô tuy là ở sát kề nhưng lại xa nhau như đất với trời...

Nay thì chuyện đó đã qua rồi. Tạ ơn Trời Đất!

Tôi ước mong sẽ có dịp trở lại Việt Nam khi trời vào thu, về Phát Diệm ở lại ít nhất một tuần để có thể thăm thiệt nhiều nơi trong vùng, như Văn Hải, Hóa Lộc, Như Tân, Lai Thành, Điền Hộ v.v. Những cái tên mà mỗi lần nhắc tới, đều gợi lên trong lòng tôi những kỷ niệm tuy xa xôi mịt mù, nhưng vẫn đẹp, êm đềm hoặc chan chứa yêu thương.

Và kỳ này về tôi nhất định cũng sẽ đi bộ từ Phát Diệm lên Yên Mô, qua ngả Lai Thành, tìm thăm vườn cam và nhà bạn cũ ngày xưa, ghé Phượng trì, núi Voi, uống một cốc càfé sữa nhỏ tại một quán dọc đường...

Có thể cảnh sắc chẳng còn như xưa, và cái mùi vị càfé ngày nay cũng đã khác, không còn có cái hương vị tuy mộc mạc nhưng đậm đà, văn nghệ và lãng tử của một thời tuổi trẻ nghệ sĩ đầy kỷ niệm đẹp và sự thân tình.

Riêng tôi, dù đã già rồi, tôi vẫn không tin là không thể không tìm lại được những cảm giác say sưa và xôn xao trong cái hiu hắt của một ngày thu lành lạnh gió heo may, tiêu sơ và bàng bạc những nhớ thương vu vơ, trên con đường Phát Diệm, Yên Mô của những tháng ngày nào đã qua...

Rất xa...rất xa...

Phát Diệm hành

Kính nhớ Phụ thân,
Người đã dạy tôi rất nhiều về Tiền nhân

Đã bao đời tại duyên hải tỉnh Nam
Ông cha tôi những chuyện nghề đánh cá
Vật lộn với biển, trời, lụn tháng năm
Sống lựa nhịp, nước thủy triều lên xuống...

Cố tam đại bỗng nhiên bỏ nghiệp nhà
Vào Đường Trong, ra Đường ngoài, Kẻ Chợ
Cùng các con rong ruổi khắp sông hồ
Đội gió mưa, ngược xuôi trăm bến nước

Khi giặc Pháp mới thôn tính Bắc Hà
Nhà họ Vũ xuôi thuyền về Phát Diệm
Theo cụ Sáu góp sức xây nhà thờ
Ở Phố Ngoài, quên những ngày sóng gió.

Dân tứ xứ tự Nam, Bắc, Đông, Đoài
Bèo nước gặp nhau cơ duyên kỳ ngộ
Mới đây thôi, mà đã trải sáu đời
Rất tự hào cùng quê hương Phát Diệm

Tôi họ Vũ, cha ông gốc Bùi Chu
Bà ngoại tôi, tổ tiên người Trà-lũ
Cố nội tôi, xưa là gái Đồng-chưa
Họ hàng đông, đều Lưu Phương, Phát Diệm

Thích gần nhau khi sống như khi chết
Nên nghĩa địa cũng thân cận liền hàng
Đông giáp sông, Tây núi xanh lớp lớp
Đúng thế đất bạch hổ ngộ thanh long

Đất Kim Sơn trước đó chẳng bao lâu
Là đồng hoang, nước mặn, đầy lau sậy
Thành xóm làng với vườn ruộng phì nhiêu
Nhờ quan Doanh Điền sứ và cụ Sáu.

Dòng Vạc giang từ núi rừng đổ xuống
Qua Cửa Đài sóng rậy, biển mênh mông
Đây chùa Đồng, đơn sơ và thanh tịnh
Kìa miếu thờ Doanh Điền sứ Nguyễn Công.

Xứ Tôn Đạo có nhà thờ gô-tích
Đúng kiểu xưa, đẹp nhất cõi Đông Dương
Chùa Yên bình tựa sông Ân trầm mặc
Mơ trời xanh, hun hút tháp Lưu Phương

210

Nhà thờ Lớn chập chùng cao như núi
Đây Phương Đình với năm tháp uy nghi
Kiểu Việt Nam, mái cong cong duyên dáng
Sứ-điệp Trời, gỗ đá vạn đại ghi.

Vía Bà, Chư Thánh, toàn vùng đi nước
Mùa dâng hoa thơm lừng huệ tháng Năm
Vào Tuần Thánh trời đượm buồn Thương khó
Đêm Giáng Sinh huyền ảo hội Hoa đăng.

Chợ Phát Diệm sầm uất suốt quanh năm
Trên bến dưới thuyền vui như chợ tết
Vào ngày lễ, phiên chợ hay đêm trăng
Trai gái thường hẹn nhau trên Cầu Ngói

Người ta khen gái Phát Diệm, Kim Sơn
Xinh đẹp như Đức Bà trong ảnh vẽ
Dáng mặn mà ăn nói thiệt là ngoan
Trai khắp nước thường về đây hỏi vợ.

Bên Lưu-phương có dòng Mến Thánh Giá
Làng Phú-vinh, dòng Truyền Giáo Đức Bà
Các em gái đi học hai nơi đó
Rất đoan-trang, đạo đức, giữ nếp nhà.

Đại-chủng viện ở đầu làng Thượng Kiệm
Nhà Tu Kín Trì-chính nhìn ra sông
Đây, sóng nước lộn trời, cầu in bóng
Thuyền lan mấy chiếc cõi mây bềnh bồng...

Vốn địa linh, nhân kiệt đâu có thiếu
Khởi đầu là Cụ Sáu, Phát Diệm Nam
Đức cha Tòng, giám-mục Việt tiên khởi
Cố vấn Lê, vốn nổi tiếng trung can.

Đức cha Tạo, ngồi tại tòa lâu nhất
Dắt bầy chiên qua sóng gió bao phen
Cha Hoàng Quỳnh chết vì dân vì Chúa
Thuận ý Trời, cha đâu phụ Nước Non.

Ông phó Bá, cánh tay mặt cha Sáu
Người xứ quê nhưng hiểu rộng nhìn xa
Gởi con em đi học nghề học chữ
Khi trở về giúp phát triển vùng ta.

Mấy đời trước ông cha là nhà nông
Những ông trùm, ông quản hoặc ông trương
Nay con cháu ở khắp trên thế-giới
Nhân tài đông như lá trổ trên rừng

Người Phát Diệm đến nay vẫn chưa quên
Mùa máu lửa hơn năm mươi năm trước
Trong kinh hoàng bỏ xóm làng vô Nam
 Đâu ai ngờ chuyện xưa lại tái diễn...

Tôi vẫn mong sẽ có một ngày nào
Về chốn xưa tìm lại ngày vui cũ
Nhưng già rồi biết sống được bao lâu
Đêm đêm vẫn tìm quê trong huyền mộng

Âm nhạc
và cuộc đời

Âm nhạc
và cuộc đời

Có rất nhiều sự kiện hoặc kỷ-niệm trong cuộc đời chúng ta thường gắn bó với một bản nhạc nào đó mà rồi chúng ta nhiều khi vô tình không ngờ tới là sự gắn bó đó rất sâu đậm, để rồi theo đuổi và ám ảnh chúng ta suốt cuộc đời.

Đó có thể là một bản nhạc cổ điển, cũng có thể là một bản nhạc thời trang hay bất cứ một bản nhạc nào.

Tôi có một người bạn mỗi khi anh nghe bản *Plaisir d'amour,* bài ca nổi tiếng độc nhất của Martini, anh ta dường như muốn khóc, vì bản nhạc này nhắc nhở anh một mối tình xưa mà từ bao năm qua anh đã cố quên mà rồi kết cục, anh vẫn không thể nào quên được.

Người ta lúc mới biết yêu hoặc một khi đã đi vào tình trường thường thích những gì là lãng mạn, nên thơ, đặc-biệt là thích nghe nhạc trữ tình. Loại nhạc này có rất nhiều trong kho tàng âm nhạc cổ điển. Sau đây là mấy bản nhạc, cũng như *Plasir d'amour* (kể lại một mối tình phụ bạc), rất được các tình nhân ngày nay ưa chuộng, tới cái độ say mê. Thí dụ: *Serenata* của Toselli,

Tristesse của Chopin, *Serenade* của Schubert v.v.

Chúng ta cũng có thể kể thêm một vài tác phẩm khác như *La chanson triste* , *The last rose of summer* , *Ô doux printemp d'autrefois* !... đã làm thổn thức biết bao con tim, để rồi trở thành những bản nhạc của kỷ niệm, của yêu thương, hoặc dư vị đắng cay và thân thương của một mối tình dang dở...

Anh Nguyễn Khắc Cung mỗi lần nhớ tới bà mẹ mới qua đời thường đàn bản *Souvenirs*. Mẹ anh lúc sinh thời rất thích nghe anh đàn bản nhạc dạt dào tình cảm này

Riêng tôi, trẻ con và bình dân hơn, mỗi khi nghe lại những bài hát của Tino Rossi như *Marinella* , *Les beaux jours* , *Tant qu'il y aura des étoiles, Guitare d'amour* v.v. mà ngày xưa tôi thường nghe và hát lải nhải suốt ngày không biết chán, tôi bỗng nhớ tới tuổi hoa niên, những năm tháng và đợi chờ thiệt dài, những tập chuyện kiếm hiệp rẻ tiền (giá chỉ có 3 xu), các nhật báo Đông Pháp, Trung Hòa và Trung Bắc Tân Văn, các tuần báo Loa, Phong Hóa, Ngày Nay, Tiểu thuyết Thứ Năm, Tiểu thuyết Thứ Bảy, màu xanh thiệt tươi mát và đầy hứa hẹn của các sách lá mạ của nhà xuất bản Đời nay v.v.

Bản nhạc *Sérénata* làm tôi nhớ tới một ông cậu ruột. Cậu tôi qua đời lúc 29 tuổi, xưa rất mê bản nhạc nên đã viết lời Việt cho bản nhạc rất lãng mạn này.

Mỗi khi nghe Rosemary Clooney, Patti Page, Perry Como, Nat King Cole, Andy Williams v.v. và nhất là khi nghe những bài như *Tenderly, Mona Lisa, Tennessee*

Waltz, Too young , Dany boy v.v. tôi không thể không nhớ tới những tháng ngày thanh bình của những năm cuối thập niên 50, nhớ tới những vườn rau tươi mát, những trái trái dâu mọng đỏ và những cây anh đào rực rỡ nở hoa trên các sườn đồi Đàlạt .

Hồi đó tôi vừa mới lập gia đình và được bổ lên dạy tại Lycée Bảo Long(1954, 58), cuộc đời thiệt vui tươi.

Rồi Sàigòn với những tháng ngày thanh bình đầu tiên sau biết bao biến đổi và thăng trầm vì thế cuộc.

Đất nước, Cuộc đời và Con người qua cái lăng kính tuổi trẻ lạc quan và yêu đời của tôi lúc đó xem ra thiệt giản dị, bình yên và dễ dàng,

Phía bên kia Bến hải, và xa hơn nữa, bên kia bờ Thái Bình Dương người ta âm mưu những gì, bên này bờ con sông chia cắt dường như chẳng mấy ai để ý tới, ngoài mấy nhà "chính chị, chính em".

Bà con miền Nam mình thiệt nhẹ dạ, chẳng khác gì con thỏ, hồn nhiên và vô tư lự..

Ngày lại ngày bà con chúng ta chỉ biết mê nghe các cô Ánh Tuyết, Minh Trang, Thanh Lan, Thái Thanh, Thái Hằng hát nhạc Dương Thiệu Tước, Đoàn Chuẩn, Phạm Duy, Hoài Trung, Hoài Bắc...

Đặc biệt là trong thời kỳ này, ngoài loại tình ca và nhạc Đoàn Chuẩn để nhớ lại Hànội, người ta rất thích nghe và hát những sáng tác nói về quê hương, đại loại như trường ca *"Con đường cái quan"* của hai anh em Hoài Trung và Hoài Bắc và cứ đinh ninh tưởng rằng như thế là đã đủ để chứng tỏ rằng mình đã trọn tình với Quê hương, Đất nước.

Thiệt vậy, ngoài những ca sĩ VN kể trên, ngày nay mỗi khi nghe những Jo Stafford, Perry Como, Nat King Cole, Patti Page, Connie Francis, Dalida... tôi rất nhớ những năm tháng tương đối thanh bình trước đây hơn nửa thế kỷ, những năm 50 vàng son thiệt quý báu.

Lúc đó quý vị đương ở đâu?

Bản *To begin the beguine* nhắc nhở những ngày vợ chồng chúng tôi sắp làm đám cưới. Và những bản như *Tristesse, Sérénade, Ave Maria, Serenata, Yesterday, Stormy weather, Somewhere my love, Exodus, Memory...* đều có liên quan, hoặc ít hoặc nhiều, tới một kỷ niệm nào đó trong cuộc đời tôi.

Đêm 29 tháng Tư, ngồi trong phòng lái chiếc tuần dương HQ 8 nhìn Saigòn bốc cháy đỏ rực trời trong đêm tối, nghĩ tới mẹ, vợ và một số người thân còn kẹt lại, và bỗng nhiên, không hiểu tại sao, tôi nhớ tới phim Dr Djivago và bản nhạc chủ đề *"Somewhere my love."*

Tôi thuộc và yêu thích 2 bản *Ave Maria* là nhờ một đĩa nhựa do Tino Rossi hát Lê Bá Kông mang từ Hồng kông về. Theo như tôi được biết thì hồi đó ở VN có lẽ không ai có đĩa hát này.

Ngày lễ cưới con trai thứ hai của tôi ở nhà thờ trên đường Taft (Orange city, California), bài *Ave Maria* của Schubert đã được một nữ ca sĩ Mỹ giọng soprano trình bày thiệt xuất sắc. Thằng nhỏ trong một lúc cao hứng đã nói với tôi: " Con ước ao khi nào chết cũng sẽ có một một người hát bài Ave Maria thực là hay như vậy trong tang lễ của con". Tôi giận quá mắng con: "Hôm nay là ngày vui mừng của con, tại sao con ăn nói bậy bạ và vơ vẫn như vậy!"

Con tôi bị bạo bệnh qua đời cách đây mấy năm. Tôi rất ân hận là đã không kịp tìm đâu ra một ca sĩ giọng soprano để hát bản Ave Maria tiễn đưa con tôi, nhưng trước khi hạ huyệt cả gia đình chúng tôi đã mếu máo cùng nhau hát, nước mắt dàn dụa, một cách vô cùng thiết tha và chân thành: *Ave Maria, Gracia plena...* Giữa lúc đó, trời rào rào đổ mưa. Có lẽ trời cũng cảm động...

Cho tới ngày hôm nay, tôi đã không thể cầm lòng cũng như không thể không nhớ tới đứa con trai xấu số của mỗi khi nghe bản Ave Maria.

Chắc các bạn còn nhớ giai-đoạn triệt-thoái Ban-Mê Thuột đài Truyền hình Việt Nam đã lấy bản nhạc *Exodus* dùng làm nhạc đệm cho các bài phóng sự về cuộc triệt thoái vô cùng thê thảm này. Sang tới Hoa kỳ, cho tới tận bây giờ, sau bao nhiêu năm, mỗi khi nghe bản Exodus, tôi rất buồn và không thể không nhớ tới những nỗi lo âu và các hình ảnh của cuộc triệt thoái đầy chết chóc và kinh hoàng đó...nói tóm lại, những tháng ngày tuyệt vọng và bi thảm cuối cùng của Miền Nam...

Trong một bữa tiệc họp mặt do hội Truyền thống Phát Diệm tổ chức cách đây ít năm, một ban hợp ca gia đình đã trình bày nhiều bài ca của Phát Diệm ngày xưa.

Tôi không rõ các thính giả dự tiệc thuộc những thế hệ sau này có những suy nghĩ gì, cảm tưởng gì, nhưng đối với riêng tôi thì những bài hát "cổ lỗ" đó đã gợi lên trong trí óc tôi rất nhiều hình ảnh và kỷ niệm buổi thiếu thời, cái thời buổi người dân Phát Diệm sống một cuộc đời thiệt phẳng lặng nhưng êm đềm mà mốc thời gian là những ngày lễ lớn trong năm như Phục Sinh (Easter), Các Thánh (All Saints Day), Giáng Sinh v.v, với những cuộc rước xách thiệt nhộn nhịp và linh đình.

Đặc biệt có 2 bài đã làm tôi hết sức xúc động: Thứ nhất là một bài văn hoa* mà mẹ tôi thường hát mỗi khi ôm tôi trong lòng để ru ngủ. Lúc đó tôi mới chừng 2 hay 3 tuổi. Cho tới nay, tôi vẫn chưa hiểu nổi, mặc dầu hồi đó còn quá nhỏ dại, tại sao tôi lại có thể còn nhớ được đến như thế..

Về phương diện hát để ru con ngủ, mẹ tôi ngày xưa có một cái répertoire khá khủng khiếp mà tôi nghĩ rằng ít bà mẹ Việt Nam nào có thể có được.

Các bạn hãy thử nghĩ coi, ngoài những bài "hát văn" được dạy hát trong những năm tham gia ca đoàn hát văn họ Lưu Phương, mẹ tôi thuộc hầu như đủ loại ca dao, vè cụ Sáu, những bài thơ cổ, những bài ca trù nổi tiếng từ Nguyễn Công trứ tới Dương Khê, hết thảy đều do ngoại

---

* Ngày xưa, vào tháng Năm dương lịch, tại các xứ đạo ở Việt Nam, hàng tuần người ta thường rước kiệu và dâng hoa Đức Mẹ. Những bài thánh ca được hát trong dịp này thường được gọi là những bài "văn hoa".

dạy mẹ tôi từ hồi còn là một cô gái nhỏ 11,12 tuổi.

Đó là chưa kể những tác phẩm lớn như Kim Vân Kiều, Chinh Phụ Ngâm, Tần Cung Oán, chuyện Phạm Công, Cúc Hoa, chuyện Anh Trương Chi "người thời thậm xấu, tiếng thời thậm hay" v.v. Hết thảy mẹ tôi đều nhớ nằm lòng, khi ca cũng như khi ngâm, đều không sai một chữ.

Thú thiệt, tôi không rõ mẹ tôi hát và ngâm có hay lắm không, nhưng đối với đứa nhỏ là tôi lúc đó, nhất định phải là tuyệt diệu . Cho tới khi 5,6 tuổi, tôi thỉnh thoảng vẫn những nhẽo đòi mẹ hát hoặc ngâm cho nghe. Tôi thích nhất là nghe mẹ tôi ngâm *Chinh phụ ngâm* hoặc *Tần cung oán*.

Mặc dầu mẹ tôi đã cố giải thích ý nghĩa, tôi cũng chẳng hiểu được bao nhiêu, tuy nhiên, ngay từ hồi đó tôi rất thích thú khi nghe mẹ tôi ngâm những câu như:

.... *Trống Tràng thành lung lay bóng nguyệt*
      Khói cam tuyền mờ mịt thức mây......
         (Đoàn Thị Điểm, *Chinh phụ ngâm*)
......Hồn tử sĩ gió ù ù thổi
      Mặt chinh phu trăng rõi rõi soi......
         (Đoàn Thị Điểm, *Chinh phụ ngâm*)
hoặc:
      ....Tiếng địch thổi nghe chừng đồng vọng
      Hàng cờ bay trông bóng phất phơ.....
         (Đoàn Thị Điểm, *Chinh phụ ngâm*)
kể cả những câu khó hiểu như:

.... Cầu Thệ thủy ngồi trơ cổ độ

Quán thu phong đứng rũ tà huy........

(Nguyễn Gia Thiều, *Cung oán ngâm khúc*)

Dù chẳng hiểu gì, nhưng giọng ngâm êm dịu và buồn buồn của mẹ tôi cùng với tất cả những hình ảnh mung lung mà những câu thơ gợi lên đã ghi sâu trong tâm khảm và trí óc non nớt của tôi lúc đó.

Bài "cổ lỗ" thứ hai kia là một bài hát Pháp lời Việt rất phổ biến tại Phát Diệm cách đây trên 70 năm. Cho tới nay tôi chỉ còn nhớ câu đầu tiên: *"Vân, Kiều thuở xưa, đôi xuân nữ thắm tươi như hoa..."* Bài hát này theo điệu bài hát lính "Tẩy" (Pháp) có cái tựa đề là *"La Madelon "* rất phổ biến tại Pháp và Âu châu trong thời kỳ Đệ Nhất Thế Chiến.

Không một ai biết rõ bài hát này từ đâu tới và ai đã đặt lời ca Việt. Có điều là ngoài các bài hát đạo lời Việt ra, rất có thể đây là bài hát"đời" ngoại quốc lời Việt đầu tiên, xuất hiện trước những bài ngoại quốc lời Việt của kép Năm Châu và bà Ái Liên ít nhất cũng là cả một thập niên.

Bài hát điệu "lính tẩy" này khá vui và ngộ nghĩnh nhắc lại cho tôi những kỷ niệm về Văn Hải, quê ngoại của tôi, mà ngày nay mỗi khi nhớ tới, tôi dường như cảm thấy bùi ngùi với một nỗi buồn mung lung khó tả...

Ông bà ngoại tôi tuy gốc Lưu Phương, Phát Diệm, nhưng sau về lập nghiệp tại làng Văn Hải.

Sau khi xây nhà mới Văn Hải, bà ngoại tôi qua đời.

Lúc đó bà mới 36 tuổi.

Ma chay xong, gà sống nuôi con, ông ngoại tôi đem bày con dại trở về sống ở nhà cũ bên Lưu Phương, căn nhà mới xây ở Văn Hải bỏ trống, mặc dầu đồ đạc vẫn giữ y nguyên như khi bà ngoại tôi còn sống, kể cả cỗ xe ngựa hòm kính rất lịch sự đối với thời đó mà ông bà ngoại và mẹ tôi trước vẫn dùng làm phương tiện xê dịch giữa Văn Hải và Phát Diệm..

Con ngựa thì một ông cha xứ ở Thanh Hóa (gần Tam Tổng) xin đem về nuôi.*

Vì nhớ mẹ và cuộc sống gia đình hạnh phúc ngày trước, hằng năm vào dịp tết, bố mẹ tôi và các cậu các dì cùng nhau trở về chung sống trong mấy ngày sau Tết tại ngôi nhà cũ ở Văn Hải.

Căn nhà trên thì vẫn được khóa kỹ, ngó qua khe cửa chỉ thấy bóng tối len lỏi giữa những bàn ghế, sập gụ, tủ chè, hoành phi và câu đối đầy bụi bặm và màng nhện.

Mấy anh chị em, mặc dầu nhớ mẹ, nhớ cái dĩ vãng tràn trề hạnh phúc, nhưng dường như sợ căn nhà bỏ trống từ lâu không người ở, nên cùng nhau làm một cái ổ rơm rất lớn ở dưới nhà bếp để cùng ăn, cùng nằm, cùng ngồi đánh bài hoặc chuyện trò suốt mấy ngày sau Tết. Mẹ tôi thỉnh thoảng nhìn tôi và dì út (lúc đó đều còn nhỏ xíu) bỗng dưng ứa nước mắt... Tôi tuy còn nhỏ dại, không

_____

* Ông cha xứ này (cha V.) sau theo Bác, giữ một chức vụ khá quan trọng trong Ủy-ban Đoàn-kết Công-giáo toàn quốc cho tới khi ông qua đời.

hiểu gì, nhưng thấy mẹ khóc tôi cũng cảm thấy buồn buồn nên cũng thường mếu máo như muốn khóc theo.

Trong mấy ngày đó, chúng tôi phải nằm ổ rơm dưới nhà bếp một phần cũng vì căn nhà ngang đã dành cho gia-đình người giữ nhà là anh chị Châu và gia đình ông bà Năm, em trai thứ năm của ngoại tôi.

Sáng nào cũng vậy, trong khi chúng tôi ai nấy còn ngủ li bì (vì đêm qua thức khuya đánh chắn), ông chú Năm đem cây nhị ra kéo ò e, í e, rồi nghêu ngao hát bài *"Vân, Kiều thuở xưa, đôi xuân nữ thắm tươi như hoa..."* theo điệu bài La Madelon một cách rất đắc ý. Nhưng tiếng cây đàn nhị của ông thời... chao ôi! nó hết sức là khó nghe. Dù còn bé tí tị tôi cũng đã bị tiếng nhị ò e í e của ông đánh thức một cách miễn cưỡng. Các cậu, các dì tôi tất nhiên đều bực mình nhưng không ai dám nói gì....

Riêng tôi sau này, cứ mỗi khi nghe ai hát bài *"Vân Kiều thuở xưa..."* hoặc "La Madelon ", tôi không thể không nhớ tới căn nhà gạch không người ở tối om, cái ổ rơm thiệt lớn thơm mùi đồng ruộng, rồi ông Năm với cây đàn nhị, và những ngày Tết đầy kỷ niệm thuở nào ở quê ngoại Văn Hải. Và cũng kể từ khi có trí khôn, mỗi khi nhớ lại chuyện cũ tôi không thể không mủi lòng cảm thương hoàn cảnh đáng buồn của gia đình bên ngoại tôi hồi xa xưa đó.

Trừ dì út xuýt xoát tuổi tôi hiện sống ở Canada và tôi bây giờ (hiện vẫn còn ngồi viết ở đây, tại cái bàn lộn xộn đầy giấy tờ, sách vở và bút mực này) hết thảy những ngườì tôi vừa kể trên đây đều đã rời bỏ cõi đời này để cùng nhau xum họp trở lại ở cái thế giới bên kia với ông bà ngoại tôi. Hy vọng rằng họ đã lấy lại được cái hạnh phúc ngày xưa...

Cách đây mấy năm, nhờ có 2 ông bạn Trần Văn Ân và Nguyễn Trọng Liệu tôi được mời dự buổi ra mắt tác phẩm của một vị cựu thẩm phán, (rất tiếc là tôi không nhớ tên), tại thính đường báo Người Việt.

Tuy là một luật gia, nhưng sách của ông cựu thẩm phán lại đề cập tới một vấn đề hoàn toàn văn nghệ, với cái tựa đề là (nếu tôi không lầm):*"Mười bản nhạc Việt Nam hay nhất."*

Vì chưa có cơ hội được đọc cuốn sách, nên tôi không rõ tác giả đã căn cứ vào đâu để quyết đoán và đánh giá 10 bản nhạc kia.

Nhưng dẫu sao thì ông cựu thẩm phán tác giả dường như cũng là ngườì "sành điệu", lại có kiến-thức về về âm nhạc, chúng ta có thể tạm tin ở sự phê phán của ông. Hơn nữa, về phương diện nghệ thuật mỗi người mỗi ý, tư tưởng, phẩm vị và cảm quan khác nhau, thiệt là khó nói.

Có những tác-phẩm ngườì đương thời chê bai đủ điều, nhưng người đời sau lại hết mực tán thưởng. Ngược lại, có những tác phẩm nổi tiếng như sóng cồn, nhưng chỉ được một thời gian, sau đó bị rơi vào quên lãng hoặc bị người đời sau chê bai nát nước.

Ngay như Opéra của Ý xưa nay vốn được thiên hạ ưa chuộng, tôn sùng là như thế, nhưng sau lại bị Debussy chê bai, mạt sát đủ điều, tàn tệ hết chỗ nói.

Vì sự hiểu biết của tôi về âm nhạc nói chung, âm nhạc mới Việt Nam nói riêng, rất là giới hạn, cho nên xin thú thiệt, tôi không dám bắt chước ông cựu thẩm phán kia lạm bàn và đánh giá các bản nhạc Việt Nam.

Mặc dầu là như vậy, đối với riêng tôi, ít nhất cũng là có 5 bản nhạc Việt đã để lại trong lòng tôi những kỷ niệm sâu xa khó quên, hoặc đã tạo cho tôi những mối cảm nghĩ thiệt phức tạp hoặc mâu thuẫn, tới độ gần như nan giải. Tuy nhiên, phải nói ngay, giá trị về kỹ thuật sáng tác của 5 bản nhạc đó thực sự là như thế nào, thú thiệt tôi chưa bao giờ nghĩ tới.

Trước hết xin nói về bản *"Tiếng đàn âm thầm"*.

Vào khoảng 1937, 38, có một lần thân phụ tôi đi chơi Hànội về hát cho mẹ tôi nghe một bài hát tiếng Việt tựa đề là *"Tiếng đàn âm thầm"* nói là do một người có cái tên là Lê Thương mới đặt ra.* Bố mẹ tôi rất thích thú và khen bản nhạc không tiếc lời. Theo ý kiến bố mẹ tôi thì bài hát chẳng những hay mà còn có tính cách rất Á-đông nữa. Điều quan trọng và đáng chú ý hơn cả là bản nhạc do chính một người Việt tự tay sáng tác.

Cho tới tận ngày hôm nay, thực sự mà nói, tôi chưa có dịp nghe và xét kỹ lại bản nhạc nên không rõ cái giá trị nghệ thuật thực sự của bản nhạc như thế nào.

Theo Phạm Phú Minh thì tựa của bản nhạc này là *"Tiếng đàn xuân"*

Tuy nhiên, một món ăn lạ có thể không hẳn là quý giá hoặc thịnh soạn tuyệt hảo, nhưng nếu hợp với khẩu vị, tất nhiên là sẽ được ưa chuộng và tán thưởng. Về phần tôi, vốn quen nghe và hát những bài hát Tây, nên khi nghe bố tôi hát bài *"Tiếng đàn"* tôi xúc động đến tê tái một cách khó tả, gần như bứt rứt khó chịu.

Thực vậy, mỗi khi nghe nhạc mà bị xúc động mạnh tôi thường có cái cảm giác tê tái như vậy, tê tái đến lạnh sống lưng, sởn da gà, nước mắt trào ra mà không hay.

Âm điệu buồn buồn của bài hát mới làm tôi tưởng nhớ tới những cái gì mơ hồ, mang mang ở đâu đâu.

Phải chăng *"những cái gì mơ hồ và mang mang ở đâu đâu"* kia chính là cái tinh thần dân tộc vẫn hằng tiềm tàng trong tâm hồn của mỗi con người Việt Nam chúng ta?

Sau đó ít lâu, tôi có dịp được nghe thêm một bản nhạc khác cũng của Lê Thương, tựa đề hình như là "Trên sông Kinh Châu." (?) Khi đó có lẽ tôi đã phần nào hơi quen với những gì là Việt Nam, là dân tộc, nên không còn cảm thấy giao đông mạnh như lần đầu, tức là khi tôi mới được nghe bản *"Tiếng đàn âm thầm"*.

Mấy năm sau (1941), vào một buổi tối mùa Đông, mưa dầm dề và lầm lội, tại hội quán Trí Tri phố hàng Quạt (Hànội), nhân dịp một buổi đại hội của hội Truyền bá Quốc ngữ, Đặng Thế Phong, một nhạc sĩ trẻ tuổi mới nổi tiếng nhờ 2 bản nhạc*"Giọt mưa thu"* và *"Đêm thu"*do anh sáng tác trong khoảng thời gian một hay hai năm trước đó, trình bày tác phẩm mới nhất của anh:"*Con thuyền không bến.*"

Bản nhạc đã được toàn thể hội trường tán thưởng một cách thiệt là nồng nhiệt. Riêng tôi, dĩ nhiên là tôi hết sức xúc động. Có lẽ một phần cũng là do tâm lý dây chuyền của quần chúng khi tôi thấy hội trường phản ứng với một sự nhiệt tình khác thường. Theo ý tôi lúc đó, "*Con thuyền không bến*"quả nhiên đã đánh dấu một bước tiến dài của nhạc mới Việt Nam, và điểm này có lẽ đã là nguyên nhân chính của sự xúc động và hào hứng của tôi.

Vốn yêu mến âm nhạc, nên sau buổi họp, tôi cố la cà ở lại để có dịp gặp Đặng Thế Phong.

Có người hỏi đùa họ Đặng: "Con thuyền không bến của anh thực sự là con thuyền nào đây?"

Đặng Thế Phong có vẻ mệt, trán rớm rớm mồ hôi, gương mặt gầy và hơi xanh, tay trái vẫn ôm chiếc đàn guitare, tay phải đưa lên xua xua, chỉ nhũn nhặn cười trừ và sẽ lắc đầu chứ không trả lời câu hỏi.

Anh Nguyễn Hữu Đang lúc đó là Tổng Thơ ký của hội lớn tiếng đoán mò:"Tôi biết! Con thuyền không bến của anh Phong là con thuyền Việt Nam chúng ta hiện nay đấy thôi!"

Trên con đường hàng Quạt vắng tanh, lạnh, sền sệt bùn đen vì mưa dầm từ nhiều ngày qua, hình ảnh con thuyền vô chủ Việt Nam lênh đênh không bờ bến và tiếng hát dường như khê khê và thiệt buồn của Đặng Thế Phong lởn vởn như quyện với nhau trong đầu óc tôi.

Đêm đó, nghe gió bấc ri1t thổi ào ào trên các hàng sấu ngoài đường, tôi trằn trọc thao thức mãi không sao ngủ được, và tiếng hát buồn buồn kia dường như vẫn còn văng vẳng bên tai...

Ngày nay, mỗi khi nghe lại *"Con thuyền không bến"*, tôi không thể không nhớ tới những cảm xúc và hình ảnh mà bản nhạc đã để lại trong lòng tôi...Hình ảnh Đặng Thế Phong gầy gò ôm cây đàn guitare hát giữa đám đông tuổi trẻ trong hội quán hàng Quạt.(Đó cũng là lần chót anh xuất hiện trước quần chúng). Rồi hình ảnh con thuyền Việt Nam của Nguyễn Hữu Đang... Hình ảnh những thằng học trò lằng nhằng chúng tôi đi nghe nhạc tối hôm đó, vẫn còn mặc áo láng hoặc the đen, quần trắng cháo lòng, ngày ngày lê guốc lộc cộc hoặc đạp xe đạp cà tàng đi học các trường Bưởi, Thăng long, Gia long, Pasteur, Đỗ Hữu Vị, Puginier v.v. Hình ảnh các thày Toản, thày Đường, thày Sủng, thày Chính, thày Sáu, thày Chương, thày Khang, thày Nghị, thày Tường v.v. Hình ảnh của Hànội vào những tháng ngày xa xưa cách đây trên 60 năm, với những tên phố Tây gợi lên trong lòng người Hànội cũ biết bao kỷ niệm thân thương: *Rue du cotton, rue de la soie, rue du chanvre, rue des éventails, rue Paul Bert, Cité Immmobilière v.v. Rồi những rạp ciné Palace , Majestic , Philharmonique , Olympia* rất quen thuộc của cả một thế hệ mà ngày nay chẳng còn lại mấy ai ở trên đời này, họa chăng là năm ba ông già lụ khụ sắp về cõi...

Thực vậy, cuộc sống của chúng tôi lúc đó quá bình dị và tầm thường, có thể nói là nghèo nàn. Hơn nữa lại là thời Pháp đô hộ.

Nhưng cuộc sống đó đối với chúng tôi không phải là không có những cái thích thú riêng của nó, mà dù chỉ là một cái hạnh phúc trong sự ngu si, rất khiêm nhượng và tương đối, nhưng cho tới hôm nay, tôi vẫn chưa quên những tháng ngày nghèo nàn và dại khờ khó quên đó.

Tôi cũng lại nhớ tới Nguyễn Hữu Đang, một con người thiệt hiền lành, kín đáo, dễ thương, linh hồn của mặt trận Việt Minh trong thời kỳ bóng tối, sau giữ chức bộ trưởng bộ Văn Hóa trong chính phủ Việt Minh đầu tiên, rất được Hồ Chí Minh tin cậy. Nhưng rốt cuộc anh bị thất sủng để rồi sau cùng vĩnh viễn bị đào thải và đi nằm tù quá nửa đời người vì vụ Giai Phẩm, kết quả đau thương của cái gọi là phong trào "Trăm hoa đua nở."

Khi được phóng thích, anh đã gần 90.

Tóm lại,"*Con thuyền không bến*", cùng với hai bàn nhạc *"Giọt mưa thu"* và *"Đêm thu"* là những bản nhạc Việt Nam được yêu mến của cả một thời tuổi trẻ êm đềm, vui tươi , hầu như vô tư lự, rất xa xưa trong đời tôi.

Bài hát thứ 3, một bản nhạc cũng đã chinh phục tâm hồn tôi một thời, tuy rất ngắn ngủi, một bản nhạc mà có lẽ quý vị không thể nào ngờ tới. Một bản nhạc mà hầu như mọi người Miền Nam Tự do đều ghét cay, ghét đắng, ghét tới thấu thịt, thấu xương.

Tôi nói vậy, chắc quý vị đã đoán ra được phần nào.

Đúng vậy, thưa quý vị, đó chính là bản "Tiến quân ca" của Văn Cao, quốc ca của nước "Việt Nam Dân chủ Cộng hòa" (giai đoạn đầu, 45-46), tức Cộng sản Hànội .

Tôi còn nhớ như in buổi tối hôm đó, buổi tối ngày 18 tháng 8, năm 1945, một buổi tối thực oi ả nóng nực, tôi cùng một số bạn bè giải chiếu ngoài hè để đọc báo và bàn luận về những tin tức nóng bỏng trong ngày liên quan đến tình hình thế giới và đất nước: Hoa kỳ vừa mới thả bom nguyên tử xuống hai thành phố lớn của Nhật, Nagasaki và Osaka cách đó ít hôm, làm cho hàng trăm ngàn người bị tử vong, Nhật Hoàng đã xin đầu hàng; "đồng chí" Nguyễn Ái Quốc từ Trung hoa đã về tới chiến khu Thái Nguyên; dân chúng Hànội chiếm được Bắc-bộ phủ, hạ lá cờ vàng quẻ ly, kéo cờ đỏ sao vàng lên thay thế, Khâm sai Bắc Việt Phan Kế Toại đã đầu hàng cách mạng, và anh em chúng tôi được báo trước là một cuộc nổi dậy cướp chính quyền sẽ được phát động bất cứ giờ phút nào.

Giữa lúc đó, Nguyễn Ngọc Huyễn (trước 75 ông là giám-đốc và phát-ngôn viên của bộ Thông-tin) hớt hải đạp xe đạp từ chiến khu Rịa (chiến khu của anh em Công giáo Cứu quốc Phát Diệm) mang về một bài hát tựa đề là Tiến quân ca, yêu cầu chúng tôi cấp tốc tập để hát vào ngày mai vì nó có thể sẽ là bài quốc ca mới của

Việt Nam. Tôi cấp tốc thử hát trước rồi tập cho anh em hát ngay sau đó.

Bài ca thiệt đơn giản, nét nhạc cũng như lời ca với những lời kêu gọi hy sinh sắt máu rất thường, không có gì đặc biệt, nếu không muốn nói là xáo, nhạt và nhàm chán, nhưng không hiểu sao lúc đó, càng hát chúng tôi càng thấy thấm thía, thấm thía tới nghẹn ngào, tưởng chừng như không thể tiếp tục hát một cách bình thường.

Một phần lớn có lẽ do hoàn cảnh hết sức sôi động lúc đó. Riêng tôi, cũng như mỗi khi quá xúc động tôi không sao cầm được nước mắt, huống chi là trong cái tình huống lịch sử lúc đó, chúng tôi vẫn nghĩ là vô cùng trọng đại, chẳng những đối với riêng đất nước chúng ta và cả thế giới nữa.

Mấy tháng trước chính phủ Trần Trọng Kim sau khi sửa lại qua loa ít lời đã lấy bài *"Tiếng gọi sinh viên"* của Lưu Hữu Phước làm quốc ca. Đây là một sự lựa chọn có thể nói là cẩu thả, dù là lúc đó chúng ta ở trong một tình trạng gấp rút.

Nếu như giữ được bài *"Đăng đàn"* của Nam triều, có lẽ hay và có lý hơn, vì dẫu sao bài đó, dù ít, dù nhiều, cũng đã có một cái quá khứ nào đó.

Vì đã quá quen thuộc với bài hát, quen thuộc tới độ nhàm tai, nên ngay từ buổi đầu chúng tôi đã chẳng có chút thiện cảm gì đối với bài *"Này công dân ơi!"* nếu không muốn nói là không mấy thiện cảm.

Đối với riêng tôi, bài *"Tiến quân ca"* quả thực giống

như một mối tình đầu nhưng sau bị phản bội. Và cũng như chuyện đời, cũng chỉ vì quá yêu nên mối tình bị phản bội kia đã trở thành hận đấy thôi.

Cuộc tình tuy ngắn ngủi, nhưng lại là mối tình đầu, nên vô cùng thâm trọng, do đó hận càng thêm sâu đậm.

Ngược lại, bài *"Tiếng gọi công dân"* giống như một cô hàng xóm vô duyên, quen biết đã lâu ngày, được cha mẹ cưới về, tuy chẳng có mấy cảm tình, nhưng sau bao năm chăn gối, hoạn nạn, vui buồn, sống chết, lúc nào cũng có nhau, dù không có chút tình thì cũng có nghĩa, thế thôi.

Quan niệm của tôi về mấy bài quốc ca Việt Nam kia là như vậy, chẳng biết các bạn nghĩ sao?

Khi nói như thế không có nghĩa là tôi không có một chút kỷ niệm sâu sắc nào với bản quốc ca của Việt Nam Cộng hòa.

Ít nhất thì cũng có hai lần bài "Tiếng gọi công dân" đã làm tôi xúc động...

Lần thứ nhất là vào dịp Tết Mậu Thân.

Sáng sớm ngày mồng 3 Tết năm đó, nghĩa là sau loạt tấn công đầu tiên của Việt Cộng một ngày hai đêm, đứng trước một tình thế vô cùng khẩn trương, Thượng Nghị viện được triệu tập phiên họp bất thường và phiên họp ngày hôm đó đã được đặc biệt khai mạc bằng bài quốc ca "Này công dân ơi!" của Miền Nam.

Toàn thể các anh em nghị sĩ chúng tôi, từ người cao niên nhất là cụ Võ Văn Truyện cho đến những người trẻ

tuổi nhất như Nguyễn Phượng Yêm, Trần Ngọc Nhuận...
đã cùng nhau sát cánh đứng lên hát bài quốc ca của
Miền Nam chúng ta một cách thiệt chân thành và cảm
động.

Trong cái hoàn cảnh khẩn trương lúc đó, thú thiệt,
tôi dường như bắt đầu cảm thấy, sau bao năm tháng bị
đối xử lạnh nhạt, bài ca kia cũng có chứa đựng một cái
gì, tương tự như trường hợp một anh chồng vốn lơ là vợ,
lúc gia-đình gặp cơn hoạn nạn, bỗng để ý tới và cảm
thấy thương người vợ nhiều năm chăn gối đã vì mình
chịu bao phen vất vả, tới độ sắc tàn hương lạt...

Lần thứ hai, bi phẫn, nhục nhã và thương cảm nhất,
ở ngay trên boong chiếc tuần dương HQ8 của hải quân
VN, nhưng không phải là đi theo một cuộc hành quân,
mà là trên đường bỏ nước, trốn chạy và nếu tôi không
nhớ lầm, thì hôm đó là ngày mồng 5 tháng 5, 1975.

Sáng sớm ngày hôm đó, bình minh trên đại dương
thiệt đẹp và rực rỡ, biển lặng như mặt hồ, và đoàn tầu di
tản bắt đầu tiếp nối nhau tiến vào hải-phận Phi-luật-tân.

Trước khi tiến vào vịnh Subic, Tư lệnh Hạm đội 7
Hoa Kỳ yêu cầu hết thảy các chiến hạm Việt Nam phải
hạ cờ vàng ba sọc đỏ của Việt Nam xuống, kéo cờ Sao
Hoa kỳ lên, đồng thời triệt để giải giới bằng cách vứt
hết các loại khí giới và súng đạn xuống biển trước 12
giờ trưa ngày hôm đó.

Đúng ngọ, tuân theo lệnh của hải quân Mỹ, chiếc
tàu vô chủ làm lễ hạ cờ lần chót. Mọi người trên tàu đã

cùng nhau vừa khóc vừa hát bài quốc ca của Miền Nam Tự do. Tiếng hát trong nước mắt, tiếng hát của những kẻ vừa mất nước! làm sao mà quên được! Chúng tôi ai nấy đều đinh ninh rằng đây là lần cuối cùng trong cuộc đời chúng tôi cùng nhau sát cánh hát bài *"Tiếng gọi công dân"* để vĩnh viễn giã từ lá quốc kỳ thân yêu, nên càng cảm thấy buồn tủi, nhục nhã và chua xót.

Vào lúc đó không một ai trên con tàu tủi nhục có thể ngờ rằng cho tới ngày hôm nay chúng ta vẫn tiếp tục được hát thả dàn bài quốc ca của miền Nam và lá cờ vàng ba sọc đỏ vẫn tiếp tục phấp phới bay khắp nơi, đặc biệt là tại các cuộc sinh hoạt cộng đồng, cũng như tại các nơi công cộng trong các khu vực sinh sống của người Việt chúng ta trên thế-giới.

Riêng đối với tôi, âm vang của bài *"Tiếng gọi công dân"* ngày nay, chẳng những nhắc nhở những ngày vui và hạnh phúc đã qua của cả một dân tộc tại Đất Hứa Miền Nam ngày xưa, mà còn nhắc nhở tôi những tủi nhục thấu trời, những giây phút thất vọng đắng cay, những bộ mặt mếu máo và những tiếng ca nghẹn ngào trong nước mắt của một bầy người khốn khổ bỗng dưng trở thành những con người lưu vong, có thể nói là "vô gia cư, vô địa táng" và nhất là, *vô tổ quốc* (apatride), nghĩa là hoàn toàn mất rễ, không còn một chút gì để bấu níu trên con tàu định mệnh HQ8 ngày hôm đó.

Những tiếng ca uất hận như xé tim và hình ảnh những bộ mặt hốt hoảng méo mó, héo hon vì thất vọng kia, chắc chắn sẽ mãi mãi ám ảnh suốt cuộc đời tôi.

Bản nhạc thứ tư nhớ đời của tôi cũng lại là một sáng tác của Văn Cao. Cái đó không phải riêng tôi mà có thể nói rằng bất cứ ai sống trong cái thời kỳ đặc biệt đó cũng đều yêu thích nó.

Đó là bản "Thiên thai".

Về phương diện kỹ thuật sáng tác, Thiên thai không hẳn là không có những nhược điểm. Nếu đem so sánh với một số bản nhạc Việt ra đời trước hoặc sau đó, sự hơn kém cũng thật là khó nói.

Cái lợi điểm của Thiên thai là đã ra đời trong một hoàn cảnh đặc biệt, cái hoàn cảnh của một nước Việt Nam vô cùng bất ổn, hằng ngày anh em trong nhà chém giết và thủ tiêu lẫn nhau, quân đội Viễn chinh Pháp đã được cụ Hồ rước vào nhà, dân chúng đều có cái cảm tưởng như đương ngồi trên một lò thuốc súng, ai nấy đều lo lắng không biết thời cuộc sẽ đi về đâu (cuối 1945 tới giữa 1946), và người ta đã bắt đầu chán ngấy những bài ca cách mạng như *Chiến sĩ anh hùng* của Văn Cao, *Du kích quân*, *Chiều chiến khu* của Đỗ Nhuận v.v. tới độ trẻ con đặt những lời ca hài hước hoặc tục tĩu vào bài *Tiến quân ca* để chế diễu chẳng những quân đội Tàu lúc đó sang Việt Nam tước khí giới quân đội Nhật mà còn bới móc cả bộ đội Việt Minh nữa, chẳng hạn như bài "*Đoàn quân Tầu Ô kia! sao mà đói thế?*"...hoặc tệ hại hơn nữa: "*Đoàn quân què lê ơi! Sao vàng rách rưới*" v.v và v.v.

Đúng vậy, sau khi đã quá nhàm tai với những bài

hùng ca đầy lời lẽ sắt máu, lần đầu nghe *Thiên thai* tôi có một khoái cảm đặc biệt và cũng từ đó rất yêu bản nhạc, và lẽ tất nhiên nó đã trở thành một trong những cái mốc thời gian quan trọng trong cuộc đời thăng trầm, với đầy rẫy những chông gai và chuyển biến của mỗi con người Việt Nam trong chúng ta...

Ngày nay, mỗi lần có dịp nghe lại bản Thiên thai tôi không thể không bồi hồi nhớ lại những tháng ngày nào trên 50 năm về trước, nhớ mối tình đầu, nhớ Quán Nghệ sĩ thanh lịch trông ra bờ hồ, nhớ tiếng đàn vĩ cầm rất ấm áp của Nguyễn Khác Cung mỗi buổi tối ngày nào tại một quán Café nhỏ cuối hàng Bông...Rồi sạp phở góc phố Lamblot, quán kem Zéphyr v.v. Có lẽ đó là những tháng ngày tương đối an vui với đôi chút hạnh phúc còn sót lại của cả một dân tộc trước khi lao đầu vào một cuộc chiến tranh, buổi đầu là chống ngoại xâm sau biến dạng thành một cuộc huynh đệ tương tàn dài, tai hại và khủng khiếp nhất trong lịch sử Việt Nam chúng ta.

Hơn 2 năm sau, mặc dầu chiến tranh đã làm tan biến cái giấc mộng "Thiên thai" của các Lưu Nguyễn thời nay, nhưng cái dư vị của nó vẫn còn để rồi biến thành một thực tại với đôi chút hạnh phúc khiêm nhượng và nhỏ bé: "*Anh đến thăm em một chiều mưa*" (Tô Vũ).

Không sai, trong chiến tranh, giữa những mất mát vô cùng to lớn, giữa những đau khổ, chia ly, đổ vỡ và điêu tàn, nếu như còn cố giữ được chút hy vọng nào, còn có được một chút tình, một hành động vị tha, một cử chỉ yêu thương, hay bất cứ một nét lãng mạn nào trong đời sống hằng ngày vô cùng gian nan và đau khổ kia cũng đã là hạnh phúc và quý báu lắm rồi.

Sau cùng tôi muốn nói tới một bản nhạc gần đây. Nói là gần nhưng thực ra cũng đã trên 30 năm rồi và hồi đó nữ ca sĩ Khánh Ly mới trên dưới 20 tuổi đời mà thôi.

Thời gian đi mau thiệt! Tôi nhắc tới Khánh Ly là vì bản nhạc là một trong những sáng tác đầu tiên của Trịnh Công Sơn do Khánh Ly "lăng sê".

Người ta nói như vậy thì tôi cũng biết vậy vì từ khi di cư vô Nam, như đã trình bày ở trên, tôi thường quá bận bịu, hết đi dạy học lại đến viết sách, nghỉ viết là phải đi tới nhà in sửa morasse v.v. hoặc thỉnh thoảng đưa vợ con đi mua sắm, ăn tiệm v.v. nên không có nhiều thì giờ để theo dõi các hoạt động văn nghệ.

Năm đó chiến tranh Việt Nam đã bắt đầu chuyển sang giai-đoạn gay go, khốc liệt và đẫm máu nhất. Một buổi tối tôi đi thăm bố mẹ tôi ở khu chợ nhỏ Phú nhuận. Lúc sắp ra về, vốn biết tôi trước kia cũng thường để ý tới âm nhạc, một chú em mời tôi nán lại nghe một bản nhạc rất đặc biệt chú em mới vừa thâu băng. Tôi nể lời ngồi lại chờ nghe, không lấy gì làm hào hứng cho lắm.

Thú thiệt là từ khi nghỉ viết nhạc, tôi rất mê nhạc cổ điển nên ít chú ý tới hoặc nghe nhạc mới Việt Nam.

Tiếng cô nữ ca sĩ rất trẻ, hơi mạnh, trong như thủy tinh, nhưng sắc và lạnh, cho nên, vừa mới cất lên được mấy câu đầu, cô đã làm tôi phải chú ý tới ngay.

Nét nhạc cũng đơn sơ thôi, nhẹ nhàng, thoải mái nhưng thiệt buồn, và lời ca sống sượng đến ngỡ ngàng, khả dĩ gợi lên được những hình ảnh hiện thực thiệt bi thảm, cho nên, bản nhạc quả có sức làm xúc động lòng người, nhất là khi được trình bày bởi một giọng ca truyền cảm rất thích hợp, có sức quyến rũ, lôi cuốn và ám ảnh một cách lạ lùng và khó tả.

Tôi hỏi chú em thì được biết bài hát là của một sinh viên lãng tử tên Trịnh Công Sơn, người hát là Khánh Ly, một cô ca sĩ rất trẻ mới vừa ra lò ở Đàlạt, hiện rất được giới sinh viên ưa chuộng..

Trước đó tôi chưa hề bao giờ được nghe ai nói tới Trịnh Công Sơn và Khánh Ly, nhưng ngay từ mấy câu đầu, bản nhạc ngày hôm đó đã làm cho tôi phần nào xúc động, đồng thời mang đến cho tôi nhiều mối cảm nghĩ về chiến tranh, về dân tộc, về định mệnh con người.

Kể ra một bài hát ngắn mà có thể gợi lên nhiều ý nghĩ và tâm tình như vậy quả là khác thường.

Chắc các bạn muốn biết tên bài hát? Thú thiệt tôi không biết tên bài hát này. Sau khi nghe bản nhạc, một phần bị xúc động, phần khác vì bận suy nghĩ lan man, tôi ra về mà không để ý đến chuyện hỏi tựa đề của bản nhạc lạ lùng kia.

Mặc dầu đã gần 11 giờ đêm, trên con đường Phú-nhuận chật hẹp, nồng nực và bụi mù vì xe nhà binh Mỹ ầm ầm đi lại quá đông, kẹt cứng, đến nỗi có một vài lính

Mỹ nổi nóng ném bậy những lon la-de và coca xuống đường và xe tư nhân chạy gần đó, bài hát gọi là phản chiến kia tiếp tục ám ảnh tôi một cách day dứt...

Nhưng cũng từ đó, tôi không bao giờ muốn hỏi hoặc nghe lại bản nhạc mặc dầu trong thâm tâm có lẽ tôi cũng rất thích thú nó. Chẳng những thế, tôi cũng không muốn nghe thêm bất cứ một bản nhạc nào khác của Trịnh Công Sơn dù chỉ với mục đích là giải trí. Phải chăng tôi sợ đối đầu với một sự thiệt, một sự thiệt xem ra rất khó nuốt trôi đối với một con người quốc-gia chống cộng như cá nhân tôi lúc đó.

Gần đây, sau khi cố gắng điều tra và nhớ lại, tôi được biết là bài ca hình như có cái tựa đề là "*Ru con*" hay "*Tiếng hát da vàng*" gì đó. Tựa đề rất bình thường, các nét nhạc cũng đơn sơ thôi, đơn sơ và thản nhiên như những bài dân ca, nhưng với cái cung cách có vẻ như thản nhiên đó, người ta thấy bài ca như ngầm chứa đựng một cái gì thiệt trầm trọng và bi thương. Cũng có thể là một ngòi nổ chậm ngầm gài bên trong cái vỏ sống sượng, mộc mạc nhưng lại chứa đầy tính chất lãng mạn.

Mấy năm sau, tôi cùng một số bạn bè như Nguyễn Gia Hiến, Phan Huy Quát, Đặng Văn Sung, Chương Văn Vĩnh, Nguyễn Hữu Tiến, Đoàn Văn Cừu, Phan Nguyệt Minh, Đoàn Đức Nhân, Phạm Việt Tuyền, Đỗ Trọng Nguyên v.v. đứng ra thành lập "*Tổ-chức Dân-Vận Quốc-Ngoại*" (The VN People-to-People Organization) với mục đích vận động dư luận quần chúng trên thế-giới ủng-hộ chính-nghĩa Miền

Nam tự do. Tới ủng hộ chúng tôi có thể nói hầu hết là các nhân vật nổi tiếng ở thủ-đô Saigon lúc đó như Ngoại trưởng Trần Chánh Thành, NS Trần Văn Lắm, BS Bùi Kiện Tín, tướng Lâm Văn Phát, Ô. Trần Quốc Bửu, Ô. Phan Kim Ngọc, Đại sứ Nguyễn Quý Anh, Ô. Ngô Khắc Tỉnh, BS Nguyễn Duy Tài, NS Phạm Nam Trường, DS Nguyễn Cao Thăng v.v.

Đứng trước sự kiện Cộng sản quốc tế mỗi năm đổ ra 2 tỷ Mỹ kim (tương đương với khoảng 20 tỷ đô-la hiện nay) để cùng nhau tuyên truyền cho Bắc Việt và Mặt Trận Giải phóng Miền Nam, yểm trợ các phong trào phản chiến và đào ngũ tại Hoa kỳ cũng như trên khắp thế giới, chính quyền Hoa kỳ và Thế giới tự do hầu như đều ngậm miệng buông xuôi.

Chính phủ Miền Nam thì hoàn toàn bất lực, không hề có một phản ứng tích cực nào, do đó, việc làm của chúng tôi kể ra như muối bỏ bể, hoặc đúng hơn, giống như một chuyện khôi hài vô duyên, và thường là đầu đề chế diễu rất thời trang của các nhân vật chính trị, dinh Độc lập và Quốc hội. Đặc biệt là dinh Độc lập (trong số đó có cả ông tổng thống Thiệu nữa).

Vì quá nóng lòng, chúng tôi nghĩ, dù là muối bỏ bể, thà làm hơn không làm. Do đó, sau bao khó khăn cản trở và ty hiềm, với sự ủng hộ về tinh thần và tài chánh (rất hạn hẹp) của một số thân hữu như các anh Trần Chánh Thành, lúc đó đương giữ chức ngoại-trưởng, Trần Quốc Bửu, Chương Văn Vĩnh v.v. chúng tôi quyết định tổ chức một phái đoàn văn-nghệ gồm một số thanh-niên và sinh-viên (ban Tình thương) đi Âu châu để tranh thủ dư luận và dành thiện cảm quốc tế cho cuộc tranh đấu vì chính nghĩa của Miền Nam Tự do.

Nhờ có nhiều phương tiện do phe Cộng sản Quốc tế cung ứng nên các phe tả ở các nước đã thành công lớn từ nhiều năm trước trong việc vận động báo chí, tả cũng như hữu, một mặt viết những bài đề cao Bắc Việt và Mặt trận Giải phóng Miền Nam, mặt khác yểm trợ và khích động các phong trào phản chiến và đào ngũ, đồng thời tôn vinh các nghệ sĩ và tài tử phản chiến như Bob Dylan, Jane Fonda, Carole King, Cher v.v.

Trịnh Công Sơn vả Khánh Ly cũng được họ tự động kéo về phía "phe ta".

Trong một bài bình luận của nhật báo *Le monde* (tháng 9, 1968. Xin chú ý: đây không phải là báo của phe tả mà là tờ nhật báo bảo thủ có uy tín nhất tại Paris), tác giả bài báo (tôi quên tên thằng cha này) ca ngợi Trịnh Công Sơn, gọi anh là Bob Dylan của Việt Nam.

Khi đề cập tới sự tán thưởng nồng nhiệt của giới trẻ và sinh viên Việt Nam đối với những cuộc trình diễn của Khánh Ly, bài báo cho đó là sự biểu dương công khai và rõ ràng nhất tinh thần chống đối sâu rộng của giới trẻ *phản chiến* Việt Nam (!?).

Cũng chính vì những chuyện như trên, ngay từ buổi đầu tôi quyết định đưa Trịnh Công Sơn cùng với Khánh Ly theo phái đoàn với mục đích dĩ độc trị độc.

Chúng tôi sẽ nói cho cả thế-giới biết: Thì đó các ông coi, Trịnh Cộng Sơn và Khánh Ly thuộc phe chúng tôi chứ đâu có theo phe Cộng sản hay phản chiến gì gì đó như báo chí phe tả các ông vẫn thường tuyên truyền bậy bạ và láo khoét.

Phản chiến thì đâu cũng có, chính chúng tôi là những nạn nhân trực tiếp của cuộc chiến vô cùng tàn khốc do chính Bắc Việt công sản đã gây ra, nên không một ai, không một dân tộc nào có thể hiểu và ghét chiến tranh hơn dân tộc chúng tôi. Và chính những tác phẩm của Trịnh Công Sơn đã phản ảnh cái khía cạnh tâm lý bi thảm đó. Sự thực là chúng tôi bất đắc dĩ phải chấp nhận chiến tranh với cái mục đích chiến đấu để bảo vệ Tự do và sự sống còn của Đất Nước chúng tôi đấy mà thôi

Rất tiếc là dinh Độc lập mắc bịnh cận thị quá nặng, nên tên của Trịnh Công Sơn bị gạt bỏ khỏi danh sách phái đoàn Dân vận Quốc ngoại mà chỉ có Khánh ly được chấp thuận tham dự.

Lúc đó Hòa đàm Paris đương tiếp diễn, nên trọng tâm chuyến đi là Pháp, đặc biệt là Paris, nơi tập trung khối Việt kiều lớn nhất ở Âu châu. Khối Việt kiều này (đông chừng 100 ngàn người) đã bị Công sản làm ung thối ngay từ mấy năm 1945, 46).

Tuy chỉ là một phái đoàn văn nghệ bỏ túi, nhưng khi tới Paris trình diễn, chúng tôi không ngờ là sự hiện diện cũng như những hoạt động rất khiêm nhượng của chúng tôi đã có thể tạo nên được một sự phấn khởi và hào hứng đáng kể cho tòa Đại sứ cũng như phái đoàn Việt Nam Cộng hòa tại bàn hội nghị Paris. Và buổi trình diễn đầu tiên được tòa Đại sứ bảo trợ và tổ chức tại ngay tư dinh cố vấn và giám sát Phái đoàn (tức phó tổng thống Kỳ) đã được dành cho các phái đoàn ngoại giao thân với Việt Nam tại Paris .

Buổi trình diễn có thể nói là khá thành công. Cái cảm giác cô đơn và bị coi rẻ của phái đoàn Việt Nam tại thủ đô Paris dường như được giảm bớt đi rất nhiều.

Tiếp sau đó là các khối Việt kiều, các trường đại học, đại học xá đường Monge, đại học xá ở Anthony, giáo xứ VN trên đường Boissière v.v.

Sau khi qua một số thành phố lớn của Pháp như Bordeaux , Nice , Nancy v.v. phái đoàn đi một vòng qua Anh, Đức, Thụy sĩ và Bỉ.

Vì tài chánh quá eo hẹp, mặc dầu khi tới Paris được Đại sứ Nguyễn Đăng Lâm hồ hải châm thêm 5000 USD, nên sau hơn nửa tháng hoạt động, phái đoàn ban Tình thương không thể đi nhiều hơn nữa, dù chúng tôi biết chắc chắn là đi tới đâu phái đoàn cũng sẽ gây được rất nhiều thiện cảm từ mọi phía, dân địa phương cũng như kiều bào.

Hình như phe bên kia rất bực bội với các hoạt động của phái-đoàn nhưng vì đây là đất tự do nên họ không dám có những phản ứng chống đối lộ liễu ngoài chuyện mấy nhóm sinh viên phản chiến lẻ tẻ dán giấy, phát truyền đơn phản tuyên truyền, tẩy chay hoặc hăm dọa vu vơ, nhằm làm nản lòng anh chị em và bà con Việt kiều.

Trong khi đó, phái đoàn đi tới đâu cũng đều được mọi thành phần ủng hộ, kể cả những nhóm Việt Kiều thân cộng. Tại Pháp, chính tôi cũng đã có dịp theo phái đoàn một vài lần. Nhân những dịp đó, tôi đã có cơ hội tranh luận trong tình đồng bào với rất nhiều bà con xưa nay vốn vẫn có cảm tình với Việt Công, chẳng hạn như một số sinh viên tại Paris, Bordeaux, mấy thày và cha dòng Chúa Cứu thế tại giáo xứ đường Boissières v.v.

Tóm lại, chúng tôi không thể ngờ là phái đoàn đã có thể thành công đến như thế.

Tôi đã trù tính là sau khi có thêm yểm trợ về tài chánh sẽ tổ chức một phái đoàn thứ hai hùng hậu hơn, tất nhiên lần đó sẽ phải có Trịnh Công Sơn nữa.

Khổ một nỗi là người tính không bằng trời tính, nhất là khi làm một việc chùa có dính dáng tới chuyện chính chị chính em đầy cạm bẫy và rối rắm của nước An-nam khốn khổ của chúng ta, cũng như khi công cuộc đó còn được coi như là một cuộc ban phát đặc ân, nên kẻ đứng mũi chịu sào thường phải hứng chịu rất nhiều mũi giùi gièm pha, trách móc và thù hận của những kẻ bất mãn hoặc ghen tị vì họ không được chia sẻ xơ múi hoặc lợi lộc gì. Đó là chưa kể những vụ nội phản rất đáng buồn.

Thấy chúng tôi thu hoạch được chút ít thành quả, khác hẳn với những dự đoán và mong muốn của các phe nhóm chống đối, nên sau khi dựa vào một vài "tin mật" insider nào đó, các mũi giùi ganh ghét và ty hiềm từ một số cơ quan chính quyền, tổ chức"bạn"cho tới một số quý đồng viện tại Thượng viện chống đối chuyện tôi tổ chức phái đoàn, được cô K.M.D., người ký giả duy nhất tướng Trung yêu cầu tôi cho theo phái đoàn, châm ngòi nổ và tiếp tay, hè nhau chĩa vào cá nhân tôi tưng bừng đả phá.

Cuộc tấn công bôi nhọ đã trở thành như một đam mê, có thể nói là dài và tàn tệ nhất trong thời Đệ nhị Cộng hòa, tới một mức độ mà mẹ tôi vốn rất mực tin tôi, và một vài người bạn thân nhất cũng phải nao núng và bắt đầu có đôi chút ngờ ngợ về sự trong sạch của tôi. Cho đến tận bây giờ, tôi cũng vẫn chưa hiểu nổi lý do tại sao tôi lại có thể bị bà con thù ghét để rồi đả phá một cách dữ dằn và say mê đến như thế. Dù là như vậy, tôi vẫn không để bụng thù ghét họ, và trái lại, coi như không có gì xảy ra, hoặc đúng hơn, một tai nạn nghề nghiệp không thể nào tránh được, do đó tôi cũng đã không buồn phân bua và tranh cãi với bất cứ ai.

Hơn nữa, tôi không muốn bới thêm chuyện là vì dẫu sao câu chuyện đã vì những chuyện bôi nhọ không đâu, nhiều khi rất vô lý, mà đã biến thành một hũ mắm thối hết sức nặng mùi, quậy thêm càng thêm thối. Tóm lại, án binh bất động có lẽ là cái quyết định khôn ngoan nhất của tôi trong vụ tai tiếng tai bay vạ gió này.

Tất nhiên, chuyện tổ chức phái-đoàn văn nghệ thứ 2 tôi không nghĩ tới nữa. Bà con ta cũng như các phe phái chống đối tôi dường như đều hể hả khi thấy tôi thúc thủ chịu trận. Quý vị biết đó,thúc thủ để cho người ta tha hồ đâm chém mình đâu phải là chuyện dễ chịu.

Tới đây, những chuyện phân vua lèm bèm về cá nhân dường như đã quá nhàm tai, xin được trở lại chuyện nhạc Trịnh Công Sơn, thú vị hơn, phải không quý vị?

Qua những chương trình trình diễn của phái đoàn tôi được biết thêm là ngoài nhạc phản chiến mà tôi không có hứng thú nghe, Trịnh Công Sơn có nhiều tác phẩm trữ tình thiệt hay. Tôi rất thích những bài như *Mưa Hồng, Diễm xưa* mà hồi đó Khánh Ly thường trình bày một cách thiệt xuất sắc qua các chương trình trình diễn.

Nhưng điều đáng nói nhất về Trịnh Công Sơn và Khánh Ly vẫn là vấn-đề nhạc phản chiến. Người khen kẻ chê, người chống đối, kẻ bênh vực, vấn đề đã được đưa ra mổ xẻ và tranh cãi rất nhiều từ những năm qua.

Nay thì Trịnh Công Sơn đã nằm yên dưới lòng đất mẹ mà anh đã suốt một đời yêu thương và ca ngợi. Thái độ chính trị, tính cách phản chiến của một số tác phẩm cũng như các hoạt hoạt động của Trịnh Công Sơn khi còn sống thế nào nay mọi người đều đã thấy rõ, nên chúng ta có thể tiếp tục tha hồ phê phán.

Riêng tôi, mặc dầu chỉ mới nghe một vài bản nhạc gọi là "phản chiến" của Trịnh Công Sơn do Khánh Ly hát, tôi nghĩ rằng, trên một mức độ nào đó, những bài hát bi thảm kia với những hình ảnh thiệt sống sượng, cộng với tiếng hát mê hoặc của người "thương nữ" * có

_____

* Hai chữ "thương nữ" này tôi mượn từ một bài báo của Nguyễn Văn Chức

cái tên là Khánh Ly kia, đã không thể không ảnh hưởng đến tâm lý một số anh em trong quân đội và nhân dân Miền Nam, hoặc nói một cách khác, cho rõ ràng hơn, đã một phần nào ảnh hưởng đến kết quả cuộc chiến, một sự thật rất đáng buồn không ai có thể chối cãi được.

Nói như vậy, không biết có phải là tôi đã đề cao một cách quá đáng khả năng và ảnh hưởng của Trịnh Công Sơn và Khánh Ly hay không. Và hơn nữa, tôi cũng không rõ đó là một sự chê bai hay là một lời khen tặng. Rất có thể cả hai ý nghĩ đều có. Tuy nhiên, tôi nhận thấy có một điều là dẫu sao đi nữa, dù sự việc đáng tiếc là như vậy, hình như bà con ở cả hai bên đều không thù hận mà trái lại rất yêu mến Trịnh Công Sơn, nhất là sau khi họ Trịnh đã nằm xuống.

Đối với Khánh Ly, người đã cộng tác với tôi một cách thiệt chừng chạc và đúng đắn trong nỗ lực thành lập ban Tình Thương và phái đoàn Dân vận, sự mộ mến của thính giả, nhất là những người trung trung hoặc già như cỡ chúng tôi, có lẽ vẫn như bao giờ, không có gì thay đổi. Đã từ lâu lắm, hơn 30 năm rồi, tôi không có dịp gặp lại và nghe Khánh Ly hát.

Rất có thể tiếng hát của Khánh Ly không còn tươi trẻ như ngày nào, nhưng sự quyến rũ đến mê hoặc lòng người khi trình bày những bản nhạc trữ tình của Trinh Công Sơn tôi hy vọng là vẫn nguyên vẹn còn đó.

Nhân dịp này, tôi cũng muốn bày tỏ sự cảm mến của tôi với hết thảy các anh chị em trong phái đoàn Dân vận và ban văn nghệ Tình Thương năm xưa mà tôi chỉ còn nhớ một số tên như Nguyễn Vũ Khương (điều-kế viên), tướng Lâm Văn Phát (trưởng đoàn) Nguyễn Văn Thưởng, Nguyễn Đức Quang, Thanh Lan, Khánh Ly, Kim Oanh, chị Dung, nữ ký giả Kiều Mỹ Duyên, 2 nữ diễn viên cải lương Ánh Hồng và Mộng Tuyền (?)v.v. Vì quá lâu ngày, tôi đã quên tên một số anh chị em khác, xin các anh chị em đó vui lòng thông cảm cho cái trí nhớ đã bắt đầu suy nhược của lão già 80 tuổi này. Đáng buồn hơn nữa, là dường như đã có một vài vị đã rời bỏ chúng ta để vĩnh viễn ra đi.

Từ khi qua Mỹ, vì không có dịp đi dự các nhạc hội, lai vãng các phòng trà hay khiêu vũ trường, nên xin thú thực là tôi chẳng biết thêm được bao nhiêu về nhạc mới Việt Nam. Đối với các ca sĩ và nhạc sĩ mới Việt Nam, tôi càng mù tịt hơn, nếu không muốn nói là tôi thực sự quê mùa và dốt đặc. Ngoài Khánh Ly, Thanh Lan, đôi song ca Lê Uyên Phương v.v. mà tôi thường có dịp nghe khi những ca sĩ này hoạt động cho ban Tình Thương (Tổ chức Dân Vận quốc ngoại), giỏi lắm thì tôi cũng chỉ nhận được phần nào tiếng ca duyên dáng và trong sáng của Thái Thanh, nồng nàn của Lệ Thu, rất kỳ dị và khó hiểu của Thanh Thúy, hồn nhiên và vui tươi của Hoàng Oanh, trẻ trung và nồng nhiệt của Elvis Phương, đơn giản nhưng truyền cảm của Nhật Trường v.v. thuộc lớp đàn anh đàn chị nay đã nghỉ hát hoặc sửa soạn về hưu để hưởng tuổi già với bày cháu nội, cháu ngoại.

Tôi thấy cũng cần phải kể thêm Mai Hương, Kim Tước, Hồng Vân (?)... những giọng ca chuyên về loại nhạc musique légère hoặc những tác phẩm Việt chịu ảnh hưởng loại nhạc mà tôi rất yêu thích này.

Ngày xưa ở Saigon , thỉnh thoảng tôi vẫn mở đài nghe ban *"Tiếng tơ đồng"* nhưng mãi tới gần đây tôi mới biết nữ ca sĩ Kim Tước, là con gái quý của anh chị Cử Chị Cử là em của Đỗ Đình Toại, chị của Đỗ Đình Thiều và nữ ca sĩ Minh Đỗ, thuộc dòng họ Đỗ Đình* những người bạn văn nghệ của tôi từ trên nửa thế kỷ qua.

Nói đến các nhà soạn nhạc, ngoài Lê Thương, Phạm Duy, Đặng Thế Phong, Văn Cao, Trịnh Công Sơn v.v.mà tôi đã đề cập tới ở trên, tôi chỉ còn nhớ một số bạn bè và một mớ những cây cổ thụ thời tiền chiến như Thẩm Oánh , Dương Thiệu Tước, Nguyễn Xuân Khoát, Lưu Hữu Phước, Hoàng Quý, Tô Vũ, Tử Phác, Phương Linh, Duy Linh, Cung Tiến, Ngọc Bích, Hoàng Trọng, Vũ Văn Tuynh , Vũ Thành, Đoàn Chuẩn, Nguyễn Văn Đông, Doãn Mẫn, Hùng Lân, Đan Thọ v.v.

Từ hồi còn ở Việt Nam (trước 75), một số bạn bè

---

* Một danh gia có rất nhiều văn nhân, tài tử nổi tiếng ở miền Bắc ngày xưa mặc dầu ông tổ là một con nhà võ: cụ Đô Thống Đỗ Đình Thuật. Hình như đồn điền của họ Đỗ Đình tại Vĩnh Yên, xưa đã từng là khung cảnh rất thơ mộng cho một vài tác-phẩm của Nhất Linh, sau này đã từng là chiến trường giữa quân đội của chính phủ Việt minh và các lực lượng võ trang của một số các đảng phái quốc gia trước khi các lực-lượng này rút sang Trung Hoa (1945,46).

của tôi có nói tới Lê Văn Khoa, một dương cầm gia và cũng là một con người rất yêu nghệ thuật. Tôi được biết là người nhạc sĩ đàn anh này hiện vẫn tiếp tục hoạt động rất hăng say cho nền âm nhạc mới Việt Nam. Ngoài ra ông còn sáng tác những tác phẩm có tính cách cổ điển dành cho dương cầm và ban nhạc hòa tấu nữa.

Mấy chục năm về trước, Nghiêm Phú Phi cũng đã đơn thương độc mã đi vào con đường này nhưng rất tiếc là ông đã không mấy thành công.

Đối với Lê Văn Khoa, thiệt là một điều đáng ca ngợi vì đây là một địa hạt mà ngay cho tới ngày nay, trên chính cái đất Hoa kỳ này, dường như ít thấy bóng người Việt Nam, nếu không muốn nói là hầu như không có mấy ai. Nhưng cũng rất tiếc là cho tới nay tôi vẫn chưa có cơ hội được nghe một tác phẩm nào của nhà soạn nhạc nổi tiếng và rất yêu nghệ thuật này. Tôi còn được biết thêm là chị Khoa, một nữ ca sĩ, vốn gốc đồng bể Phát Diệm chúng tôi,

Riêng Tử Phác, chúng tôi chỉ gặp nhau có một lần. Không biết cái anh chàng tự nhận là thuộc trường phái xã hội hiện thực này có còn nhớ hay không, chứ riêng tôi thì vẫn nhớ như in buổi gặp gỡ rất xa xưa và tình cờ này.

Vào một buổi chiều mùa đông 1947, Tử Phác đi công tác khu Tư về có ghé qua Phát Diệm, không biết do ai giới thiệu, anh tới thăm tôi.

Tối hôm đó, chúng tôi nằm chung một chiếc võng nói chuyện văn nghệ, văn gừng tới 1, 2 giờ sáng (hồi đó tôi có cái thói quen là mỗi khi tiếp các bạn thân thường cùng ngồi chung một chiếc võng để hàn huyên hoặc tán gẫu). Khi bàn về chủ trương nghệ thuật, như phần đông các văn nghệ sĩ kháng chiến, Tử Phác chủ trương "Nghệ thuật vị nhân sinh" và đường lối "xã hội hiện thực".

Anh trình bày chủ trương của anh một cách khá hăng say và rành mạch, đôi khi thấm thía đến cảm động nhất là khi anh đề cập tới dân tộc và thân phận con người (có lẽ ý anh muốn nói tới "giai cấp nghèo" tức giai cấp "lao động" hay "vô sản" gì đó, nhưng sau nghĩ lại chưa tiện nên đã không nói rõ ra)

Mặc dầu đã có một thời tôi rất khoái Mác, nhưng chủ trương nghệ thuật vị nghệ thuật của tôi trước sau như một, nhất định chỉ có một chiều. Theo tôi, nghệ thuật không thể bị ràng buộc, lệ thuộc hoặc chi phối bởi bất cứ cái gì ngoài Chân, Thiện, Mỹ. Có thể nói nghệ thuật là Tự do, nghệ thuật là tất cả, cho tất cả.

Hồi đó tôi còn quá trẻ, Tử Phác thì xem ra đã già giặn và kinh nghiệm hơn tôi nhiều, nhưng xem ra cũng rất giáo điều, mặc dầu chưa tới độ cuồng tín và cố chấp.

Để đối chọi lại với chủ trương "vị nhân sinh", tôi nhiều khi hăng say tới cực đoan, để rồi sau cùng bỗng nhiên phát minh ra được mấy khẩu hiệu tào lao mới như "nghệ thuật chẳng vị gì hết, kể cả chính nghệ thuật, tức "Nghệ thuật vị bất vị", nói tóm lại "nghệ thuật là nghệ thuật", nghệ thuật không thể bị ràng buộc và chi phối bởi bất cứ cái gì, l'Art pour rien , un point , c'est tout !

kể cả Chân, Thiện, Mỹ, Luân-lý và Tôn giáo, huống chi xã hội hay chính trị. Rốt cuộc là tới tận khuya đêm đó, không ai chịu khuất phục ai. Và rồi tôi cũng không ngờ những ý-kiến bố láo, một chiều và cực đoan của tôi tối hôm đó đã được cụ thể hóa một cách đáng ngại.

Thực vậy, rất nhiều người làm nghệ thuật ngày hôm nay đã đi quá trớn tới độ bất chấp tất cả để rồi biến nghệ thuật thành một thứ thể hiện "vô nghệ thuật", chẳng hạn như gần đây có một thằng cha "phô-tô-ngáp" bỏ Thập giá vào bồn cầu tiêu chụp ảnh để rồi đem trưng bầy tại phòng triển-lãm, bất chấp sự phản đối của đa-số quần chúng. Thiệt ghê tởm! Hơn nữa, tự do không có nghĩa là bất kính đối tự do tư tưởng của người khác, trong đó tất nhiên phải bao gồm tự do tôn giáo!

Sáng hôm sau, Tử Phác xin đi thiệt sớm, hẹn khi nào có dịp sẽ cùng tôi tiếp tục tranh luận. Thì cũng là nói cho vui vậy thôi, chứ thực ra, trận chiến đã dứt khoát ngã ngũ giữa tôi và anh, đâu còn gì để tranh luận.

Đã 55 năm qua, tôi không có dịp gặp lại anh, không biết con người nghệ sĩ Mác-xít Tử Phác nay ra sao, ngoài *Khúc hát quay tơ* vô thưởng vô phạt kia, anh có sáng tác được những cái gì gọi là xã hội hiện thực hay không? Hy vọng là anh đã nhận ra được chân tướng của sự thật.

Vào những năm 44,45 Thẩm Oánh có lẽ là người sáng tác nhiều nhất

Nhạc của anh thuộc hầu như đủ loại nhưng nhiều

nhất là những bài thuộc loại ái quốc và hoạt động thanh niên, nhằm mục đích đáp ứng với nhu cầu của thời cuộc, do đó, nhạc của anh thường khô khan, thiếu tính chất lãng mạn "ướt át".

Nhưng có lẽ cũng vì thế mà anh có một chỗ đứng riêng biệt.

Phần tôi, tôi rất quý mến con người đàn anh nơi anh: dễ thương, chững chạc, đường hoàng, nhưng không kênh kiệu, và nhất là anh đã có công rất nhiều trong việc thành lập và duy trì hội Khuyến nhạc Hànội , một cơ sở rất hữu ích cho sự phát triển phong trào nhạc Việt Nam buổi ban đầu.

Tiếp theo đây, tôi muốn có một đôi lời về Tô Vũ: Giữa một thời tao loạn đầy đổ vỡ và chết chóc, *Anh đến thăm em một chiều mưa* đã đến với chúng ta một cách thiệt ngỡ ngàng giống như một cơn gió mát dịu dàng, chợt đến, để rồi chợt đi một cách thiệt bất ngờ, giữa một buổi trưa hè nóng bức, ngột ngạt. Sự ngỡ ngàng này chứng tỏ con người Việt Nam chúng ta hết sức "tình cảm" và lãng mạn, dù ở trong những hoàn cảnh trớ trêu, hoạn nạn và khó khăn nhất.

Đoàn Chuẩn là một tay đàn Guitare Hạ Uy Di rất vững nên phần lớn các tác phẩm của anh đều thoảng thoảng mùi vị và màu sắc biển trời Hawaii . Ngoài ra, theo ý tôi, nhạc của họ Đoàn còn mang nhiều ấn tích của Hànội ngày xưa nữa, tức Hànội trước đây hơn nửa thế kỷ, thời son trẻ của thế hệ những kẻ trên dưới bát tuần ngày hôm nay. Ta có thể hát hay chơi nhạc của Đoàn Chuẩn để nhớ lại Hànội của những tháng ngày đầy một trời lãng mạn xa xưa đó.

Ngoài ra, chúng ta không thể không nhắc tới những tên tuổi như Văn Phụng, Từ Công Phụng, Hoài Trung, Hoài Bắc, Nguyễn Mạnh Cương, Ngô Thụy Miên, Nguyễn Hiền, Trường Sa, Vũ Thành An, Trầm Tử Thiêng, Khánh Băng, Hoàng Thi Thơ, Nhật Trường v.v. mỗi người mỗi vẻ, mười phân vẹn mười. Hết thảy đều là những nhà sáng tác sáng giá đã đóng góp rất nhiều cho sự lớn mạnh của nền nhạc mới Việt Nam trong mấy thập niên qua.

Khoảng giữa thập niên 60, thế hệ nhạc trẻ với những Jo Marcel , Tùng Giang, Trường kỳ, Đức Huy v.v. với ảnh hưởng của nhạc Rock, đã tiếp nối các đàn anh với những màu sắc và hình thức mới mẻ, trẻ trung hơn.

Do đó họ cũng có công đóng góp và dành cho mình một chỗ ngồi riêng, rất đặc biệt.

Bảng phong thần thực ra rất dài, rất dài...làm thế nào để có thể kể ra hết thảy các tên tuổi của làng nhạc Việt Nam ở đây? Phần lớn chỉ mới là nói sơ sơ tới làng nhạc Việt Nam ở Hải-ngoại mà thôi. Muốn đầy đủ hơn, ta không thể không kể thêm các tên tuổi ở trong nước.

Việc này, rất tiếc là tôi không thể nào thực hiện nổi. Huống chi đây không phải là một bài biên khảo vê lịch sử âm nhạc. Vả lại đối với khuân khổ cũng như chỉ tiêu rất hạn hẹp của bài tạp ghi này, chuyện lập bảng phong thần đầy đủ kia chẳng khác gì trói voi bỏ rọ, lão già này không đủ tài đủ sức để làm chuyện đó.

Thôi thì xin nhường lại cho các nhà biên khảo hoặc viết sử về nhạc mới VN sau này.

Xin hết thảy những vị không có tên ở trên đây, nhất là các bạn trẻ, những hậu sinh khả úy, hoặc đúng hơn, những tinh hoa của nền âm nhạc Việt Nam hiện đại, hãy niệm tình thứ lỗi cho lão già lẩm cẩm này.

Nếu tôi không lầm thì nhạc mới Việt Nam hiện nay đã được phổ biến hết sức rộng rãi và đã trở thành một thứ kỹ nghệ sung mãn nhờ các ngành kỹ thuật điện tử và điện toán rất tân kỳ của thời đại Hi-tech, digital và satellite hiện nay.

Số lượng tác phẩm mới cũng như các nhà soạn nhạc và ca sĩ xuất hiện mỗi ngày trên thị trường nhiều đến độ những người mộ điệu trung trung hoặc già như chúng tôi không biết lối nào mà mò nhất là từ khi chúng ta có những cơ sở trình diễn và sản xuất nhạc (CD và DVD) tương đối có tầm vóc như các Trung tâm sản xuất Thúy Nga(Paris by night), Asia và Vân Sơn v.v.

Ngoài các nghệ-sĩ và ban nhạc tên tuổi tại các cuộc trình diễn, ta không thể không nhắc tới những MC nổi tiếng là duyên dáng và khéo ăn nói như nhà văn Nguyễn Ngọc Ngạn, cô Nguyễn Cao Kỳ Duyên (Paris by night), cô Janet Nguyễn, các nhạc sĩ Việt Dũng, Nam Lộc (Asia), Vân Hoài v.v.

Ngoài số lượng, vì ảnh hưởng đời sống mới tại Hoa

kỳ, các loại nhạc mới hình như cũng phong phú hơn, do đó chúng ta thấy các hãng sản xuất VN đã cho ra hầu như đủ mọi loại nhạc thời trang tương tự như làng nhạc hiện đại Hoa kỳ.

Không biết nhạc Việt mới hiện nay đã rập theo được bao nhiêu loại, như ở Hoa kỳ hiện nay, theo sự hiểu biết nông cạn của một người già như tôi thì chỉ riêng nhạc rock , tức loại nhạc phổ biến nhất hiện nay tại Hoa Kỳ và trên thế-giới, đã có tới hàng chục thứ khác nhau rồi.

Dẫu sao chúng ta cũng đã rất may mắn được thưởng thức từ trên nửa thế kỷ nay các tác phẩm thực dễ thương, đầy màu sắc dân tộc của những Lê Thương, Đặng Thế Phong, Văn Cao, Dương Thiệu Tước, Nguyễn Xuân Khoát, Thẩm Oánh , Tô Vũ, Phạm Duy, Trịnh Công Sơn, Cung Tiến, Hùng Lân, Nguyễn Văn Đông, Hoàng Quý v.v. (làm thế nào để có thể kể cho hết đây?), những bản nhạc nhớ đời, thân thương, tràn trề tình cảm và vô cùng quen thuộc đã đánh dấu một cuộc tình, một mộng đẹp, một đổ vỡ hay chia ly, nhắc nhở chúng ta những kỷ niệm khó quên, khơi dậy một niềm vui hay một nỗi buồn, những giây phút tràn trề hạnh phúc hay cô đơn...

Thực vậy, âm nhạc nói chung, nhạc mới Việt Nam nói riêng đã đi sâu vào đời sống tinh thần và tình cảm của mỗi người trong chúng ta, không phân biệt trình độ, giai cấp, giàu nghèo hay tuổi tác, tới một mức độ không một ai có thể ngờ tới.

Chúng ta hãy thử ngồi yên và nhắm mắt tưởng tượng...

Giả dụ như âm nhạc bỗng biến mất trên thế gian này, kể cả tiếng chim hót, tiếng sóng vỗ nhịp nhàng, tiếng chuông chùa dìu dịu, thiên hạ sẽ thế nào?...

Dĩ nhiên là chúng ta không có ai chết vì chuyện những này.

Và mỗi buổi sáng, ánh dương vẫn rực rỡ, cây cỏ vẫn xanh tươi... Và ngoài kia, gió vẫn thổi, xe vẫn chạy dài dài...

Nhưng đời sống chúng ta? Nhất là đời sống tinh thần, hoặc nói cho đúng hơn, đời sống tình cảm...sẽ ra sao?

Đây có thể là một đề tài rất lý thú cho một chuyện khoa học giả tưởng kinh dị kiểu Rod Sterling hoặc Stephen King*.

---

* Bài này được trích và mô phỏng theo một đoạn trong cuốn " Câu chuyện âm nhạc " (HỒN VIỆT XUẤT BẢN) và đã được đăng trong Tạp chí Thế kỷ 21.

Nhân một cuộc hội thảo chính trị

Nhân một cuộc
hội thảo chính trị

Cách đây tám năm, trong một đêm mất ngủ vì nghĩ ngợi nhiều tới những chuyện đau buồn xảy ra trước đó 20 năm, tôi viết một mạch xong một bài thơ với cái tựa là "Giấc mơ Cali", một cái tựa đề dường như nghe hơi sáo và quê quê.

Mấy ngày sau, hầu như hết thảy các bạn già xa gần đều nhận được bài thơ này, đại loại có những đoạn như sau:

> *...Đã hai mươi năm qua*
> *Niềm tin tôi vẫn nắm*
> *Nhờ ở một giấc mơ*
>
> *. . . . .*
>
> *Và ngày nay trên đất nước tôi*
> *Không Cộng sản*
> *Mà cũng không tư bản*
> *"Xã hội nhân dân" đã qua rồi...*

Bài thơ này, tôi cố ý viết dở dang và đặc-biệt để

tặng mấy ông bự cộng sản VN lúc đó là Lê Đức Anh, Đỗ Mười và Võ Văn Kiệt đồng thời tôi cũng đề nghị các ông bổ-túc bài thơ. Dĩ nhiên là bài thơ khó có cơ hội tới tay quý ông, nên sau đó ít lâu, theo lời yêu cầu của một số bạn bè, đặc-biệt là anh Trần Văn Lắm*, cựu chủ-tịch Thượng Nghi-viện, tôi đã tự kết thúc bài "Giấc mơ Cali."

Có một số các bạn như nhà giáo Tiến sĩ Nguyễn Quý Bổng, lý thuyết gia Cao Thế Dung, Bác-sĩ Đăng Văn Sung, cựu nghị sĩ Đoàn Văn Cừu đã điện-thoại hoặc biên thư cho ý kiến về bài thơ đồng thời khuyến khích tôi tiếp tục làm thơ như tôi đã từng say mê cách đây trên 50 năm.

Anh Sung viết: Bạn bè với cậu từ mấy chục năm, tôi không bao giờ nghĩ rằng cậu biết làm thơ, đã thế, thơ của đàng ấy cũng khá lắm chứ. Hãy tiếp tục nữa đi.

Cũng chỉ vì lời khuyên này, sau bài *"Giấc mơ Cali"*, tôi đã tiếp tục làm thơ, và cho tới nay, tôi đã có một tập thơ gần một trăm bài, và khi anh Sung qua đời, lần đầu tiên trong đời tôi làm một bài thơ "tiễn bạn",

Bài thơ chỉ có bốn câu như sau:

> *Hai tám tháng chạp tiễn đưa Anh,*
> *Mưa lạnh thì thầm muôn lời kinh...*
> *Bên kia, Hồng Lĩnh, Lam giang khóc!*
> *Kìa ai gõ cửa cõi Hằng sinh.***

---

* Anh Lắm đã qua đời mấy năm sau đó bên Australia.
** Trước khi qua đời, anh Sung đã xin theo đạo CG.

Tuy nhiên cũng có những phản ứng rất đặc biệt hoặc khác thường, chẳng hạn như Lê Bá Kông đã biên thư cho tôi chừng một tháng sau đó nhưng trong thư Lê Bá Kông không hề nhắc tới bài thơ mà chỉ nói cho tôi biết là hiện chính phủ Hà Nội đang tung ra những quả bóng thăm dò với những khuôn mặt như Bùi Tín, Hà Sĩ Phu, Dương Thu Hương v.v... đồng thời ngầm vận động một số cựu dân cử VHCH đưa ra đề nghị hòa giải dân tộc, chấm dứt hận thù giữa đôi bên thù nghịch cũ.

Với chút nhạy cảm mặc dù không bén nhọn cho lắm tôi vẫn nghĩ rằng có lẽ không phải tình cờ mà ông bạn viết cho tôi một bức thơ như vậy.

Trong khi đó Nguyễn Văn Chức, trong một bài báo ở Houston , đã kịch liệt đả kích bọn nằm vùng và quốc gia "vô lại" đương mưu toan làm tay sai cho cộng sản. Không biết đó có phải là vì bài thơ của tôi hay không? và bọn "vô lại" là những ai đây? rất có thể tôi đã được ông bạn Chúc xếp trong bản phong thần. Cựu NS Trần Ngọc Nhuận thì chê lập trường chính trị của bài thơ quá yếu (!?). Tôi ngẫm nghĩ, thế ra hai ông bạn quý Lê Bá Kông và Nguyễn Văn Chức của tôi đã có sự trao đổi ý kiến và ông Chức đã ra tay đánh phủ đầu, và ông Nhuận rất có thể cũng đã có dịp nói chuyện với ông Chức trước đó về bài thơ "Giấc mơ Cali ".

Trong số những bạn già hồi âm có một anh chàng tên là Phạm Nam Sách, đã điện thoại cho tôi rất sớm. Ngoài việc bình thơ, Phạm Nam Sách đòi hỏi tôi phải làm một cái gì tích cực hơn, chỉ mơ màng mà thôi thì đâu có ích gì.

Anh chàng này xem ra biết điều và có phần nào hiểu tôi hơn.

Tôi chưa kịp suy nghĩ thì họ Phạm đã đập tôi ngay: "Đầu óc của toa sao chậm chạp quá vậy? Chuyện như thế mà đã 20 năm qua không ai nghĩ tới kể cũng lạ thiệt". Tôi sốt ruột gần hỏi lại: "Xin đừng úp mở và nhiều lời. Cậu định nói gì đây?" "Thì chuyện hiệp định Paris đó! Sau 20 năm câm lặng, kỳ này anh em cựu nghị sĩ chúng mình phải lên tiếng vận động thế giới buộc Việt cộng phải thi hành cái hiệp định Paris mà "hai bên, bốn phía đã ký". Tôi lúc đó có phần nào thảng thốt và không kịp suy nghĩ nhiều nên đã đồng ý liền, một cách có thể nói là hơi hồ đồ.

Hai ngày sau tôi nhận được bản tuyên ngôn dự thảo do Phạm Nam Sách viết nên liền ngay sau đó tôi đã điện thoại cho một số anh em thân như Đặng Văn Sung, Nguyễn Hữu Tiến, Trần Ngọc Nhuận, Trương Tiến Đạt, Bùi Văn Giải, Trần Trung Dung, Nguyễn Văn Chức, Nguyễn Văn Ngải, chị Nguyễn Văn Thơ, Huỳnh Văn Cao, Đoàn Văn Cừu, Vũ Minh Trân, Nguyễn Tư Bân, Lê Phát Đạt v.v...

Trên nguyên tắc, mọi người đồng ý là trước hết nên có một buổi họp sơ bộ giữa các anh em ở Nam California để chuẩn bị một cái nền để từ đó toàn thể các anh em có thể tiếp tục công việc rất hệ trọng này.

Buổi họp sơ bộ đã được tổ chức sau đó chừng một tuần tại tư gia BS Nguyễn Hữu Tiến ở Fountain Valley .

Hiện diện tại buổi họp sơ bộ gồm có Trần Trung Dung, Đặng Văn Sung, Nguyễn Hữu Tiến, Phạm Nam Sách, Vũ Ngọc Ánh và Huỳnh Văn Cao (từ Virginia sang). Vì số người tham dự quá thưa thớt nên anh em chỉ định Phạm Nam Sách và Vũ Ngọc Ánh "làm nègre " để tiếp tục công việc với ba công tác sau đây:

1. Chuẩn bị tổ chức một buổi họp thực đông đủ khả dĩ đại diện được đa số anh em nghị sĩ. Có thêm dân biểu càng tốt.

2. Nghiên cứu và dự thảo kế hoạch thực hiện công tác càng sớm càng tốt.

3. Giao cho Vũ Ngọc Ánh sửa và viết lại dự thảo tuyên ngôn do Phạm Nam Sách viết trước đó.

Kể ra thật là tội, hai anh Trần Trung Dung và Đặng Văn Sung lúc đó đều đã ngoài 80.

Anh Dung bị CS cầm tù và hành hạ mười mấy năm trời nên rất yếu và đã phần nào lẫn cẩn. Ngày xưa anh minh mẫn, sắc sảo và hoạt bát thế nào nay không còn được lấy một phần mười.

Anh Sung bệnh tật đầy mình mà vẫn còn đi làm part time cho county. Anh cho biết là về hưu ở nhà không làm gì cảm thấy mình vô dụng và buồn chán, nên tiếp tục đi làm một chút cho vui. Điều anh tâm sự tôi nghĩ rằng rất đúng nhưng tôi vẫn có cảm giác lý do anh phải tiếp tục đi làm không hẳn hoàn toàn là như vậy.

Vì lâu ngày không gặp, nay nhìn thấy các thần tượng của mình thời trai trẻ nay "xuống cấp đến như thế", tôi tưởng chừng không cầm được nước mắt.

Người ta thường chê và kết tội các ông lớn Việt Nam tham nhũng, thối nát. Thực ra sang tới đây mới biết, trừ một số nhỏ là professional hoặc biết xoay xở làm ăn, đa số còn lại đều nghèo rớt, nhất là mấy ông dân biểu và nghị sĩ, kể cả mấy ông vốn là tướng tá như Huỳnh Văn Cao, Trần Văn Đôn, Tôn Thất Đính v.v... Cũng chính vì nghèo, nên trước đây, chỉ cần mấy chục ngàn hoặc một vài trăm ngàn đô la, một số tướng tá đã bị người ngoài mua chuộc một cách thiệt dễ dàng để lừa thày, phản bạn.

Thiệt đáng thương và tội nghiệp cho họ, nhưng dẫu sao họ cũng rất là đáng trách!

Những người gọi là giàu (cỡ Đặng Văn Q., Trần Thiện Kh.) có thể đếm được trên đầu ngón tay. Và những người đó là những ai, hẳn bà con đều đã rõ. Rất tiếc là mấy ông lúc này đều ngậm miệng ăn tiền và an hưởng tuổi già một cách thật kỹ và kín đáo. Có lẽ mấy ông đã thông suốt sự đời nên không còn màng tới chuyện "giang hồ". Quốc gia, dân tộc đối với các ông nay đã là những chuyện dĩ vãng mờ mịt, hết sức xa xưa.

Trong khi ở cái xứ cờ hoa tư bản này làm bất cứ cái gì cũng đều phải có tiền, thành ra vấn đề chúng tôi lo lắng nhất vẫn là vấn đề muôn thuở: Tài chính!

Phạm Nam Sách đề nghị mỗi anh em đóng góp cho

hai anh em chúng tôi...$20. (Tôi xin nhắc lại cho rõ: hai chục đô la) để chi phí. Anh Trần Trung Dũng ngơ ngác nhìn anh Sách hỏi:

--- "Có thế thôi sao?" vừa hỏi anh vừa móc ví, tay run run, lấy ra đưa cho Phạm Nam Sách một tờ $20 mới toanh.

Trời ơi! để làm gì với với hai chục bạc đây!

Tôi vội vàng cản lại, trong lòng rất buồn, và tự hỏi tại sao mình nghèo đến như thế? Mưu đại sự làm chuyện vá trời lấp biển, xẻ núi lấp sông mà chỉ dám xin anh em mỗi người có hai "chịch", kể ra cha Sách này thiệt vớ vẩn và to gan. Lủy điên nặng rồi.

Vốn là một con người rất dễ xúc động, nên một lần nữa tôi dường như muốn khóc (già rồi nên dễ buồn dễ tủi đấy thôi). Tôi cố bình tĩnh hứa với anh em là những chuyện lặt vặt tôi sẽ chu tất hết. Điều đáng lo là những vấn đề lớn mà chúng ta sẽ phải đối phó sau này, chẳng hạn như sở phí đi đây đi đó, giao thiệp, lobby v.v...

Lúc đó xem chừng quá hứng khởi nên tôi đã không hề suy xét khi cố thuyết phục anh em một cách dường như hơi bừa bãi nếu không muốn nói là vô trách nhiệm "Nếu chúng ta thấy công việc đáng làm thì phải tiến hành ngay, tới đâu hay tới đó, mọi chuyện xin phó mặc cho ông Trời".

Tuy nhiên, sau khi nghĩ lại, tôi cũng đã cố nhắc nhở các anh em là nếu xét thấy không đủ nghị lực và khả năng thì cũng không nên làm vì công việc thuộc loại đại sự chí tử này một khi thất bại là sẽ mãi mãi thất bại, bởi vì một khi đã mất niềm tin, kẻ đi sau sẽ không còn mấy ai dám tiếp tục làm công việc đó nữa

Ngoài ra chúng ta cũng đã già rồi, chúng ta càng phải chứng tỏ là những người thận trọng, công bằng, bất vị kỷ, biết suy nghĩ và cân nhắc, không vì tư lợi hoặc tiếng tăm nhất thời mà hành động liều lĩnh, cẩu thả, bất chấp hậu quả sẽ như thế nào, và nhất là, làm mất niềm tin ở nơi những thế hệ kế tiếp chúng ta.

Thực vậy chúng tôi ai nấy đều rất có lòng nhưng đều đã già và hết thời. Hai anh Nguyễn Hữu Tiến và Phạm Nam Sách là hai người trẻ nhất lúc đó cũng đã ngấp nghé thất thập cổ lai hy rồi. Quả nhiên là trong vòng chưa đầy năm năm sau đó, đã có ba người trong số sáu anh em có mặt tại cuộc họp sơ bộ nói trên đã bỏ ra đi vĩnh viễn.

Kể ra thì dự thảo tuyên ngôn của Phạm Nam Sách cũng không phải là dở, chẳng qua anh em muốn có sự đóng góp thêm của một người thứ 2 để cho bản tuyên ngôn thêm hoa thêm lá đấy thôi.

Buổi tối ngày hôm sau, mặc dầu vốn chán ngấy chuyện viết tuyên ngôn, tuyên cáo này nọ, kể cả những thời kỳ trước 1975, kẻ "thứ hai" này cũng phải cố viết lại bản dự thảo "Tuyên ngôn của một nhóm cựu Nghị sĩ Việt Nam cộng hòa" đó như sau:

Chúng tôi, những nghị sĩ Việt Nam Cộng hòa ký tên dưới đây, hiện cư ngụ tại Hải ngoại, đã cùng nhau hội-

họp vào ngày chủ nhật, 22 tháng Mười năm 1995 tại Fountain Valley, Califonia, Hoa-kỳ.

Đồng thanh nhận định

- Mùa xuân 1975, khi xua quân thôn tính Việt nam Cộng hòa chính phủ Việt Nam Dân chủ Xã hội Cộng hòa đã đơn phương hủy bỏ Hiệp định Đình chiến và Tái lập hòa bình ở Việt Nam đã được ký kết tại Paris ngày 23 tháng Giêng 1973, bất chấp những điều khoản họ đã long trọng cam kết.

- Vì Hiệp định Paris đã bị chính phủ Hà Nội đơn phương hủy bỏ, Quốc dân miền Nam Việt Nam đã bị tước đoạt cơ hội và quyền tự định đoạt tương lai chính trị của mình theo tinh thần "Hòa giải và hòa đồng Dân tộc" và nguyên tắc "Dân tộc tự quyết", tất cả đều đã được minh thị trong các điều 8, 9 và 11 của Hiệp định Đình chiến và Tái lập hòa bình Paris.

- Mặc dầu chính quyền Hà Nội đã cai trị miền Bắc suốt 50 năm, miền Nam suốt 20 năm, đất nước Việt Nam vẫn tiếp tục chìm đắm trong tình trạng lạc hậu, nghèo đói và kém mở mang, trong khi đó các quốc gia lân bang ở Đông Nam Á đã tiến vượt bậc về mọi phương diện.

- Các nhà lãnh đạo Hà Nội đã hoàn toàn không hiểu gì về ý nghĩa sự ra đi của trên 3 triệu đồng bào. Đáng buồn hơn nữa là trên đường đi tìm tự do, gần một triệu con dân đất Việt đã bỏ mình trong rừng rậm, trên đồng hoang hoặc dưới đáy biển sâu.

- Chủ nghĩa cộng sản đã hết thời. Thực vậy tiếp theo Liên Xô, các chế độ cộng sản thi nhau sụp đổ, khối các nước Cộng sản Đệ tam Quốc tế coi như đã cáo chung. Tuy nhiên tại Việt Nam, chính quyền Cộng sản làm ngơ như không biết chuyện gì đã xảy ra, nên nhất định không chịu lui bước hoặc áp dụng một cải cách hợp lý nào, trái lại vẫn tiếp tục chính sách chuyên chế độc tài, độc đảng và cảnh sát trị, đưa đất nước vào một tình cảnh suy nhược và bế tắc không lối thoát.

- Gần đây, có lẽ cảm thấy bị cô lập và thất thế vì mất sự hỗ trợ của Nga Xô và khối Cộng sản, nên chính quyền Hà Nội đã cố tự giải quyết bằng cách thi- hành một chính sách kinh tế vá víu, mệnh danh là "kinh tế cởi mở", nhưng bản chất chuyên chính, độc tài đảng trị của họ trước sau vẫn không hề thay đổi.

- Trong đoản kỳ, mô thức gọi là "ghép" có tạm thời khiến đời sống dân chúng dễ thở đôi chút, nhưng trong trường kỳ, tương lai đất nước Việt Nam vẫn mịt mù với đầy rẫy bất trắc do tình trạng "luật rừng", nhân quyền bị chà đạp, nạn kiêu binh, nạn tham nhũng và nạn địa phương tự quyền, tự tác lộng hành khắp trong nước.

- Chính quyền Hà Nội phải hoàn toàn chịu trách nhiệm về tình trạng suy thoái và bế tắc của đất nước và họ chỉ còn có một lối thoát duy nhất là sớm tháo gỡ bộ máy chính quyền kiểu "Stalinist" của họ đồng thời chấp nhận một giải pháp chung cuộc hợp với lòng dân ngõ hầu trong một tương lai gần, toàn thể quốc dân trong cũng như ngoài nước, có thể cùng nhau sát cánh làm một cuộc cách mạng mới, góp tài lực và khả năng vào công cuộc xây dựng lại quốc gia, mở màn một vận hội mới cho toàn thể dân tộc Việt Nam.

- *Thế "hai phe, bốn phía" đã không còn tồn tại vì Việt Nam cộng hòa đã sụp đổ, Mặt trận giải phóng Miền Nam bị bức tử, và tiếp theo biến cố tháng Tư 1975, **đất nước trên thực tế đã thống nhất, nhưng giải pháp hợp tình hợp lý nhất cho Việt Nam vẫn là việc phải trở lại thi hành các điều khoản liên quan đến nhân quyền và nguyên tắc "Dân tộc tự quyết" của Hiệp định Paris năm 1973** (chương 2).*

- *Hiện nay trên thế-giới hầu như mọi tranh chấp về chính-trị hay đất đai giữa các quốc gia đều được giải quyết trên bàn hội-nghị.*

- *Nói một cách khác, việc sử dụng vũ lực để giải quyết các tranh chấp nay hầu như đã lỗi thời, bị các dân tộc yêu hòa bình lên án gắt gao. Trong một ngày gần đây, người ta sẽ không ngạc nhiên khi thấy có những nỗ lực đối thoại giữa Palestine và Do thái, giữa Bắc và Nam Hàn, giữa hai phe Quốc, Cộng Trung Hoa.*

- *Trước hiện tình của đất nước Việt Nam, với tư cách là những đại diện dân cử trong viện lập pháp cao nhất ở miền Nam trước đây, chúng tôi nhìn nhận cũng có phần lỗi và trách nhiệm đối với toàn thể quốc dân Việt Nam, Bắc cũng như Nam vì đã hoàn toàn bất lực không thể làm tròn nhiệm vụ của mình trong lúc Đất Nước ở trong hoàn cảnh đen tối nhất. Tuy nhiên sau mấy chục năm dài, ai thắng? ai bại? ai công? ai tội? Tất cả những vấn đề này nay hầu như chẳng còn có ý nghĩa gì. Sau này lịch sử và hậu thế sẽ phán xét một cách nghiêm minh và công bằng những người có trách-nhiệm với đất nước và dân-tộc, kể cả cựu-hoàng Bảo Đại, cụ Hồ, cụ Ngô, ông Đồng, ông Nhu, ông Thiệu, ông Thọ, ông Minh, cụ Hương, bà Bình v.v.*

Điều quan trọng lúc này là chúng ta, nhất là các vị bên chính quyền Hà Nội, phải biết quyết định nên làm những gì để sớm đưa đất nước và dân tộc Việt Nam thoát khỏi vũng lầy suy thoái đáng sợ hiện nay? Và làm thế nào để Việt Nam vĩnh viễn thoát cái số phận làm con tốt thí trên thế cờ chiến lược toàn cầu. Nếu không làm được như vậy quý vị sẽ có tội với dân tộc.

Thời cơ có lẽ đã chín muồi để chúng tôi có thể nói lên những lời cương trực với toàn thể quốc dân, với chính quyền Hà Nội, với Hoa Kỳ và các quốc gia trên thế giới.

Căn cứ vào những nhận định khách quan trên đây, với tất cả thành tâm và thiện chí, chúng tôi

ĐỒNG THANH QUYẾT NGHỊ

1. Nhằm sớm có một giải pháp chung cuộc cho Việt nam dựa trên tinh thần hòa đồng và Hòa giải dân tộc chúng tôi khẳng định và thẳng thắn tuyên bố chấp thuận đường lối đối thoại trên bàn hội nghị dưới sự giám sát và trọng tài quốc tế.

2. Việc thi hành các điều 9 và 11 liên quan đến nhân quyền và nguyên tắc "Dân tộc tự quyết" của hiệp định Paris phải được coi như là căn bản và đường hướng của bất cứ giải pháp chung cuộc nào cho vấn đề Việt Nam.

3. Long trọng tuyên xưng "Dân tộc tự quyết" là một nguyên tắc thiêng liêng bất khả chuyển nhượng đã được mọi quốc gia trên thế giới nhìn nhận.

4. Vì chính phủ Việt Nam Dân chủ Xã hội cộng hòa đã đơn phương xóa bỏ Hiệp định Paris, nay căn cứ vào các khoản a và b thuộc điều VII của Phụ đính Thư do 12 nước ký ngày 02-3-1973, chúng tôi đòi hỏi Hội nghị các

quốc gia đã ký tên bảo-đảm việc thi hành đúng đắn Hiệp định Paris phải được triệu tập càng sớm càng tốt để tìm một lối thoát khả dĩ đem lại **Tự do, Dân chủ và Hòa bình cho toàn thể quốc dân Việt Nam.**

5. *Trong khi chờ đợi, chúng tôi đòi hỏi chính phủ Việt Nam Dân chủ Xã hội cộng hòa, trong tinh thần Hòa đồng và hòa giải dân tộc, hãy tỏ thiện chí bằng cách trả tự do cho hết thảy các tù nhân chính trị đã bị kết án cũng như chưa bị kết án, kể cả những người tranh đấu cho Tự do và Nhân quyền nhưng lại bị bắt hoặc kết án với những tội hình ngụy tạo.*

6. *Chính phủ Việt Nam Dân chủ cộng hòa phải thẳng thắn và thành thực trả lời tất cả các tài sản đã bị tịch thu hoặc chiếm giữ một cách trái phép cho các sở hữu chủ đã phải rời bỏ đất nước ra đi sau biến cố tháng Tư 1975.*

7. *Khẩn thiết kêu gọi các quốc gia, các dân tộc và toàn thể quốc dân Việt Nam, Bắc cũng như Nam, trong cũng như ngoài nước, không phân biệt chủng tộc, đảng phái, tôn giáo hoặc tầng lớp xã hội, hãy mạnh dạn sát cánh ủng hộ lập trường và những đòi hỏi công bằng, hợp lý và hợp tình của chúng tôi bằng cách tận dụng mọi khả năng và phương tiện vận động kiên trì tranh đấu trong vòng bất bạo động để thúc đẩy chính quyền Hà Nội cũng như các quốc gia đã ký bản Phụ đính Thư Paris ngày 02-3-1973 ngồi vào bàn hội nghị, ngõ hầu sớm tìm được một giải pháp chính trị chung cuộc hợp lý và công bằng cho*

Đất Nước và Dân tộc Việt Nam chúng ta. Chúng tôi tin rằng kết cuộc Lẽ phải và Công lý sẽ thắng.

Sau khi được các anh em ở Nam California duyệt và đồng ý, tôi gửi bản dự thảo tuyên ngôn hai cho hết thảy các nghị sĩ mà tôi đã có địa chỉ. Tôi cũng không quên gửi kèm theo bản dự thảo do anh Phạm Nam Sách viết để các anh em có thể rộng đường tham khảo trước khi quyết định dứt khoát lập-trường hoặc góp thêm ý kiến.

Có một vài anh em không hiểu tại sao đã tuyệt nhiên không trả lời. Đa số nói là vì không thể về California hội họp cùng anh em nên giao cho chúng tôi toàn quyền quyết định, các anh em sẽ luôn đứng sau sẵn sàng hợp tác và ủng hộ.

Có hai người hồi âm hơi muộn, đó là các anh Nguyễn Văn Chức và Trần Văn Lắm. Tôi không trách mấy anh, vì tôi rất rõ là các anh thường rất thận trọng trong những quyết định sống còn. Sau đây là phần chính bức thư của anh Chức gửi cho tôi liên quan tới vấn đề:

Cher Ánh

Đừng chửi mình ba xạo. Mà Ánh có chửi mình cũng phải chịu. Bận bịu tối ngày, đi làm, viết lách, đi đó đây, nên đã chậm trễ gửi thư cho Ánh. Xin thành thực cáo lỗi.

Về dự tính của Ánh và anh em, mình hoàn toàn ủng hộ. Nhưng chắc Ánh cũng như mình, đã gần tuổi cổ lai hy, không muốn trở thành lá bài, hay con bài, cho bất cứ ai. Và một khi đã làm là làm cho đến nơi đến chốn.

Từ trước tới nay, trong Thượng nghị viện cũng như trong luật sư đoàn, mình đi riêng rẽ một con đường, nghĩa là cùng đường lối, cùng mục tiêu, cùng chiến lược, nhưng khác chính sách (policy), khác phương thức, khác chiến thuật

Mình xưa nay rất ít tin vào khả năng nhận thức (perception) và phán đoán của đám đông.

Trong bức thư ngắn ngủi này, cái câu "Và đã làm là làm cho đến nơi đến chốn" đã làm tôi phải băn khoăn và đắn đo nhiều nhất. Trước khi quyết định trả lời tôi, chắc chắn là Nguyễn Văn Chức đã phải suy nghĩ rất nhiều. Chuyện anh bận bịu chỉ là một cái cớ che đậy bên ngoài mà thôi.

Tuy nhiên, phải thú thật là tôi rất mừng về sự ủng hộ của anh, một con người mà như anh đã xác định trong thư trên đây, vốn quen hành động theo một đường lối riêng biệt, hoặc nói một cách khác, anh là một con người làm chính trị thuộc loại mà thiên hạ thường mệnh danh là "độc hành" (maverick).

Trên chính trường nhiều quốc gia và ngay tại quốc hội Hoa Kỳ cũng có một số chính trị gia nổi tiếng thuộc loại maverick, chẳng hạn như cựu N.S. Monyhan. Mấy người khác như Lieberman, Mc Cain, Kerry, Markey v.v. một phần nào cũng có thể được coi như là những nhân vật thuộc loại "độc hành" này.

Phần khác sự ủng hộ dường như rất bất đắc dĩ này phải chăng là do chúng tôi vốn bạn thân và cùng quê Phát "Riệm"?

Sau Nguyễn Văn Chức , tôi nhận được thơ hồi âm của Cụ Chủ tịch Thượng viện Trần Văn Lắm.

Anh Lắm đã không một chút ngần ngại từ chối bằng một bức thư khá dài và chí tình. Trong các bức thư tôi nhận được trong đời, bức thư của anh Lắm có lẽ dài nhất.

Có điều đáng chú ý là người biên thơ là một ông già ngoài tám chục tuổi. Bức thư từ chối hợp-tác này, với lời lẽ khá xác đáng và thực tế, rất đáng cho chúng ta suy nghĩ , đặc biệt là đối với những vị nào đương sửa soạn làm cái công việc mà chúng tôi chỉ mới dám dự tính trước đây 8 năm.

Bức thư tuy dài nhưng vì sau đó ít năm Trần Văn Lắm đã qua đời nên vô hình trung bức thư này có thể được coi như một di cảo chính trị của Anh. Hơn nữa, vì muốn tôn trọng người đã khuất, tôi xin phép được sao nguyên văn bức thư, không dám cắt xén hoặc thêm bớt một chữ , để quý vị có thể rộng đường tham khảo. Hơn nữa, đây cũng là một cơ hội chúng ta tưởng niệm Trần Văn Lắm, một con người lúc sinh thời rất yêu nước và gắn bó với đồng bào của mình hiện sống cuộc đời vong quốc ở khắp đó đây trên thế giới.

Sau đây là bức thư của cụ cựu Chủ-tịch Thượng viện Trần Văn Lắm đề ngày 06 tháng 11, 1995, từ Canberra, thủ đô Úc-đại-lợi gửi cho tôi:

Kính anh Vũ Ngọc Ánh

Cảm ơn anh nhớ đến tôi và gởi đến tôi bài thơ và

dự thảo tuyên ngôn của một nhóm anh em cựu d.b VNCH.
Cuối tháng 9 vừa qua trên đường về Úc tôi có ghé L.A. ở
trong một khách sạn tại Fountain Valley vài ngày. Mục
đích là để thăm vài bạn thân như các anh T.T.Dung,
L.L.Trinh, C.V. Tường v.v... Vì e tuổi về chiều này, cơ hội
gặp nhau sẽ rất hiếm hoi. Phải chi trong dịp ấy được biết
quý anh có ý định làm tuyên ngôn, thì tôi rất hân hạnh đóng
góp ý kiến tại chỗ, vả lại được vui diện kiến với các bạn
đồng viện khi xưa.

Thư anh gửi cho tôi gồm có 2 việc. Tôi xin hồi đáp
theo thứ tự:

I. "Giấc mơ Cali" làm tôi nhớ lại "I have a dream"
của Martin Luther King nói cách đây 30 năm và lời nói ấy
đã trở thành bất hủ. Tôi rất mong "Giấc mơ Cali" cũng sẽ
trở thành như vậy. Nó là lời nói từ đáy lòng của con người
VN yêu nước, quyến luyến với quê hương, thiết tha với dân
tộc. Tôi rất thông cảm và chia sẻ ưu tư của anh trong niềm
mến thương đất nước giống nòi. Tuy nhiên, "mơ" thấy ngày
êm đẹp huy hoàng trên đất nước, nhưng anh cần thấy làm
sao đi đến ngày ấy.

Anh em mình ở "nước ngoài" cũng như cả triệu đồng
hương khác, mình không phải là động lực, trực tiếp sửa đổi
được cục diện bên nhà. Kinh nghiệm đã có với nhiều dân
tộc khác đã bỏ nước ra đi như đồng bào mình vậy: Trung
Hoa, Nga, Cuba , và các quốc gia CS Đông Âu khi xưa. Bên
ngoài chỉ hô hào yểm trợ bên trong. Cho nên "Giấc mơ" có
được thực hiện hay không là do thiện chí của những người
có trách nhiệm lãnh đạo bên trong, vì quyền lực là ở trong
tay họ.

Vì vậy tôi xin có ý thêm ở đoạn chót của bài thơ, ước mơ người lãnh đạo đất nước trong hiện tại được "Mẹ V.N" ban cho một tinh thần phản tỉnh toàn diện, nhằm hòa hợp dân tộc và xây dựng đất nước trong tình thương, xóa bỏ hận thù. Xin tùy anh hành văn cho hợp với nhịp thơ.

Hiện nay ngoài nước và trong nước, luôn cả người CS vô số người có giấc mơ như anh, trong giới nhà văn, chính trị, nhưng họ không nói ra được, hoặc họ vừa nói thì bị bụm miệng như Nguyễn Chí Thiện, Dương Thu Hương v.v... Luôn cả giới CS họ nói mà không làm, hoặc không dám làm vì sợ nếu có cuộc thay đổi chế độ, thì họ bị đem ra hài tội. Tôi đề nghị anh xem lại bài diễn văn của Đỗ Mười đọc hồi tháng 6 năm ngoái tại Hà Nội khi đến khai mạc Đại hội Mặt trận Tổ quốc mở rộng đầu tiên. Hôm ấy tôi có nói ở đài phát thanh Úc, thách thức Đỗ Mười làm đúng như lời y đã nói... nhưng y không trả lời. Đài Úc có phát thanh về VN ... Họ đã nói nhiều lần như lời trong bài thơ nhưng không thấy làm gì cụ thể. Cho đến ngày 30-4-1995 vừa qua, kỷ niệm 20 năm họ thắng, vẫn có hành động của kẻ thắng người bại, Mỹ ngụy, Nam Bắc v.v... thái độ của chia rẽ.

II. Dự thảo Tuyên ngôn - Tôi rất tiếc là không ủng hộ việc làm này. Không phải tôi bất đồng ý kiến với nội dung tuyên ngôn, vì xét kỹ, phải cho là dự thảo do anh là tác giả được đầy đủ ý nghĩa hơn dự thảo của anh Sách. Tôi không ủng hộ việc làm vì 2 lý do: thời gian và công hiệu.

Tôi biết sẽ có nhiều bạn không đồng ý với tôi. Một số kinh nghiệm mà tôi đã thu thập được, sau khi đi đây đó gần hai thập niên, để nghe và hiểu tâm lý của đồng bào, và cũng để tìm chiều hướng hành động nhằm đóng góp phần mọn vào việc phục hưng quốc gia, đã đưa tôi vào ý niệm không tán thành việc làm của các bạn. Tôi xin giải thích hai lý do nói ở trên:

1. Việc đã xảy ra hơn 20 năm rồi. Tình trạng đang có thuộc về "Việc đã thành tựu" (fait accompli). Đem Hiệp định 1973 ra nói, trong khi CSVN đã vi phạm từ hồi nào rồi thì quá trễ.

Theo lẽ lúc mà họ bắt đầu xua quân và tấn công miền Nam, thì phải có phản ứng mạnh, kêu gọi các quốc gia đã ký bảo đảm việc thi hành Hiệp định họp lại can thiệp. Nhưng lúc ấy VNCH không làm được vì đồng minh "vĩ đại"Hoa kỳ của chúng ta bị cái bịnh "Việtnam syndrome " (xin anh xem bài "Người đồng minh khổng lồ chân bằng đất sét" của Lâm Lễ Trinh). Rồi thời gian qua!

Năm 1977, nghĩa là hai năm sau khi bỏ nước ra đi, chúng tôi (các bạn di cư qua Úc) có hợp tác với các bạn luật gia bên Pháp nêu chính thức việc vi phạm H. Đ. Xin lưu ý là Pháp cũng có ký trong văn kiện bảo đảm thi hành H. Đ. Đại hội các luật gia (có Việt và Pháp, đứng đầu là LS Vũ Quốc Thức) có xuất bản một cuốn Bạch Thư và gửi cho các quốc gia đã ký bảo đảm H.Đ.(Pháp, Anh, Hoa Kỳ, Nga, Canada , Trung Quốc, Hungary , Indonesia ,

Poland , CHXHDC Hà Nội)...

Chính phủ Pháp thì chủ xướng vì có một số luật gia Pháp thúc hối, nhưng rồi không đi đến đâu, vì không có quốc gia nào (như đồng minh Hoa Kỳ) muốn quậy nước đục đã trong rồi.

Vì vậy đem vấn đề nói lại sau 20 năm thì lại càng thấy sự trễ nải của nó, và sẽ chẳng có quốc gia nào chú tâm tới nó, mặc dù người Việt Nam có tha thiết đến đâu.

2. Gác bỏ vấn đề thời gian qua một bên, thử xem tuyên ngôn đưa ra sẽ đem lại công hiệu gì hay không?

Đề nghị đối thoại, đòi thi hành H. Đ để cho dân tộc tự quyết, đòi bên kia sửa đổi hiến pháp, chấp nhận đa nguyên v.v... thì bao nhiêu đoàn thể quốc gia đã nói lên nhiều lần rồi, hoặc mỗi lần cộng đồng VN họp ở quốc gia cư trú nào cũng có tuyên ngôn, quyết nghị đòi hỏi CSVN như vậy. Chính tôi trong các phiên họp khi tôi đi tham dự tại các quốc gia khác, tôi cũng có đề cập đến các đòi hỏi ấy và có chính thức chuyển đến các người lãnh tụ bên kia. Nhưng rồi phía bên kia vẫn im lặng không trả lời, không làm theo các đòi hỏi. Việc làm của bên này như nước đổ trên lá môn. Họ có nghe nhưng họ có cần gì phải làm liền cho mất mặt. Vả lại họ không xem "Việt kiều" là một lực lượng đáng cho họ sợ. Huống chi, sau 20 năm rồi, mà người Việt hải ngoại còn chưa có tiếng nói đại diện chung. Trong thực tế, họ là người lãnh đạo. Có gì bó buộc họ phải nghe người Việt kiều.

Cho nên khi ta chưa có một cái vốn chính trị nào trong

túi thì đừng nói chuyện đòi hỏi họ vô ích. Cái vốn chính trị tôi muốn nói đây là bất cứ việc gì có thể làm áp lực họ được: quân sự, kinh tế, áp lực ngoại quốc đồng minh... vấn đề này tùy thuộc thời gian và tình hình quốc tế.

Kết luận: Tôi đề nghị anh đọc bài "Đa nguyên, một bế tắc chưa giải pháp" của một nhóm đảng viên CSVN lấy tên là Đoàn Quốc Đăng Long để hiểu tâm lý của các người lãnh đạo bên kia. Mặc dầu họ biết là từ đời Hồ Chí Minh họ đã làm sai, hại dân chúng trong các vụ Nhân Văn, cải cách giảm tô, xét lại chống đảng v.v... Kinh tế thất bại... nhưng lập đa nguyên, dân chủ hóa để đưa đến việc xử tội họ như bên Roumanie, Đông Đức, Hung gia lợi thì họ có dại gì lập ra thứ đó, dù họ biết có dân chủ đa nguyên mới tiến được.

Cho nên các đòi hỏi trong bản tuyên ngôn muốn họ thực hiện cho được thì còn xa vời lắm.

Theo thiển kiến của tôi muốn "Giấc mơ Cali" thành sự thật thì chuyện đầu tiên phải làm là xóa bỏ hận thù và thống nhất dân tộc. Tại quốc gia nào có đồng bào thì tôi đã có đến thăm trong hai thập niên qua. Số đông người tôi gặp đều nói:"Nếu về VN được tôi sẽ giết thằng CS !" Phía bên CS thì trong những năm chinh chiến họ cũng bị tang tóc, tàn phá, đau thương không kém người trong Nam. Vì vậy mà khi thắng trận là họ lo trả thù. Tình trạng ấy thuộc quá khứ đen tối của lịch sử nước nhà. Xóa bỏ được dĩ vãng thù hiềm ấy thì quốc gia mới thống nhất ý chí được trong việc xây dựng quê hương

Được như vậy, đi đến đối lập, đa nguyên, dân chủ hóa thể chế cũng không phải là xa.

Các người bên kia đang lãnh đạo quốc gia họ có quyền. Vậy họ có thể tỏ thiện chí hòa hợp bằng một số hành động cụ thể, ví dụ trả lại nhà cửa tịch thu, thương binh đôi bên được quy chế và đối đãi như nhau, lập lại nghĩa trang quân đội trong Nam mà họ đã cào bỏ v.v.. còn biết bao nhiêu việc phải làm như trong bài thơ của anh.

Tôi xin lỗi vì quá dài dòng. Đọc "Giấc mơ Cali" thì tôi biết anh không thuộc thành phần quá khích. Nếu với một vài anh em khác mà tôi biết rõ, thì tôi sẽ không tâm sự như vậy đâu.

Nghe nói hiện nay có bút chiến giữa các anh Tôn Thất Thiện và Phạm Nam Sách, không ngoài vấn đề hòa giải. Tôi thận trọng đứng ngoài, vì tôi nghĩ với tuổi về chiều này, nên tránh đụng chạm, cần giữ cho tinh thần được thanh thản thì hơn.

Tôi xin hoàn lại anh hai bản dự thảo Tuyên ngôn và kính chào anh và xin anh chuyển lời tôi vấn an anh em đồng viện khác mà anh gặp.

Hồi còn ở Việt Nam, từ thời Ngô Đình Diệm qua Đệ nhị Cộng hòa, anh Trần Văn Lắm luôn luôn được giao những chức vụ quan trọng như Chủ tịch Quốc hội, Đại sứ tại Úc đại lợi, Tổng trưởng Ngoại giao... và sau hết, trước khi mất nước, Chủ tịch Thượng Nghị viện. Anh em thường nói đùa: Cha này mùa chay nào cũng có nước mắt. Hoặc; cha này có số bọc điếu, thời nào cũng như diều gặp gió...

Có rất nhiều người khen anh nhưng số người chê và không ưa anh cũng không phải là ít, nhất là những người chống chế độ ông Diệm và chính quyền ông Thiệu thời Đệ nhị Cộng hòa.

Riêng tôi, tôi cũng đã có một vài lần cộng tác với anh trong một số hoạt động chính trị và nghị trường nhưng tất cả đều không đi tới kết quả nào. Khi tôi thành lập "Tổ chức Dân vận quốc ngoại", (Vietnam People-to-People Organization, viết tắt là VNPPO) anh Lắm cho rằng tôi cố ý cạnh tranh với "Foreign Council" của anh, mặc dầu tôi đã cố giải thích là mục-tiêu và môi trường hoạt động giữa hai hội khác nhau, nhưng xem chừng anh Lắm vẫn không mấy vui, nhất là khi thấy có sự cộng tác giữa chúng tôi và bộ Ngoại giao (thời Ngoại trưởng Trần Chánh Thành), đặc-biệt trong vụ phái-đoàn văn-nghệ Tình thương đi công-tác dân-vận tại Âu-châu cũng như sự tiến triển trong vấn đề chúng tôi vận động tái bang giao với một số nước như Thụy-điển, Pháp v.v., nhất là vụ tôi móc nối với ngoại trưởng Nam Dương Adam Malik.

Tới khi anh Lắm giữ chức Bộ trưởng, bộ Ngoại-giao chấm dứt mọi liên-lạc với Tổ-chức Dân-vận Quốc-ngoại, đồng thời dành lại việc lập phòng Thông Tin Việt Nam tại Stockholm cho Foreign Council.

Vào lúc mà một vài tờ báo chỉ trích tôi về một số vấn đề liên quan tới phái đoàn dân vận chẳng hạn như giúp con một người bạn lợi dụng việc tham gia phái đoàn để rồi trốn quân dịch (chuyện này thực sự đã xảy ra nhưng ngoài khả năng kiểm soát cũng như ý muốn và quyền hành của tôi), vợ tôi xin theo nấu ăn cho phái đoàn để có cơ hội xuất ngoại v.v. (chuyện này rất vô lý vì vợ tôi có thông hành ngoại giao, xuất ngoại lúc nào cũng được), lem nhem trong vấn đề tiền nong v.v.

Tại Thượng viện, tất nhiên anh phải hiểu rõ nội tình mọi chuyện, cũng như những điểm vô lý hoặc sai lầm của một vài người cáo buộc tôi, nhưng anh Lắm đã chẳng hề có một lời bênh vực, trái lại có những lời phẩm bình nửa đùa nửa thật hoặc nước đôi rất khó hiểu.

Nhiều nhân viên cao cấp bộ ngoại giao chê anh hẹp hòi, thiếu rộng lượng. Các ông Đại sứ thuộc loại *de carière* mỗi lần gặp tôi thường phàn nàn rất nhiều về anh. Những lời phẩm bình đó không biết có công bình hay không, nhưng quả thực anh Lắm đã đối xử với tôi dường như không mấy đẹp vì dẫu sao tôi với anh trong quá khứ cũng đã mấy lần gắn bó với nhau trong một vài sinh hoạt chính trị và nghị trường, và mặc dầu những cố gắng này đều thất bại hoặc không có kết quả nào.

Tuy nhiên, buồn thì có buồn, tôi vẫn nghĩ rằng anh và các quý anh Phan Huy Quát, Trần Chánh Thành, cụ Trần Văn Đỗ là những người làm ngoại giao có khả năng và kinh nghiệm nhất của Miền Nam chúng ta.

Chỉ tiếc là hai anh Thành và Lắm, đã chẳng có thể làm được gì để kéo Việt Nam Cộng hòa ra khỏi những bế tắc vô cùng tai hại tại hội nghị Hòa Đàm Paris, tạo cơ hội cho Hoa Kỳ cùng với Bắc Việt mặc tình thao túng hội nghị một cách hoàn toàn bất lợi cho VNCH

Từ ngày trên một triệu người Việt Nam phải chấp nhận kiếp sống vong quốc trên khắp các nẻo đường thế giới, ngoài việc tiếp tục tranh đấu cho Tự do và Đất nước một cách thật là nhiệt tình, Trần Văn Lắm có lẽ là vị nhân sĩ chịu khó đi thăm viếng và tìm hiểu đời sống đồng bào nhiều nhất. Hình như vì vấn đề sức khỏe và tuổi già nên anh đã phải tạm dừng bước, nhưng chưa được bao lâu thì anh qua đời. Cái đáng quý, đáng kính trọng nơi con người anh là ở chỗ nhiệt tình đó.

Thành ra, cùng với câu "Và đã làm thì phải làm tới nơi tới chốn" trong thư của Nguyễn Văn Chức, những lời lẽ thẳng thắn và chí tình trong bức thư dài quá khổ của Trần Văn Lắm đã làm tôi mất ngủ mấy đêm liền.

Ngay đối với những vấn đề đã được nêu trong bản tuyên ngôn, làm thế nào để thực hiện và thực hiện như thế nào, hết thảy đều rất phức tạp và khó giải quyết vô cùng, hầu như vô phương.

Chỉ cần nêu ra vấn đề đối thoại mà thôi đã thấy là tới nhức đầu bể sọ rồi. Có thể nói là như nan giải.

Nếu như họ chấp nhận đối thoại, tất nhiên phía bên kia sẽ là chính quyền Hà Nội, vậy phe ta sẽ là những ai đây? Câu hỏi thiệt là khó trả lời.

Trong khi đó suốt 20 năm qua những người VN lưu vong chúng ta vẫn chưa làm sao bầu được một ban đại diện chung cho hết thảy các cộng đồng người Việt trên đất Hoa Kỳ thì làm thế nào mà dám nghĩ tới chuyện một ban đại diện chung cho các cộng đồng trên thế giới.

Còn chuyện nhân lực và tài lực nữa: những ai sẽ đứng ra đi lobby và vận động đây đó thường xuyên đây? Tiền lấy ở đâu? Ai sẽ cho? trong khi đó bà con ta trong những thời kỳ gần đây đã bị các kẻ mệnh danh là đảng phái này nọ lừa dối và lợi dụng quá nhiều rồi.

Với hàng trăm câu hỏi như vậy luẩn quẩn trong đầu, tôi không sao tìm được một giải đáp hợp lý.

Lại còn một yếu tố nan giải quan trọng khác nữa mà tôi nghĩ rằng những ai thực sự yêu nước, có lòng với dân tộc không thể không xét tới: Đó là tình trạng đất nước chúng ta ngày nay đã được thống nhất, nếu như hiệp định Ba-lê được thực thi theo đúng từng chữ, Việt Nam chúng ta chẳng lẽ sẽ chia hai một lần nữa sao?

Sự phân chia này, dù chỉ là tạm thời trong khi chúng ta chưa tổ chức được một cuộc tổng tuyển cử nhằm thống nhất Đất Nước, xét ra rất phiêu lưu, nên trên phương diện lịch sử dân tộc không biết có đáng để chúng ta một lần nữa nhân danh cho tự do, cho nhân quyền và quyền sống của Miền Nam, hy sinh cơ hội thống nhất đất nước này hay không? Hoặc chúng ta chỉ chú trọng tới vấn đề chủ quyền Miền Nam Tự do mà dẹp bỏ chuyện thống nhất ?

Xin thú thực vấn đề này đã làm cho tôi đau đầu và bối rối vô cùng. Hơn nữa chúng tôi đều đã già yếu đâu còn đủ sức đánh Đông dẹp Bắc. Thành ra sau cùng tôi quyết định tạm ở thế bất động.

Có một điều rất lạ là sau đó không một anh em nào

liên lạc với tôi để thăm chừng công việc tiến triển tới đâu, trừ Phạm Nam Sách. Nhưng cũng mãi tới gần 2 tháng sau anh Sách mới điện thoại hỏi tôi đã làm được những gì. Trong đời tôi, cho tới lúc đó tôi mới thực sự hiểu một cách thấm thía ý nghĩa câu "chưa đánh trống đã bỏ dùi".

Thì ra phần lớn các hội hè, hoặc tổ chức này nọ của mình đều như thế cả.

Năm 1985, rất nhiều đoàn thể chính trị, quân đội và hầu hết các tướng tá VNCH họp tại một tòa nhà thuộc Quốc hội Hoa kỳ ở Washington DC, cùng nhau lập ra "Lực lượng các Chiến sĩ Tự do", bầu Đại tướng Cao Văn Viên làm chủ tịch, tôi thì được anh em đề cử làm phụ tá đặc biệt cho chủ tịch. Chưa hoạt động được bao lâu thì vì chuyện gia đình tôi phải move về California .

Về tới Cali, vì quá bận chuyện gia đình, tôi gọi điện thoại Đại tướng Viên mấy lần để xin từ chức nhưng không gặp vì hình như ông đi vắng xa. Tôi chờ mãi mà vẫn không được Đại tướng Viên gọi lại.

Và rồi cũng từ đó, nghĩa là kể từ khi tôi thôi hoạt động cho Lực lượng, tôi không hề nghe thấy ai nói gì đến cái Lực lượng các Chiến sĩ Tự do này nữa.

Ít lâu sau, vì nể lời anh Lê Phước Sang, tôi tham gia *Phong trào Tranh đấu cho một Việt Nam tự do* và đã giúp anh Lê Phước Sang thành lập hai chi hội Bắc và Nam California. Miền Bắc Cali do tiến sĩ Nguyễn Thanh Liêm làm chủ tịch, miền Nam do một ông Đại tá gốc

Dân xã Hòa Hảo đứng đầu. Tôi có phần nào tin tưởng vì nòng cốt phong trào này là các anh em Dân xã Hòa Hảo, nhưng sau đó chẳng bao lâu, phong trào rã đám êm ru bà rù lúc nào chẳng ai hay, mặc dầu anh Sang xưa nay là một con người quen chạy đôn chạy đáo rất hăng say.

Kể từ đó tôi không còn có dịp được gặp lại Lê Phước Sang (phải chăng anh đã đi về một chiến khu nào ở Đông Nam Á để tiếp tục chiến đấu) và cũng không dám tham gia hết thảy những cái gì gọi là mặt trận hay phong trào này nọ, kể cả khi có người gợi ý gia nhập cái gọi là chính phủ "lưu vong" của ông Nguyễn Hữu Chánh.

Có điều lạ là sau mỗi vụ "êm ru bà rù" như vậy, mọi người đều cho đó là một chuyện hết sức tự nhiên, như ăn với ngủ, như đêm rồi lại ngày, nên không hề có chút thắc mắc, băn khoăn nào. Thiệt đúng là "chưa đánh trống đã bỏ giùi", phương ngôn ta hay thiệt..

Sau đó, Phạm Nam Sách cũng biệt tăm luôn. Nhờ đọc báo chí Bolsa, tôi được biết Phạm Nam Sách đã quay sang hoạt động cho một tổ chức chính trị mới gọi là Mặt trận Tổ quốc hay Quốc dân gì đó.

Chừng bốn năm sau, Phạm Nam Sách qua đời, anh em ai nấy đều bùi ngùi thương cảm, đồng thời buồn cho chính thân phận của mình, những Lê Chiêu Thống của thời đại.

Riêng tôi, tôi không thể không trở về với "giấc mơ" cũ của tôi. Vì sẽ chẳng bao giờ có chuyện Đỗ Mười hay Võ Văn Kiệt bổ túc bài thơ, nên theo lời yêu cầu của mấy ông bạn, tôi đã kết thúc "Giấc mơ Cali" như sau:

Giờ đây tỉnh mộng tôi vẫn thấy

Ngục tối và xà lim

Luôn là nhà của bao kẻ sĩ

Và gạo mục cá thối

Tiếp tục là hạnh phúc của muôn dân

Ôi Mẹ Việt Nam! Mẹ ở đâu?

Chúng con khổ nhục đã quá lâu!

Mẹ đã làm gì con mẹ?

Rồi mai đây, hẳn sẽ có một ngày

Non sông rực sáng, hoan ca rậy trời

Rước Mẹ về trong vinh quang ngự trị

Nhà nhà Hạnh phúc, Tự do ngàn đời...

Lần này, kèm với "Giấc mơ Cali" đã được bổ túc, tôi cũng đã có gửi cho các bạn tôi một bức thư.

Tuy 8 năm đã qua, một vài sự kiện đã trở thành quá khứ, hoặc đã xảy ra đúng như tôi đã dự đoán, nhưng xét chung, tôi nghĩ rằng những điều tôi muốn trình bày cùng các bạn tôi trong bức thư vẫn còn giữ nguyên vẹn những sắc nét thời sự nóng bỏng của nó như cách đây 8 năm, do đó, tôi xin phép được ghi lại bức thư một lần nữa trong bài tạp ghi này.

Sau đây là bức thư:

Thưa Quý Bằng hữu,

Cách đây chừng một năm, để đánh dấu 20 năm xa Đất nước, tôi có gửi tới một số bạn bè một bài thơ. Về lý do tại sao có bài thơ này tôi đã trình bày với Quý vị trong bức thư được gửi kèm với bài thơ.

Như quý Bằng Hữu đã rõ, "Giấc mơ Cali" năm ngoái là một bài thơ dở dang và trong thư kỳ trước tôi đã đặc biệt yêu cầu quý ông Lê Đức Anh, Đỗ Mười và Võ Văn Kiệt kiện toàn bài thơ. Tiếc rằng cho tới nay mấy quý ông bận sao đó nên vẫn chưa hồi âm. Do đó, thể theo ý kiến của một số bạn, tôi đã tự đúc kết bài thơ. "Giấc mơ Cali" mà Quý Bằng Hữu nhận được lần này chính là bài thơ đã được bổ túc vậy.

Suốt 20 năm qua, tôi luôn băn khoăn về một giải đáp cho vấn đề VN cũng như tìm một lối thoát cho sự bế tắc của đoạn đời còn lại rất giới hạn của mình.

Đã đành là chúng ta sẽ chẳng bao giờ chấp nhận thân phận "hàng thần lơ láo", nhưng chúng ta cũng đâu mãi mãi cam tâm cảnh ngộ Lê Chiêu Thống. Hồi nhỏ tôi thường bùi ngùi mỗi khi đọc trang sử buồn Lê Chiêu Thống và đinh ninh là tấn bi kịch đó sẽ chẳng bao giờ có thể tái diễn. Nhưng chuyện đời, đâu có ai ngờ được.

Ngay cho tới đầu năm 1975, trước khi xảy ra biến cố Ban Mê Thuột, có ai ngờ là sau đó chỉ có 3, 4 tháng, Tổng thống, Bộ trưởng, nghị sĩ, dân biểu, tướng tá v.v... và anh em chúng ta ngày nay cùng với gần 2 triệu đồng bào lưu lạc tha phương trên khắp 5 châu 4 bể, giống hệt như những người lưu vong Do-thái vô tổ quốc trước đây 80 năm.

Thực vậy, chúng ta đương tái diễn bài học lịch sử đau thương năm xưa, nhưng có điều khác là lần này chúng ta diễn lại tấn thảm kịch với phạm vi và kích thước lớn rộng hơn xưa gấp bội. Đó là chưa kể tới sự-kiện hàng ngàn, hàng vạn người đã bỏ mình trong rừng hoang hay dưới lòng sâu của biển cả khi họ liều mạng đi tìm Tự do.

Nghĩ đi nghĩ lại thấy thiệt là đau xót và xấu hổ vô cùng.

Tuy nhiên, trước 1989, cũng không một ai, kể cả Reagan, Bush, Kissinger hoặc CIA có thể ngờ là Đế-quốc Cộng sản và siêu cường Nga Sô sẽ sụp đổ hoàn toàn và mau đến như vậy.

Sau 1975, Cộng sản Việt Nam với sự yểm trợ to lớn và hết mình của các nước xã-hội anh em đã không làm được trò trống gì trong nỗ lực bành trướng, và các nước Đông Nam Á đã không bị thôn tính giây chuyền theo như thuyết Domino.

Ngược lại, định mạng đã thiệt mỉa mai và trở trêu: giả thuyết Domino lại ứng nghiệm ngay vào sự sụp đổ giây chuyền của các nước Công sản Đông Âu và Liên-sô. Như một phép lạ, biến cố đổi đời này đã xảy ra quá bất ngờ, và đã giúp chúng ta từ tình trạng hầu như thất vọng bỗng thấy ánh sáng chói loà của Niềm tin và lẽ tất thắng của Chính nghĩa.

Kinh Thánh có nói: Sự Chết thường đến như kẻ trộm.

Và cũng như sự Chết, sự sụp đổ của những con bài domino còn sót lại (Cuba, Trung Cộng, Cộng sản Bắc Hàn và Cộng sản Việt Nam) trước sau nhất định sẽ phải xảy ra một cách thiệt bất ngờ, vào bất cứ thời điểm nào, có thể là nay, có thể là mai.

Đã từ lâu lắm, dân chúng đều phẫn nộ tới cùng cực, hoặc ngấm ngầm, hoặc công khai...Và chỉ cần một giọt nước nữa thôi là nước sẽ trào ra khỏi chén.

Nhưng phải làm thế nào để có được giọt nước kia? Đó mới chính là cái điểm then chốt của cách mạng giải phóng dân tộc vậy.

Có thể địch sẽ tự hủy diệt bằng cách tự giải thể dần dần hoặc cấp thời. Đây có thể được coi như là một giải pháp lý tưởng, tiết kiệm được xương máu, thuận với lẽ trời và lòng dân nhất. Mặc dầu, vì vấn đề lá mặt (bà con phe ta thường rất trọng lá mặt, giống hệt mấy cha ông của họ vốn dòng Lý Toét ngày xưa), hơn nữa muốn nhân cơ hội tranh tối tranh sáng và luật rừng để vơ vét chợ chiều, phe ta cố ngồi lì. Nhưng với tình trạng đất nước nghèo đói, kiệt quệ và lạc hậu hiện nay, các cha có thể còn ngồi lỳ được bao lâu nếu không chịu tiếp tục cải cách và dân chủ hóa, nhất là một khi, cứ thực tế mà nói, không được Hoa kỳ tái lập bang giao, bãi bỏ cấm vận và hợp tác kinh tế.

Riêng tôi thì tôi vẫn nghĩ rằng các tay cầm đầu CS còn ngồi lại ở Á châu, kể từ họ Đặng và những người có thể thừa kế ông, cho tới con trai của Kim Nhật Thành và "bà con ta" ở VN , hết thảy đều ở thế cỡi lưng cọp, đối với nhân *dân cũng như đối với chính phe đảng mình*

Điều quan trọng là trong lúc này chúng ta ai nấy đều phải tỉnh táo, sáng suốt, dẹp bỏ mọi tỵ hiềm và tham vọng cá nhân, biết phân tích sự việc một cách khách quan, biết nghe và tôn trọng ý kiến người khác, không chụp mũ bậy bạ và nhất là ĐOÀN KẾT MỘT LÒNG. Thực vậy, nói mãi hóa nhàm, nhưng trong mọi công việc chung, nhất là việc cứu dân cứu nước, lúc nào sự đoàn kết cũng là vấn đề tiên quyết then chốt. Nếu tiếp tục chia rẽ, chúng ta sẽ chỉ còn một con đường độc đạo để đi tên gọi là "thất bại", tức con đường một chiều chỉ có đi mà không có về. Nhưng đi về đâu? Chắc ai nấy đã rõ.

Chúng ta nay đầu đã bạc, nhưng dũng chí chưa nhụt, ai nấy đều lo cho tương lai Đất Nước và con cháu, chẳng lẽ chúng ta chỉ còn có biết tiêu diêu ngày tháng, ngồi yên uống rượu, gõ nhịp, rung đùi mà ngâm mãi khúc "Hồ trường" để quên thực tại hay sao. Chúng ta hãy tỉnh cơn mê! hãy tỉnh cơn mê háo danh hám lợi! Hãy tỉnh cơn mê ghen ghét và đố kỵ! Hãy tỉnh cơn mê quá khích và cao ngạo vô lối! hãy tỉnh cơn mê nói xàm, nói sảng!Hãy tỉnh cơn mê đấm đá một cách vung vít! Thực vậy, địch thì không thấy, nhưng hình như vì quá hăng say, đã đánh nhau với cánh quạt gió, nên có một số anh em chúng ta đã bị tẩu hỏa nhập ma, khó đường cứu chữa.

Một khi chúng ta đã thức tỉnh, "Giấc mơ Cali" sẽ không còn là mộng tưởng mà nhất định sẽ là một thành tựu, một sự thực hiển nhiên và tốt đẹp nhãn tiền.

Cầu xin Bề trên phù hộ chúng ta hết thảy được bình yên, mạnh khỏe, sống lâu, thông suốt với đầy đủ hăng say và hào khí như thuở nào, để trong ngoài một lòng, tạo dựng thời cơ, nỗ lực góp phần với toàn dân để đấu tranh giành phần thắng lợi cuối cùng cho Lẽ Phải và Chính Nghĩa của chúng ta.

Trước khi chấm dứt bài này, tôi xin có một đôi lời với các vị thuyết trình trong buổi hội thảo về Hiệp định Paris 73. vừa qua như sau, đặc biệt là với các bạn cũ mà tôi vẫn thường rất quý trọng như quý anh Giáo sư Tiến sĩ Nguyễn Văn Canh, cựu thủ tướng Nguyễn Bá Cẩn v.v.

Trước hết, tôi xin thưa ngay là khi viết bày này, tôi không hề có một ác ý gì đối với quý anh, chẳng qua nhân cuộc hội thảo của quý anh về một vấn đề mà 8 năm trước chúng tôi cũng đã dự tính làm, tôi muốn nhắc lại một trong những bước thất bại trong quá trình đấu tranh vô cùng khó khăn của người quốc gia chống Cộng lưu vong chúng ta, ngõ hầu những người tiếp tục đấu tranh có thể từ đó rút tỉa được bài học nào chăng. Rất có thể vì quá non gan, quá dè dặt hoặc thiếu niềm tin nên chúng tôi đã bỏ lỡ cơ hội, chẳng làm nên cơm cháo gì.

Ngoài ra tôi muốn nhân dịp viết bài này kể lại một vài kỷ niệm cũng như những suy tư của một số bạn bè của tôi về vấn đề HĐ Paris nói riêng, quá trình đấu tranh cho Đất Nước nói chung. Hơn nữa, đã có 5 người xuống tuyền đài mang theo cái hận "công chưa thành chí chưa toại", nên khi nhắc lại chuyện này, tôi cũng muốn được coi đó như một cơ hội tưởng niệm 5 người bạn già đã quá cố với niềm bi phẫn đó.

Năm người này, thưa quý anh, chính là Trần Trung Dung, Đặng Văn Sung, Phạm Nam Sách, Trần Văn Lắm và gần đây Trần Ngọc Nhuận. Trước đây, nếu không phải là chiến hữu, thì ít nhất, đối với quý Anh, họ cũng là những chỗ bạn bè, hoặc hơn nữa, đã có dịp cộng tác hoạt động với quý Anh tại quốc hội VNCH hoặc trên một môi trường chính trị nào đó.

Tôi không mong gì hơn là quý Anh sẽ thành công rực rỡ trong công cuộc vá trời lấp biển này, để giải phóng Đất Nước đem lại Thanh bình, Tự do, Dân chủ và Công chính cho toàn dân Việt Nam chúng ta.

Riêng tôi, Trời thương đã cho tôi sống qua ba phần tư thế kỷ 20, và nay thì đã sang thế kỷ 21. Trời cho sống thêm được bao nhiêu là mừng bấy nhiêu. Tới tuổi này rồi, dẫu sao cũng đã phần nào thông suốt nên tôi đâu có còn háo danh hay tham sống sợ chết

Tuy nhiên, tôi cũng không muốn chết một cái chết bi phẫn như các chiến hữu đã quá cố của tôi.

Nhân dịp này tôi xin được có mấy lời tưởng niệm và ghi ơn hết thảy các bạn đồng chí hướng của tôi đã vì Đại Nghĩa hy sinh trong tủi hận. Đặc biệt và cũng rất đáng hận phải kể tới Chu Văn Tấn, một cán bộ Lực lượng Đại Đoàn-kết trung kiên đã chết rũ tù tại trại giam ở Phúc yên cách đây hơn 10 năm.

Hơn một năm sau ngày Sài Gòn đổi tên là Hồ Chí

Minh có người thấy Chu Văn Tấn râu dài tới rốn vẫn tiếp tục lang thang trong rừng già Xuân Lộc chiêu tập các anh em để rồi sau cùng bị bắt và lãnh án tù chung thân. Con trai độc nhất của anh trốn được. hiện hành nghề Bác sĩ tại Úc đại lợi.

Rất tiếc là có rất nhiều Chu Văn Tấn đã chết một cách thực cô đơn và tối tăm trong uất hận mà chẳng được ai biết tới hoặc báo chí nào kể tên, mặc dầu sự hy sinh cũng như hùng chí của họ đâu có kém những Trần Văn Văn Bá hay Nguyễn Văn Lý.

Để cho linh hồn những người bạn hoặc chiến hữu rất đặc biệt đó, cũng như toàn thể các chiến sĩ quốc gia đã bỏ mình vì Đất nước sớm được an ủi và ngủ yên nơi Cửu tuyền, xin quý Anh hãy cố gắng lên.

Nguyện cầu Trời Phật phù hộ quý anh và hết thảy các lực lượng đấu tranh khác sớm ngày thành công.

Phụ-biên
"Nhân một cuộc hội thảo chính trị"

Vào khoảng *7 giờ 12 phút tối ngày thứ Ba*, 19 tháng 5, 2009, cựu thủ tướng Nguyễn Bá Cẩn e-mail cho tôi về vấn đề lập hồ-sơ Đăng ký thềm lục địa VN .

Đêm đó không hiểu tại sao tôi đã thao thức và suy nghĩ rất nhiều về cái công việc Nguyễn Bá Cẩn khởi xướng và đương cố gắng thực hiện.

Thành thực mà nói, vì vốn e-dè với mọi hoạt động chính trị gần đây trong cộng đồng VN hải-ngoại, tôi trước đó đã có đôi chút phải suy nghĩ về công việc làm này của Nguyễn Bá Cẩn, nhất là khi có người nói với tôi về chuyện "chính phủ lưu vong" gì gì đó, vì vậy Nguyễn Bá Cẩn đã cố gắng giải thích rõ cho tôi về vấn-đề này. Tất nhiên sau đó tôi đã không còn gì để thắc mắc nữa

Tôi vẫn còn nhớ cách đây trên 30 năm, tôi đã có dịp làm việc với Nguyễn Bá Cẩn (khi đó anh là phó-chủ tịch Hạ-viện) trong một vài công tác chung giữa 2 viện trong Quốc hội, nên tôi tin chắc rằng trước sau Nguyễn Bá Cẩn vẫn luôn là Nguyễn Bá Cẩn, một vị dân cử rất xứng đáng, làm việc giỏi, mẫn cán, có nhiều kinh nghiệm về hành chánh, rất vui tánh, lúc nào cũng cười hề hề.

Thời kỳ Nguyễn Bá Cẩn làm thủ-tướng để dọn những đống rác thối của Nguyễn Văn Thiệu và thu xếp tàn cuộc một cách thực nghiêm chỉnh và trong vòng trật tự, cứ công bình mà nói, có lẽ đó là một trong những giai đoạn lịch sử đáng cho chúng ta ghi nhớ và suy nghĩ nhất. Nếu như Nguyễn Bá Cẩn là một tay mơ, hay tham lam, không biết miền Nam lúc đó sẽ rối loạn tới cỡ nào?

Lần này, với vụ lập hồ-sơ đăng ký thềm lục-địa, tôi nghĩ Nguyễn Bá Cẩn đã khởi xướng và thực hiện một công việc rất có ý nghĩa đối với Quốc gia và Dân tộc.

Với những ý nghĩ trên đây trong đầu, ngay sáng sớm hôm sau, *thứ Tư 20 tháng 5, vào khoảng 7 giờ rưỡi* sáng, tôi mở computer, sửa soạn e-mail trả lời Nguyễn Bá Cẩn. Giữa lúc đó, điện thoại bỗng reo.

Tôi nhấc điện thoại, linh cảm một chuyện gì bất thường. Bên kia đầu giây, chú em tôi, bác-sĩ Vũ Ngọc O..., giọng hơi lạc, nói :"Anh đã biết tin gì chưa? Anh Nguyễn Bá Cẩn đã mất đêm qua!"

Các bạn thử nghĩ coi, tôi sửng sốt tới mức nào.

Thế ra, có thể tôi là người mà Nguyễn Bá Cẩn đã E-mail lần cuối cùng, trước khi anh bỏ chúng ta ra đi...

Vào lúc 7 giờ 12 phút tối hôm trước, không rõ tình trạng sức khoẻ của anh như thế nào, nhưng chắc chắn anh vẫn rất tỉnh táo, minh mẫn, sống động, cố gắng hoàn tất hồ sơ "Thềm lục-địa" một cách hăng say. Sau khi E-mail cho tôi, hẳn anh cũng chờ tôi hồi đáp... Nhưng mãi tới sáng ngày hôm sau tôi mới mở máy điện toán để sửa soạn trả lời anh. Nhưng muộn quá rồi!...Tôi phải làm sao đây, anh Cẩn ơi! ... Anh đã bỏ đi một cách quá vội vã!

Bây giờ ở trên trời, không cần phải nhờ tới máy điện toán anh cũng đã dư biết những gì tôi định hồi đáp anh, kể cả tấm lòng ngưỡng mộ của tôi đối với Anh.

Nhưng chuyện thế-gian đối với anh lúc này đâu có nghĩa gì. Trước sau chẳng qua cũng chỉ là một trò cười, một trò cười hầu như vô duyên, nhưng có lẽ cũng không hẳn là vô thưởng, vô phạt... Anh hãy ngủ bình yên...

Giấc mơ Cali

Thân tặng hết thảy
các bạn đồng chí hướng
Đặc biệt tưởng niệm
Nguyễn Gia Hiến

Đã hai mươi năm qua
Niềm tin tôi vẫn nắm
Nhờ ở một giấc mơ

Tôi mơ thấy một ngày
Trời thu úa heo may
Nhớ nhà tôi trở lại
Đất cũ dưới ngàn mây.

Đây Nội Bài,
Đây Tân Sơn Nhất
Ôi vui sao kể xiết!

Tôi mơ chăng? không phải.
Nghe đâu điệu thanh bình
Đã thay lời sắt máu,
Mang về ánh bình minh
Chói lòa trang sử mới

299

Và ngày nay trên đất nước tôi
Không cộng sản, cũng không tư bản
"Xã hội nhân dân" đã qua rồi
Hết quốc doanh mậu dịch
Không còn "ngụy" không còn "địch"
Hết thảy là anh em.

Đất nước tôi, Việt Nam
Giờ đây đã lột xác
Trong bao dung, nghĩa đồng bào
Hận thù thế-kỷ ngày nào đã quên.

Kìa con đường Đồng khởi
Nay là đường Hòa giải
Và con đường Khởi nghĩa
Đã đổi thành Tự do.

Không chém giết, không hận thù
Đã qua rồi, qua tất cả
Kể cả tên thành Hồ
Gồm luôn cả "lăng bác".

Tất cả và tất cả
Đã lui vào quá khứ
Trại tù thành nhà thương
Bãi hoang xây trường học
Ngày nay con đường số Một
Tên: Xa-lộ Hoa-Việt-Miên
Dài và rộng thênh thang
Nối Sàigòn Hànội .
Và toàn dân
Từ Nam ra Bắc
Vui như chợ Tết
Mở hội hoa-đăng.
Ngoài ra tôi mơ thấy
Được dự bữa giao tình
Xưa thù nhưng nay bạn
Hứng khởi hội Quần Anh

Bạn thấy chăng?
Trên khắp các nẻo đường đất nước
Trải khắp các rừng xanh, núi biếc
Hoa hạnh phúc tràn lan
Tiếng sáo diều vang vang
Hương lúa mùa thơm ngát

Và kìa,
Dân ta đương vui hát
Khúc Thanh bình Hạnh phúc
Ôi vui thay! Ôi mừng thay!
Thực, mơ? mơ, thực? tỉnh, say? ta mơ màng...

Đã quá lâu rồi, bốn mươi năm...
Giờ đây, tỉnh mộng, tôi vẫn thấy
Ngục tối và xà lim
Luôn là nhà của bao kẻ sĩ
Và gạo mục cá thối
Tiếp tục là hạnh-phúc của muôn dân.

Ôi! Mẹ Việt Nam Mẹ, ở đâu?
Chúng con khổ nhục đã quá lâu
Mẹ đã làm gì con Mẹ?

Rồi mai đây, hẳn sẽ có một ngày,
Non sông rực sáng, hoan ca rậy trời...
Rước Mẹ về trong vinh quang ngự trị
Nhà nhà Hạnh phúc, Tự do ngàn đời...

September 29, 1995
Kỷ-niệm 20 năm xa Đất Nước

302

Một thời ăn Tết

Một thời ăn tết

Cách đây 3 năm (2002), trong dịp về thăm Hànội, ngay từ sáng sớm ngày đầu tiên, vợ chồng chúng tôi xuống phố thả bộ từ khách sạn ở góc hàng Da, hàng Bông ra khu nhà Thờ Lớn để thăm cảnh cũ người xưa.

Nhà thờ và các đường phố phụ cận như đường Lý Quốc Sư, phố nhà Chung, phố nhà Thờ trông cũ kỹ, luộm thuộm và nghèo nàn. Ngôi nhà thờ nhỏ ở đầu phố nhà Chung (số 3), trước 1946 là trụ sở của hội Khuyến Nhạc Hànội đã biến mất, không để lại chút vết tích gì.

Ngoài ra, hầu như không có gì thay đổi, hai tháp nhà thờ vẫn rêu phong đen sì, trên sân trước nhà thờ và con đường vòng tròn bao quanh tượng Đức Mẹ vẫn có mấy bầy trẻ nô đùa, đá banh, đá cầu... Ngày xưa, chúng tôi cũng thường ra đây đá banh đá cầu như mấy lũ trẻ này...

Chỉ có một điều là chẳng gặp được bộ mặt nào quen thuộc, hết thảy đều xa lạ, kể cả cuộc sống chung quanh hoặc các cửa tiệm buôn bán trên các đường phố. Chúng tôi đã chẳng thấy còn có gì là "Hànội " của những tháng ngày 50 năm về trước. .

Tuy nhiên chúng tôi cũng cảm thấy đôi chút ấm lòng, và dường như tìm thấy Hànội của mình ngày xưa khi nghe tiếng chuông đồng hồ nhà thờ chầm chậm đổ, rất quen thuộc, mỗi 15 phút.

Riêng khu Ngõ Huyện thì hầu như đã hoàn toàn thay đổi: những dãy nhà cũ mềm và thấp lè tè nay đã biến thành những căn nhà 2, 3 tầng lầu khang trang. Chỉ riêng có 3 căn đầu bên số lẻ Ngõ huyện 3 hầu như còn nguyên vẹn, bé tí xíu, nằm nép dưới bóng mát của một gốc cây cổ thụ, nhưng không phải là cây xoan hoa tím của 50 năm về trước. Hồi đó thân cây xoan chỉ mới bằng cổ chân. Cây cổ thụ hiện giờ thuộc loại bồ đề rễ mọc từ những cành cao rủ xuống trông như những mớ tóc dài lòa xòa, với lá cành xum xoe, bóng che rợp cả một khúc đầu đường ngõ Huyện Ba..

Căn giữa của 3 căn nhà còn lại từ ngày xưa, tức căn số 5, là nhà mẹ vợ tôi. Vợ tôi sinh ra ở đó, sống ở đó, với cây táo hoa trắng xóa mỗi độ xuân về, cây thạch lựu đỏ rực báo hiệu mùa hè đã tới, cái giếng nước thiệt trong và mát lạnh, trong suốt 24 năm, cho tới khi đi lấy chồng, cũng là cái năm mà chúng tôi phải rời bỏ Hànội di cư vào Nam.

Thấy một cô gái xinh xắn đứng trước cửa, vợ tôi tới chào và hỏi thăm về căn nhà. Cô gái cho hay là bố mẹ cô tới ở đây từ hồi nào cô không rõ. Cô chỉ biết là mình chào đời năm 1980, tại căn nhà này. Tôi ngẫm nghĩ: thế ra năm nay cô gái đúng...24 tuổi và vợ tôi, đúng... 74 tuổi

Vợ tôi bỗng ứa nước mắt, nghẹn ngào, lẩm bẩm cáo biệt cô gái, rồi vội vàng kéo tôi đi, quên đứt ý định xin phép vào trong thăm lại căn nhà, nhìn lại cái giếng nước, xem cây táo ngày xưa có còn không...

Lúc đó vào khoảng đầu tháng ba, tuy đã gần cuối xuân, Hànội vẫn còn có gió Đông nên hơi lạnh, thỉnh thoảng có mưa bụi phủ mờ mờ (còn gọi là mưa xuân) tôi bỗng cảm thấy nhớ những ngày Tết của Hànội thời xa xưa vô cùng.

Mấy năm gần đây, tôi nghe nói là Hànội ăn Tết lớn lắm, chẳng những không kém mà có khi hơn cả ngày xưa nữa. Đã đành, Bác, Đảng và Chế độ, cái gì cũng hơn người rồi, huống chi cái thời nô lệ Tây và vua quan phong kiến đè nén và bóc lột kia.

Tuy nhiên những người già lẩm cẩm như chúng tôi vẫn cứ nghĩ rằng những ngày Tết thời "nô lệ" xưa vui đẹp, có ý-nghĩa và thi vị hơn những cái Tết thời nay, mặc dầu thời xa xưa đó dân chúng bị thằng Tây nó đàn áp, ức hiếp và bóc lột đến tận xương tủy, lại không có thừa thãi của ngon vật lạ, trà thơm rượu quý, CD Đại nhạc hội và CD tuồng cải lương Mừng xuân như bây giờ.

May mắn lắm bà con ta có thể có ít bánh chưng và thịt lợn mà một đôi câu đối mừng xuân ngày xưa đã diễn tả. Đôi câu đối này về phương diện cú pháp, có lẽ không được chỉnh cho lắm nhưng rất phổ biến và dường như xuất hiện từ một số báo xuân Phong hóa hay Ngày nay, nguyên văn như sau:

> *Thịt mỡ, dưa hành, câu đối đỏ*
> *Nêu cao, pháo nổ, bánh chưng xanh.*

Ngày xưa, thiên hạ làm ăn vất vả cả năm cũng chỉ mong mỗi độ xuân về có thể cùng với gia-đình hưởng một cái Tết đơn sơ, mộc mạc theo như đôi câu đối trên đây.

Mới nghe thì hầu như chẳng có gì đáng nói, nhưng cái Tết Nguyên đán của người Việt Nam không hẳn là đơn giản, mà là cả một truyền thống quan trọng.

Thực vậy. ông cha chúng ta ngày xưa, suốt bao thế kỷ, không có cái lệ nghỉ lễ mà chỉ có làm việc liên miên, không có luật 40 giờ, không có Four of July , không có Labor Day, không có Veteran day hay Memorial day, không có lễ Tạ Ơn, không có lễ Giáng Sinh hoặc một ngày lễ nghỉ nào tương tự, và rồi ngay đến ngày nghỉ cuối tuần cũng không có nốt, bởi vì, lý do rất giản dị, Âm-lịch chỉ có năm, có tháng chứ không có tuần nên dĩ nhiên là không có ngày chủ nhật, đã như vậy thì lấy đâu ra mà có nghỉ cuối tuần? Nói tóm lại, trước thời Tây, ông cha chúng ta không hề biết lễ nghỉ hay nghỉ lễ là gì, và hằng năm chỉ nghỉ việc có một lần mà thôi: đó vào dịp tết Nguyên đán. Trên từ triều đình và các quan xuống đến dân gian, ai ai cũng nghỉ việc để ăn Tết.

Cho nên, tục-ngữ có câu: Đói no cũng 3 ngày Tết*.

Lý do và mục đích của ngày Tết chẳng những rất nhiều mà còn rất phức tạp.

Trước hết người ta nghỉ ăn Tết là để xả hơi.

Đúng vậy, sau một năm dài làm việc không nghỉ, con người không thể không có một chút thì giờ nghỉ ngơi để giãn gân giãn cốt, và tinh thần bớt căng thẳng. Đó là một vấn-đề sức khỏe và vệ-sinh thường thức rất quan trọng đối với con người.

Ngày Tết còn là một dịp xum họp gia-đình, nên rất quý đối với những người đi làm xa. Vào ngày này, dù bận bịu tới đâu, các con các cháu ở xa đều phải về thăm và chúc Tết ông bà và cha mẹ. Ngày Tết cũng là ngày con cháu tỏ lòng hiếu thảo, nhớ ơn và cúng lễ Tổ Tiên, đồng thời tưởng nhớ tới những người đã quá cố trong gia-đình,

Ngày Tết còn là ngày anh em, họ hàng và bạn bè thân thuộc chúc Tết, tặng quà và thăm viếng lẫn nhau.

Ngày Tết là một ngày tràn trề hy vọng để bắt đầu, chẳng những một năm mới mà còn có thể là một giai

---

* Sau Tết, trong mấy tháng giêng, 2 và 3 âm lịch, ở nhiều vùng, nhà nông thường tiếp tục nghỉ dài dài. Không phải là được nghỉ mà phải nghỉ, vì trong khoảng thời gian đó bà con ta không có công việc gì để làm, nhất là ở các vùng đồng chiêm. Nhân dịp này, người ta mở các hội hè, đình đám để vui chơi cho tới tới tận tháng tư

đoạn hoặc một sinh hoạt hay một công việc làm ăn mới.

Do đó, vào dịp này, ngay từ lúc giao thừa cho tới hết buổi sáng ngày mùng một, người ta thường có thói quen đi hái lộc, khai bút, coi bói, đi lễ bái, tế tự tại các đền linh thiêng để khấn vái, xin xâm v.v., hết thảy chỉ là cầu mong sao cho Năm mới được tốt đẹp.

Sau một năm làm việc cực nhọc, Tết còn là một dịp hưởng thụ, ăn chơi, nhậu nhẹt, bài bạc giải trí.

Theo tục lệ tự ngàn xưa, cũng vào dịp Tết, người ta lễ Trời Đất, ông thổ địa và Táo quân để tạ ơn Trời Đất và các Thần đã ban phước và bảo vệ gia-đình và nhà cửa mình trong suốt một năm qua, đồng thời cầu phúc cho một năm mới bình yên và hạnh phúc.

Do đó, Tết Nguyên Đán thực sự bắt đầu kể từ ngày 23 tháng chạp tức ngày cúng cá chép, tiễn Táo quân về Trời để bá cáo việc trần gian trong năm qua lên Ngọc Hoàng.

Vì Tết là những ngày linh thiêng nên cũng là cơ hội rất tốt để xua đuổi tà ma với những tập tục như kiêng cữ, đốt pháo, dựng cây nêu v.v.

Hồi nhỏ, trong các tục lệ ngày Tết, tôi thích đốt pháo nhất. Tết mà không có đốt pháo là thiếu đi một phần rất lớn cái hương vị đặc biệt ngày Tết.

Cho tới khi khôn lớn, ngoài đốt pháo, tôi rất thích thú xem nội và bố tôi khai bút.

Ngoài ra, năm nào cũng vậy, sau giao thừa, nội tôi thường một mình ra ngoài sân trước nhà để ngắm thiên tượng. Sau đó, để khai bút, cụ thường chỉ viết một chữ đại tự trên tờ giấy hồng điều thực lớn con cháu đã trải trên bàn cùng với lư trầm, nghiên mực mài sẵn và mấy chiếc bút lông loại lớn nhất.

Có năm cụ viết chữ Thần, có năm cụ viết chữ Phúc có năm cụ viết chữ Đức, và bao giờ cũng cụ cũng chỉ viết có một trong 3 chữ đó mà thôi. Nội tôi thường dạy con cháu: đối với cuộc đời con người ta, ba chữ đó là ba chữ quý trọng nhất. Trong đời mà nắm được ba chữ đó là ta sẽ có tất cả.

Chữ cụ viết đẹp hay không, thú thiệt tôi không rõ. Nội tôi xưa con nhà nghèo, phải sớm theo bố mẹ buôn bán ngược xuôi, không có cơ hội học nhiều, nên nhất định không phải là tay hay chữ. Có lẽ xưa cụ chỉ được đi học đủ chữ để đọc và viết văn tự mua bán nhà cửa và ruộng đất mà thôi.

Bố tôi thì cũng chẳng hơn gì vì hồi nhỏ chỉ mới học hết Tam tự kinh thì chuyển sang học chữ quốc ngữ. Ông không làm thơ hoặc câu đối để khai bút mà thường cũng chỉ viết có một chữ Thọ và dòng lạc khoản trên giấy hồng điều để chúc thọ nội tôi.

Chắc chắn là vì ít chữ chứ không phải ông hà tiện chữ nghĩa.

Theo như bạn bè bố tôi nói, mặc dầu vốn chữ Hán không nhiều, bố tôi viết chữ đại tự khá đẹp, phóng khoáng và bay bướm. Điều này không có chi lạ, bởi vì bố tôi vốn sẵn có tài vẽ nên chữ Nho cũng như chữ quốc-ngữ ông viết rất đẹp. Hồi đó ông cũng đã thử viết chữ Việt theo lối viết thảo chữ Hán bằng bút "nho" (tức bút lông), ai cũng tấm tắc khen là đẹp.

Ở nơi ông nội tôi, điều mà tôi kính phục nhất là kinh nghiệm cổ xưa, từ phong tục, tập quán đến các lễ nghi về hôn nhân, tang chế, từ chuyện kiêng cữ, cho tới các lối chữa bệnh bằng mẹo, hoặc nấu cao, luyện thuốc bằng các thứ lá, cách thức nấu nướng các món ăn đặc biệt Việt Nam, cách thức xây cất nhà cửa, chế tạo vật dụng trong nhà, những huyền thoại về thước Lỗ Ban v.v. hết thảy đều là những vấn-đề có tính cách tập tục và phức tạp, ông cụ đều nhớ tỉ mỉ từng chi tiết nhỏ.

Nếu tôi không lầm, nội tôi lúc đó chỉ mới chừng ngoài 70 nhưng dưới cặp mắt thơ ngây của tôi thì có lẽ ông Bành tổ ngày xưa cũng chỉ già và có nhiều kinh nghiệm đến như nội tôi mà thôi.

Tôi nay đã ngoài 80, nhưng vẫn thắc mắc chưa hiểu nổi các cụ ngày xưa sao lại có thể có nhiều kinh nghiệm về khung cảnh thiên nhiên cũng như đời sống và các cách thức sinh hoạt hằng ngày của con người đến như thế. Thực vậy, các cụ quả là những túi khôn về thực nghiệm hết sức phong phú.

Chuyện cụ ngắm thiên tượng sau lúc giao thừa để đoán chuyện thời tiết, mùa màng và vân hạn chung cho năm mới không phải là một trò chơi hay đơn giản chỉ là một tập tục bình thường, vô thưởng vô phạt, hoặc có tính cách mê tín mà là cả một vấn đề chiêm nghiệm khó hiểu gần như một khoa học thực nghiệm đã mai một cần được chúng ta ngày nay nghiên cứu để tìm hiểu.

Thực vậy, những điều nội tôi tiên đoán sau khi ngắm thiên tượng sau lúc giao thừa thường rất đúng, nhất là những chuyện về thời tiết và mùa màng tốt xấu trong năm mới sắp tới...

Giao thừa năm Kỷ Mão, ngoài chuyện thời tiết và mùa màng, cụ tỏ vẻ lo lắng khi thổ lộ thêm với bố tôi: "Con ạ, thày nhận thấy đêm nay trời u ám lạ thường, mây đen đặc kết thành chắn ngang suốt chân trời phía Tây Bắc, cảnh tượng trời đất đêm nay thiệt tối tăm, thảm sầu, rất giống với mấy năm Quý Mùi và Giáp Thân (1883, 1884?). Sau giao thừa mấy năm đó, ông nội con đã chỉ cho thày coi để suy nghiệm.

Hơn nữa đêm nay, đáng lẽ phây phẩy gió Đông, gió bấc thổi ào ào, trời lạnh căm căm là chuyện bất thường, hầu như trái mùa, và trong tiếng gió như có lẫn tiếng xe chạy, ngựa hý rầm rập ngang trời từ Bắc xuống Nam. Sau bao năm yên ổn không có giặc giã, thày sợ rằng năm nay sẽ có loạn".

Quả nhiên là tháng 9 năm đó quân Nhật đánh vào Lạng sơn, rồi tiến quân chiếm toàn thể cõi Đông dương. Và cũng từ đó, với bàn tay đẫm máu của người ngoài dính vào, nước ta rơi vào một cảnh loạn lạc khủng khiếp, người mình chém giết lẫn nhau liên miên gần nửa thế-kỷ

Theo như bố tôi nói thì người biết ngắm thiên tượng chẳng những phải giàu kinh nghiệm mà còn phải có một thứ linh khiếu nào đó (giác quan thư sáu?) để nhận xét chẳng những những màu sắc và độ sáng của bàu trời, mà còn phải chú ý nhận xét tới vị-trí, màu sắc, hình thể và cách thức tụ hợp của các đám mây, vị trí và độ sáng của các sao (nếu nhìn thấy trong đêm đó), hướng và cường độ của gió, thời tiết lúc đó nóng lạnh ra sao, có khi cả những âm thanh mơ hồ thầm kín của đất trời mà đôi tai của một con người bình thường như chúng ta không thể nào nhận thức nổi.

Sau khi nắm được đầy đủ các dũ kiện trên đây, dựa vào các kinh nghiệm những năm đã qua, người xem thiên tượng còn phải biết so sánh và đắn đo rất nhiều rồi sau đó mới dám đưa ra một kết luận về thời tiết, mùa màng và vận hạn chung cho năm sắp tới (có bình yên hay không, hoặc sẽ có thiên tai, hạn hán, lụt lội, dịch tễ, giặc giã v.v.). Rất tiếc là ngày nay dường như cái tục xem thiên tượng sau giao-thừa của các cụ chúng ta ngày xưa dường như đã hoàn toàn mai một, không thấy ai đề cập, nhắc nhở tới nó nữa.

Ngày xưa đi học Hànội chúng tôi thường tự nhận mình là dân Hànội nhưng chẳng ăn Tết ở Hànội bao giờ mà là luôn luôn về quê ăn Tết.

Năm nào cũng vậy khi thấy trời bắt đầu mưa phùn, các con đường khu hàng Hòm, hàng Lược, hàng Thiếc, khu chợ hàng Da v.v, sền sệt bùn đen, những chậu cúc vàng đại đóa, đỗ quyên rực đỏ và thược dược đủ màu đủ loại bắt đầu được bày bán tại các sạp chợ hoa góc bờ hồ đầu phố hàng Khay là người ta biết ngay thiên hạ đã bắt đầu sửa soạn ăn Tết.

Và cũng từ đó các phố hàng Bông, hàng Gai, hàng Đào, hàng Bồ, hàng Ngang... lên tới hàng Khoai, chợ Đồng Xuân, và đường Ô Quan Chưởng, xe cộ và người đi lại mua sắm đông vui như hội, nhất là từ 22, 23 tháng chạp âm lịch trở đi. Vì trời lạnh, đồ len dạ, măng-tô mũ phớt rất thịnh hành và vào thời kỳ này, mặc dầu chưa hẳn là Tết bà con Hànội đã bắt đầu cố gắng chưng diện, nhất là các bà các cô.

Riêng mấy thằng con trai đực rựa như chúng tôi, anh nào chỉ có 1, 2 bộ đồ, lại không có đủ điều kiện sắm đồ mới cảm thấy hơi nản khi thấy bộ quần áo của mình chỉ mới qua có một hai mùa đông mà đã thấy rờ-ve và 2 vai áo bạc phếch vì mưa nắng, gió sương và bụi đường phố xá Hànội .

Tuy vậy, dù không có dư tiền sắm Tết, chúng tôi cũng cảm thấy náo nức trước cảnh vật Hànội vào những ngày giáp Tết nhất là từ khi hàng trăm hàng ngàn những cành bích đào bắt đầu được bày bán dọc hai bên con đường hàng Lược.

Riêng tôi, cho mãi tới năm 1953, tôi không ở lại Hànội để ăn Tết bao giờ. Năm nào cũng vậy, sau khi nghỉ học ngày hôm trước, ngày hôm sau, thường đã là ngày 27 hay 28 Tết, vào lúc sáng sớm tôi đã ra bến xe đò cửa Nam hoặc ga hàng Cỏ để đáp xe ca hoặc xe lửa về quê.

Tất nhiên chiều hôm trước, theo lời mẹ biên thư dặn, tôi không thể không lên hiệu Nguyễn Văn Quý trên hàng Khay mua một ký các thứ kẹo Tây và một ký bánh bich-quy hình các con cá, con chim, con mèo con chó làm quà cho các em nhỏ của tôi lúc đó lóc nhóc tới 4,5 đứa.Sau đó tôi đi xe điện lên hiệu bánh ngọt và mứt kẹo Việt Anh trên đầu hàng Đào.

Trước 1945, hiệu bánh mứt này nổi tiếng nhất Hànội Bánh mứt ở đây chẳng những ngon mà còn được trưng bày rất hấp dẫn và đẹp mắt. Tôi thích nhất những trái đào, trái mận, trái mơ ngâm đường trông ngon lành và mát mắt hơn cả những trái còn tươi.

Ngày thường ít khi tôi dám phiêu lưu vào tiệm này nhưng hôm nay thì khác. Sắm Tết mà! Tuy là như vậy tôi cũng chỉ dám mua ít mứt sen, bánh khảo, bánh đậu xanh để biếu ông nội và ít ô mai và mấy gói bánh phục linh cho các em mà thôi. Bố mẹ tôi thì rất thích bánh cốm nên tôi lại phải đáp xe diện lên bóp hàng Đậu, rồi đi bộ lên hàng Than mua mấy cặp bánh cốm mới nhất.

Sau khi mua sắm, để tạm giã từ Hà-nội, tôi lễ mễ vừa ôm vừa xách tạt vào một tiệm ăn nào đó để ăn tối. Vì không có nhiều tiền tôi thường chỉ có thể ăn một bát mì bò hoặc thập cẩm tại hiệu cao-lâu Tàu ở góc phố Lamblot và hàng Bông hoặc một bát phở tái 5 (tức 5 xu) tại hiệu phở Nghi Xuân ở hàng Hòm.

Hồi đó (đầu thập niên 40), ngoài phở gánh hoặc một vài sạp phở nổi tiếng như sạp phở ở góc Lamblot và hàng Bông, hoặc trên ngõ hàng Khay, nếu muốn ăn phở, người ta phải tới một vài tiệm ăn Việt Nam, chẳng hạn như tiệm Anh-Mỹ trên hàng Da. Thành ra, Nghi Xuân trên hàng Hòm có lẽ là tiệm phở chuyên môn đầu tiên, đồng thời cũng là tiệm phở nổi tiếng là ngon nhất Hànội

Tôi còn nhớ mỗi khách hàng còn được cung cấp một đĩa rau xà-lách và hành ngò rất tươi tốt để ăn kèm với phở. Tuy là do người Tàu nấu và làm chủ, phở Nghi Xuân khá ngon với một mùi vị phở thiệt đặc biệt.

Cho tới ngày hôm nay, tôi vẫn còn nhớ cái mùi vị phở ngầy ngậy rất đặc biệt và thơm ngon của Nghi Xuân.

Theo như tôi được biết, vào cái thời mà kỹ nghệ nấu phở còn thô sơ, chưa biết bột ngọt hay mì chính là cái gì, có nhiều anh phở gánh vùng quê tôi tìm cách tự chế biến. Ngoài một lô xương heo, xương bò đủ thứ, mấy cha đem bỏ vào nồi nước phở nào là củ cải, nào là tôm khô, nào là mực khô, đôi khi có thêm mấy con cá quả nữa. (xin lưu ý là mấy con cá quả chứ không phải mấy con chuột cống như những lời đồn thất thiệt).

Tuy đơn giản và quê mùa, nhưng phải công nhận là mấy cha nấu phở thiệt hay, ở cái chỗ là nồi nước phở rất trong và thơm ngon mà không hề có chút mùi tanh của tôm và cá.

Không hiểu Phở Nghi Xuân có nấu theo cái recipe trên đây hay không, thú thiệt tôi không rõ, vì Hànội đâu phải là nhà quê Phát Diệm.

Nhân nói đến mì bò tôi có thể cam đoan với quý vị

là ở trên khắp thế giới này, kể cả Quảng Đông, Hồng kông, Singapore, Sàigòn, Nữu Ước, San Francisco, Bolsa, không đâu có món mì bò giống và ngon như mì bò Hànội trước 1954.

Xưa kia mì bò và chim bồ câu quay của một hiệu ăn Tàu rất xập xệ ở góc hàng Bông và Lamblot, mà người Hànội thường quen gọi là "cao lâu" được coi là ngon nhất, hơn cả mấy tiệm ăn lớn trên hàng Buồm như Đông Hưng Viên hay Tây Nam Tửu gia. Tuy nhiên, về phương diện vệ sinh, thú thiệt, tôi không dám bảo đảm, bởi vì có một lần tôi phải đi nhà cầu ở phía trong bếp, lúc đi ngang qua một anh đầu bếp đương chiên chim bồ câu hay món gì khác không rõ, chảo bốc lửa ngùn ngụt, mùi chim quay thơm lừng, anh bỗng xì mũi, một tay vẫn tiếp tục xử -dụng cái vá chiên, tay kia anh điềm nhiên quẹt mũi rồi vảy ngay xuống sàn nhà, xoa qua loa vào cạnh quần, để rồi lại tiếp tục xào nấu mà không cần lau hoặc rửa tay. Sau 1945, hiệu cao lâu này (tôi không nhớ tên) đã vĩnh viễn bị dẹp.

Đầu thập niên 50, chim quay và mì bò tiệm Quốc Tế ở hàng Trống trông ra bở hồ nổi tiếng là ngon nhất.

Kỳ về Hànội vừa rồi, cũng như bảng hiệu của nhà Đức Âm trên phố Tràng tiền và một vài bảng hiệu rất hiếm hoi khác, sau hơn nửa thế kỷ, tôi thấy cái bảng hiệu nhỏ xíu trên đầu cửa ra vào của tiệm Quốc tế vẫn còn đó (hàng Trống, trông ra bờ hồ)

Cho mãi tới gần đây tôi mới khám phá ra được một

tiệm ăn Tàu nhỏ trong vùng Rowland Heights có món mì bò gần giống mì bò Hànội ngày xưa, nhưng nước lèo lỏng lẻo, thịt bò mềm mại chưa đúng mức, nên có lẽ không ngon bằng. Chim bồ câu quay thì kể như vô phương. Chim squabb ở Mỹ không thể nào sánh bằng.

Để kết thúc việc sắm Tết, tôi có thể bỏ qua không ghé hàng Buồm để mua thêm quà bánh hoặc lên Tràng Tiền, ghé Đức Âm, hoặc tạt sang hàng Bông, hàng Gai để sắm thêm đôi giầy, cái cà vạt hay chiếc sơ-mi, nhưng nhất định không thể quên mua mấy tờ báo xuân như Ngày nay (trước đó là Phong hóa), Tiểu thuyết Thứ bảy, Tiểu thuyết Thứ Năm v.v.(đó là trước mấy năm 41,42).

Không rõ nhật báo hay tạp chí nào đã có sáng kiến ra Giai phẩm Xuân vào dịp Tết Nguyên Đán, nhưng từ 6,70 năm qua, cũng như bánh chưng, dưa hành, thịt mỡ, pháo, câu đối v.v. các giai phẩm xuân đã thực sự trở thành một phần quan trọng của cái văn hóa Tết Việt Nam chúng ta.

Ngay từ những thời đó, đối với chúng tôi, về quê ăn Tết mà không có báo xuân để đọc là một thiếu sót rất lớn. Hơn nữa đối với những người đã quen sống ở Hànội, các báo xuân dường như còn mang theo về quê một chút màu sắc và hương vị ngày Tết rất đặc biệt của Hànội văn vật nữa.

Mỗi năm về quê ăn Tết, tôi thích đi xe ca (tức xe đò) hơn xe lửa mặc dầu về phương diện tiện nghi chẳng xe nào hơn, chẳng xe nào kém. Nói cho đúng, vào thời đó, cả 2 đều tồi, rất tồi, nhất là cái thứ xe lửa hạng Tư mà gà, vịt, mèo chó và lợn kêu eng éc, trong khi đó, cửa sổ toa xe không có kính, nên tha hồ mà hít bụi than đen sì và khét lẹt. Đó là chưa kể những "hương vị" khá đặc biệt và "mùi mẫn" khác như mùi cá kho, mùi mắm đủ loại, mùi phân gà, phân lợn, mùi rau thối, mùi nước tiểu, mùi mồ hôi, mùi thuốc tẩy uế Crésil, mùi nước hoa Rêve d'or hay Soir de Paris, mùi phấn son, mùi dầu cù-là khuynh diệp, mùi "lâu ngày không tắm" v.v. Tinh túy của sự hòa hợp hết thảy những mùi vị rất đặc biệt và phức tạp đó tạo nên một sự tổng hợp không tên, cứ tạm gọi là mùi "bình dân lam lũ" hoặc chính xác hơn mùi "xe lửa bình dân hạng bét A-na-mít".

Đi xe đò thì chật chội hơn, nhiều khi như nêm cối, nhưng có lẽ đỡ hôi hám và dễ thở hơn, đỡ khổ cho cái buồng phổi, nhất là không bị nạn bụi than khét lẹt bay vào mắt vào mũi.

Đường xe đò về Ninh Bình qua ngả Phủ Lý thường qua nhiều làng mạc, sau đó qua phà ở Gián-khuất, chạy một quãng đường nữa, len lỏi giữa những khu núi đá vôi hình dáng kỳ khu xen lẫn với những rừng thưa và đồng ruộng ngập nước là tới Ninh bình.

Thời đó, đường xá rất xấu và chật hẹp, xe chạy cà rịch cà tàng, ngất nga ngất ngư như con tàu điên, vì chở quá nhiều đồ. Nếu như may mắn mà xe không bị "pan" lần nào, vào khoảng gần trưa ngày hôm đó xe tới Ninh Bình, tức là với khúc đường dài chưa tới 60 miles , xe đò thời đó phải chạy ít nhất là 3 tiếng, hoặc 4 tiếng đồng hồ, tất nhiên kể cà những lúc xe nghỉ để hành khách đi tiểu hoặc mua quà bánh lặt vặt ở dọc đường.

Đẹp nhất là đoạn đường dọc theo bờ hữu ngạn sông Đáy, sau khi qua phà Gián Khuất, từ khu núi non Kẽm Trống xuống tới gần Ninh Bình.

Thấy thiên-hạ sửa soạn ăn Tết hai bên đường, với những cây nêu dựng cao tại các sân đình, những câu đối đỏ dán đây đó trên cột nhà, những tiếng pháo lẻ tẻ của mấy em bé vội nổ sớm để đón xuân...tôi cảm thấy vui lây và náo nức trong lòng chẳng khác gì hồi còn nhỏ khi thấy ông nội tôi, ngay từ đầu tháng một, đã bắt đầu các công việc sửa soạn ăn Tết như chặt tre để chẻ lạt gói bánh chưng, hoặc luộc và phơi mo cau để bó giò thu, tỉa thủy tiên...

Sau khi "zinh tê" năm 1950, tôi cũng đã cố gắng về quê ăn Tết được 2 lần nữa (1951 và 1952). Vì đường bộ không an-toàn nên những lần đó phải đi tàu xuống Nam-định rồi sau đáp ca-nô về Kim Sơn.

Năm 1952, rồi 1953, tinh hình chiến sự ngày càng khốc liệt và gay go, đêm đêm tiếng đại bác thình thịch như giã gạo, ì ầm vọng về tận Hànội . Tướng lừng danh chỉ-huy quân-đoàn 1 giải phóng nước Pháp De Lattre de Tassigny cũng đành thúc thủ, để rồi rốt cục, sau khi con ông tử trận tại núi Non Nước Ninh Bình, giã-từ binh nghiệp và qua đời vào tháng 5 năm đó (1952), Raoul Salan lên thay De Lattre.

Vì chiến sự gia tăng, các đường giao thông thủy, bộ khắp miền châu thổ đều bị tắc nghẽn hoặc thiếu an-toàn, do đó, năm 1953 tôi không còn có cơ hội về quê ăn Tết như những năm trước.

Vì xa gia-đình, anh em chúng tôi (em trai tôi lúc đó học lớp 12 Chu Văn An), không có mấy ai là thân thích nên chẳng nghĩ gì đến ăn Tết, hoặc nói cho đúng, đã ăn một cái Tết Hànội thiệt nhạt nhẽo và buồn.

Ngày thường chúng tôi vẫn nghĩ mình đã hoàn toàn là người Hànội, nhưng ngày Tết thấy thiên hạ ăn tết trong sự đầm ấm của gia-đình, chúng tôi mới cảm thấy mình cô đơn và Hànội bỗng nhiên trở nên rất xa lạ.

Đêm giao-thừa anh em ngủ khì. Thực ra thì tôi thao thức cho mãi tới 2,3 giờ sáng. Sáng hôm sau, mồng một Tết, chúng tôi ngủ vùi mãi tới 11 giờ mới thức dậy.

Trưa hôm đó, sau khi đảo một lượt khắp khu hàng Buồm và ngõ hàng Bạc không tìm được một tiệm ăn nào, 2 anh em đạp xe xuống hàng Cân định ăn ké cơm trưa tại quán cơm Sinh viên. Nhưng khi tới nơi mới biết bà con ta cũng đóng cửa nốt. May là có thằng em khá thông minh và cũng biết ăn xài chút đỉnh. "Này anh, hắn bỗng nhiên hỏi tôi, hôm nay là mồng một Tết, tại sao anh lại không dám đãi em một chầu cơm tây? Mấy hàng cơm tây Tây trên khu Paul Bert nhất định không đóng cửa".

-- "Ừ nhỉ, thế mà anh không nghĩ ra. Có lẽ anh lú mất rồi! Lần này chúng mình không thèm ăn ở hàng Hòm, hàng Bông Thợ Nhuộm, Phú Gia hay Coq d'or , mà là Splendide

Thế là hai anh em lại nhảy lên xe đạp thẳng một mạch lên nhà hàng của khách sạn Splendide, hiệu cơm Tây có thể nói là ngon nhất Hànội hồi đó (Tiệm này hình như vẫn còn tới bây giờ)

Bữa ăn trưa mồng một Tết năm đó tuy không có bánh chưng, không có giò mỡ và dưa hành theo tục lệ, nhưng có được một bữa cơm Tây với đầy đủ lệ bộ là hạnh phúc lắm rồi.

Vì hồi đó tôi chưa biết uống rượu chát nên hỏi rượu nào "dễ" uống, maitre d'hôtel có lẽ đã biết ý (?) gọi bồi bưng ra một bình dựng đá mạ bạc trong có một chai vang trắng màu vàng ửng. Hắn ta chỉ chai rượu giới thiệu:"Ce machin, un vrai Yquem ! Le roi des Sauternes ! 1950, c'est vraiment épatant !

Lúc đó dẫu sao cũng vẫn là thời Tây, rượu Tây đủ loại rất sẵn, nên tôi đã có dịp uống Sauterne loại loàng xoàng mấy lần, thấy cũng dễ uống và cũng đã từng nghe thiên hạ ca tụng rượu Sauterne do Château d'Yquem sản xuất là loại Sauterne số "dzách " nên đồng ý liền, không cần biết giá cả ra sao, mặc dầu bữa ăn hôm đó tôi gọi 2 món Cervelet au beurre noir và Châteaubriand, đều chỉ thích hợp với rượu chát đỏ.

Rượu kể ra ngon thiệt, ngọt sắc và thơm đến tỉnh người. Hai anh em tỳ tỳ làm hết chai rượu, mặc dầu tôi mới chập chững trong nghề ăn nhậu, em tôi thì lần đầu tiên được anh cho uống rượu vang.

Khi ra về, cả hai anh em đều chuếnh choáng. Tuy vậy

ông em tôi cứ thắc mắc mãi là bữa ăn trưa déjeuner mà sao lại đắt đến như thế, nhất là chai rượu kia, giá của nó đắt hơn cả 2 phần ăn của hai anh em cộng lại.

Tất nhiên có lẽ cũng không cần phải nói thêm là khi ra về, hầu bao của tôi bỗng lép kẹp, nhẹ bẫng.

Thấy em cứ nghí nga nghí ngóp tiếc tiền, nhất là chai rượu, mà tôi sẻ nhớ mãi tên tuổi cũng như gia cảnh và xuất xứ của nó, sauterne, château d'Iquem, année 1950, tôi rất thương. Tôi cố nén một cái thở dài bất ngờ đến không phải lúc, chép miệng trấn an em:"Thôi! mỗi năm cũng chỉ có một ngày mồng một Tết, kể làm chi chuyện ăn uống tốn kém hay không tốn kém". Rồi tôi cười xòa làm vui nói thêm:" Thử tính coi, thì cũng chỉ bằng tiền tao dạy học 5, 6 giờ !"

-- Anh tưởng 4,5 trăm bạc ít lắm sao? em tôi tức thời phản pháo, sau đó tiếp tục nhắm vào cả hai mặt tình cảm và thực tế nhắc nhở tôi: "Em thấy anh đôn đáo trường này sang trường khác, cả một ngày mới được một số tiền như thế nên cũng thấy tiếc của. Ngoài ra anh còn phải đi học, anh đâu có dư thì giờ đi dạy để ngày nào cũng kiếm được như vậy? Hơn nữa, ở C.V.A. em nghe nói ông giám-học phàn nàn anh hay tới trường muộn. Em nghĩ sớm muộn anh cũng phải bớt giờ dạy học để sắp xếp lại thời khóa biểu của anh."

— "Thôi đi cậu nhỏ, đừng có chuyện nọ xọ sang chuyện kia. Anh biết phải làm thế nào, đừng có lo tính chuyện cho anh!"

Tối mồng một, chúng tôi lội bùn lên ngõ hàng Bạc ăn cháo ở La pagode (trước 1954, tiệm chuyên bán cháo này mở tại một miễu bỏ hoang, có món cháo gọi là "cặp tày"(?), ăn kèm với "giầu cháo quẩy", khá ngon), nhân cơ hội xem hát cải lương để qua một buổi tối Mùng Một Tết trống rỗng.

Đêm đó người ta diễn tuồng *"Mạnh Lệ Quân thoát hài"*. Thực tình mà nói, chúng tôi chỉ coi cho biết và giết thì giờ, ngoài ra không hiểu và cũng chẳng biết thưởng thức gì hết. Cứ mỗi khi thấy bật đèn đỏ người ta vỗ tay thì mình cũng vỗ tay theo cho vui thế thôi.

Để cho qua ba ngày Tết, ngoài chuyện đi tìm ăn tại mấy tiệm ăn vẫn mở cửa, cũng như đại đa số bà con ta, chúng tôi chỉ có một cách tiêu khiển để quên thì giờ là đi xem chiếu bóng. Hết Eden , Majestic , Studio tới Philarmonique, Đại Đồng, Olympia và những rạp nhỏ trên phố Tràng Tiền, Chợ Hôm, Cửa Nam v.v.

Cũng may là vào dịp Tết các rạp lớn đều chiếu những phim mới như Ivanhoe , Jeane d'Arc hoặc những phim cũ thực hay như Les plus belles années de notre vie, Autant en emporte le vent , Le troisième home v.v.

Thế rồi, ngày đi, ngày lại, mấy ngày Tết qua đi thực mau, thời tiết ấm dần, mặc dầu Hà nội thỉnh thoảng vẫn còn phơi phới chút mưa xuân, làm mờ phủ Tháp Rùa, đời sống Hà nội trở lại bình thường, bình thường tới độ rằm tháng Giêng sực tới lúc nào mà bà con ta cũng không kịp hay.

Rằm tháng giêng có lẽ là ngày hội lớn và sầm uất nhất trong năm của các đền, các chùa Hà nội.

Người ta chen nhau đi dâng hương lễ Phật, lễ Thánh và xin xâm cho tới tận đêm khuya. Đây cũng là dịp rất tốt để trai thanh gái lịch chưng diện thiệt đẹp để gặp gỡ hoặc hẹn hò nhau.

Đông nhất, chật chội nhất, và cũng là nơi ngạt thở và chen chúc dữ dội nhất là đền Ngọc Sơn.

Sau rằm tháng giêng, Hànội mới thực sự trở lại bình thường.

Tôi vẫn phải tiếp tục đôn đáo "chạy giờ" từ Đại học, sang trường nọ, rồi lại sang trường kia, chẳng hề thay đổi được gì.

Cho ngay tới lúc đó, tôi cũng không bao giờ có thể ngờ được rằng cái Tết năm đó là cái Tết Đất Bắc cuối cùng trong cuộc đời tôi

Rồi vào một ngày đẹp trời, Apocalypse !

Điện Biên phủ!

Hòa Đàm Genève!

Sau cùng, giờ dứt điểm đã tới! Cả nước tối tăm mặt mũi, như điên như cuồng vì chuyện chia đôi Đất nước.

Và trong khoảng thời gian ngắn ngủi chỉ có mấy tháng sau đó biết bao diễn biến quan trọng đã xảy ra, chẳng những làm thay đổi hoàn toàn cục diện đất nước mà cả cuộc đời của tôi nữa.

Tôi đã được mục kích những đoàn người dân quê từ các miền duyên-hải Thái Bình, Bùi Chu, Phát Diệm gồng gánh nồi, niêu, chăn chiếu kéo nhau về Hànội để được di chuyển vào miền Nam sống đời Tự do.

Tôi đã được nhìn lại cảnh thành phố Hànội ngập dưới rừng cờ đỏ sao vàng, nhưng lần này tại sao lòng tôi ê chề, buồn nản đến như thế, mặc dầu tôi vốn rất có cảm tình với cuộc chiến tranh chống thực dân Pháp do chính phủ "kháng chiến" VM phát động.

Tôi chính mắt đã được chứng kiến một cách không mấy hào hứng những đạo quân "chiến thắng Điện-Biên-phủ", đội nón cối, áo trận màu "cứt chó khô" (?), đi dép "râu" làm bằng lốp xe ô-tô về tiếp thu Thủ đô, cũng như cảnh quân đội Viễn chinh Pháp như mất thần, hớt hải rút khỏi Hànội, chấm dứt sự hiện diện hơn 80 năm của thực dân Pháp trên phần đất miền Bắc đất nước Việt Nam chúng ta.

Mặc dầu sau khi tốt nghiệp Cao đẳng Sư-phạm tôi đã nhận được nghị-định bổ vào dạy tại trường Lycée Bảo Long Đàlạt, nhưng tôi vẫn cứ băn khoăn là chẳng lẽ mình cũng sẽ phải theo những đoàn người nhà quê lôi thôi, lếch thếch kia rời bỏ quê hương và đất ngàn năm văn vật này vào Nam hay sao?

Một số bạn bè như Nguyễn Lộc, Thượng Sĩ, Đinh Hùng v.v. cương quyết ra đi.

Nguyễn Lộc trợn mắt khẳng khái nói với tôi: "Moa thà chết, sướng hơn, chứ không thể nào chấp nhận cảnh "hàng thần lơ láo!"

Đinh Hùng với một thái độ thực tế, biết mình biết người, nhẹ nhàng và mềm mỏng hơn: "Không biết toa tính thế nào, chứ như moa thì cậu biết đó, làm sao mà có thể sống nổi với họ đây. Có nhóm Cao-đài trong Nam ra hứa bốc, gia-đình moa đã nhất quyết đi với họ rồi."

Trong số những người khuyên tôi ở lại có cụ Mai Phương, Lan Sơn, Sao Mai, Trương Linh Tử, Bùi Xuân Phái, Mạnh Quỳnh, Lê Bá Kông. Và rồi không hiểu tại sao, tôi dường như nghiêng về phía mấy người này.

Thế rồi một chuyện mà xưa nay tôi chưa từng bao giờ nghĩ tới đã xảy ra một cách thiệt bất ngờ: tôi quyết định lấy vợ. Tôi sẽ cưới cô bạn gái mà tôi vẫn thường hẹn hò đi chơi trước đó chưa được một năm.

Mấy ngày trước, chính tôi cũng đã không có thể ngờ được rằng câu chuyện lại có thể diễn biến tới bước đường này một cách nhanh chóng và quyết liệt đến như vậy. Phải chăng cái duyên nợ ba sinh một khi đã tới ngày, tới tháng thì nhất định phải tính toán cho xong.

Mấy tháng hè năm đó, trong khi thiên hạ hằng ngày lũ lượt bồng bế kéo nhau xuống Hải-phòng để tìm đường di cư vào Nam, hai chúng tôi thản nhiên lo chuyện cưới xin và xây tổ ấm.

Chúng tôi làm đám cưới vào đầu tháng 9, đúng ngày chọi trâu, vào một buổi chiều mưa to gió lớn, do cha chánh xứ Trịnh Văn Căn (sau này là Hồng Y Tổng Giám mục Hànội) làm phép cưới tại nhà thờ Lớn Hànội

Lễ cưới tại nhà thờ Lớn Hànội, tuy không long trọng lắm nhưng cũng không đến nỗi tệ. Riêng tiệc cưới, được tổ chức tại một căn nhà cho thuê đám cưới gần Giám (Văn Miếu) thiệt là đơn sơ, đơn sơ tới độ muốn khóc luôn, vì chỉ có nước trà lạt và ít bánh trái rẻ tiền. Có lẽ vì quá cảm cảnh, mẹ tôi bỗng cảm thấy mệt nhọc khác thường, tôi phải nhờ Lê Bá Kông chở cụ về nhà trước...

Bạn bè và thân thuộc tới dự tiệc cưới lèo tèo chừng trên dưới 3 chục người, nếu kể cả phù rể, phù dâu. Vả lại, người ta đi hết rồi, đâu còn lại mấy ai. Tuy vậy, các tân khách đã không thể không có đôi chút bùi ngùi và ái ngại về cái đám cưới quá đơn bạc cũng như cảnh trời ảm đạm đầy mưa to gió lớn buổi chiều và tối hôm đó.

Thú thiệt, cũng là tại lúc đó quá gấp rút, chúng tôi lại quá nghèo, không muốn bầy rở lôi thôi. Hơn nữa cũng không muốn vay mượn hay nhờ vả ai, kể cả đôi bên cha mẹ và họ hàng.

Sau đám cưới mấy ngày là tới kỳ khai trường.

Vì không phải đi học, tôi nhận dạy rất nhiều giờ nên tiền kiếm được khá bộn, đỡ phải lo cuộc sống hằng ngày mặc dầu bố mẹ và các em tôi cũng đã rời PD lên Hà nội sống chung với chúng tôi.

Trong khi Hà nội lần lần nhuộm đỏ, cuộc sống mỗi ngày mỗi khó khăn và thiếu thốn hơn, vợ tôi rất buồn và thường hỏi tôi:" Anh đã quyết định ra sao chưa? Em thì cứ lo là nếu ở lại, sau này có con có cái thì chúng mình sẽ tính sao đây?" Để an ủi người vợ mới cưới, tôi cố vỗ về: "Cô yên tâm, anh nhất định phải lo cho cô và tương lai của tụi mình (tôi thường vẫn quen gọi vợ là cô như khi mới biết nhau). Anh hiện đương toan tính chúng ta sẽ phải làm gì."

Thực ra thì tôi cũng đã nghĩ là sớm muộn rồi mình cũng sẽ phải đi, không thể ở lại với "bác và đảng" được, nhưng có lẽ vì quá tình cảm nên chưa nỡ dứt khoát rời bỏ Hà nội và quê hương Đất Bắc.

Trong khi có dư ít tiền Hồ mà không biết tiêu gì, lại sợ tiền mất giá, nên khi thấy các tỉnh đưa đồ cổ lên bán để vào Nam, chúng tôi thấy rẻ nên mua đầy một nhà những bình, những lọ, những chậu, những thống, những tượng và bát đĩa Giang Tây, toàn là đồ Khang Hy, Càn Long..., nếu đi, tất nhiên phải bỏ lại hết thảy những đồ cổ rất quý và đáng giá này, thiệt là tiếc!

Vì ảnh hưởng cuộc sống mỗi ngày mỗi khó khăn hơn về mọi phương diện, người ở lại cũng không còn bao nhiêu, nên lễ Giáng sinh và Tết Tây năm đó thiệt buồn, gợi trong lòng những người ở lại biết bao nỗi quan hoài

Vào một buổi sáng, có việc phải lên trường Đại-học trên đường Bibelot, khi về nhân tiện ghé Dziên – Hồng trên đường GiaLong thăm Lê Bá Kông và nghe tin tức, vì gần một tháng nay không gặp, nhưng ngoài mấy lớp học lèo tèo với mấy chục học trò, nhà trên nhà dưới đều vắng tanh, hỏi thăm thì được biết cả gia-đình Kông đã xuống Hải phòng từ mấy tuần nay rồi.

Đầu óc choáng váng, tôi vội vã ra về. Tôi rất buồn về chuyện Lê Bá Kông ra đi mà không cho tôi hay.

Tôi có cái cảm giác gần như bị phản bội.

Trước đó mấy ngày tôi cũng đã được tin Trương Linh Tử theo gia-đình vợ xuống Hảiphòng. Nhưng Trương Linh Tử đối với tôi chỉ là bạn văn nghệ bình thường mà thôi.

Ý-định ra đi của tôi bỗng trở nên quyết liệt

Lúc đó đã là cuối năm, chỉ còn chừng một tuần nữa là Tết Nguyên Đán, thiên hạ nhà nhà cúng tiễn ông Táo về trời.

Từ mấy ngày qua, vợ tôi đã tốn rất nhiều công phu và tiền bạc để chuẩn bị cái Tết đầu tiên của riêng 2 chúng tôi, một cái Tết có thể nói là khá xôm tụ với nào là bánh chưng, dưa hành, giò thủ, cá thu kho, bóng, mực, tôm he khô, mứt sen trần, rượu mùi (liqueurs) trái cây đủ loại chất đầy tủ lạnh và mặt chiếc bàn ăn. Tất nhiên còn có thêm mấy chậu cúc đại đóa và một cành bích đào thực lớn được cắm trong chiếc lọ Khang Hy đẹp và lớn nhất mà chúng tôi vừa mới mua được.

Chiều đi dạy học về, tôi kể cho vợ nghe chuyện gia-đình Lê Bá Kông đã ra đi. Tôi đinh ninh là thế nào vợ tôi cũng sẽ có những lời chua chát hoặc trách móc về chuyện Lê Bá Kông ra đi mà không cho chúng tôi biết. Như quý vị đã rõ, Kông là một trong mấy người bạn thân khuyên tôi ở lại nhiều nhất. Trái lại, vợ tôi thản nhiên như không có chuyện gì xảy ra, mà chỉ lẳng lặng kéo tôi vào phòng trong nói rất nhỏ, dường như sợ ai nghe thấy:

-- ”Em chợt nghĩ ra rồi, nhưng không sao, vì em cũng đã chuẩn bị sẵn sàng mọi thứ từ lâu rồi...”

Thấy vợ bí bí, mật mật tôi sốt ruột giục:” Thế nào? Chợt nghĩ ra cái gì? Nói mau...“Thì cũng như gia-đình anh Lê Bá Kông đó, sáng sớm mai chúng mình sẽ đi, không nên bàn hoặc nói chuyện này với bất cứ ai, kể cả ông ngoại, bố mẹ và bên mẹ em. Cả nhà chúng ta đã bàn cãi nhiều rồi mà rồi có ai quyết định được gì đâu. Chúng ta đi rồi, chắc chắn các cụ cũng sẽ phải quyết định theo chúng ta đó mà thôi.”

Nghe vợ nói một hơi, tôi hết sức bàng hoàng, mặc dầu đã chuẩn bị tinh thần để ra đi từ nhiều ngày qua. Tôi nín thinh không biết nói sao, sau cùng tặc lưỡi:”Ừ thì đi, nhưng anh vẫn nghĩ là... ”

-- “Còn nghĩ cái gì nữa, vợ tôi xẳng giọng chận đứng lời tôi nói, em đã quyết định rồi, nhất định sáng mai chúng ta sẽ ra ga hàng Cỏ thiệt sớm.”

Tất nhiên là tôi đã đầu hàng vợ không điều kiện và đây là lần thứ nhất. Tôi không hề thấy trái tai khi nghe vợ nói "em đã quyết định rồi."

Tôi có biết đâu là cũng từ đó tôi đã tạo cho vợ cái thói quen tự quyền tự quyết. Và cũng nhờ thế mà tôi có được cái tiếng là biết "nể"(!) vợ, và vợ tôi sau này được khen là một người đàn bà đảm đang, quyết đáp và tháo vát.

Đêm đó, chúng tôi không ngớt bàn chuyện ra đi, trằn trọc mãi tới gần 2 giờ sáng mới thiếp ngủ lúc nào không hay. Sáng sớm tỉnh dậy tôi đã thấy vợ tôi pha sẵn càfé.

Chúng tôi uống vội, ăn một mẩu bánh mì, mặc quần áo, xách mấy cái túi mà trong đó chẳng hiểu vợ tôi đã chứa những gì, thế rồi ra đi. Tôi tiếc rẻ vội quơ thêm chiếc lọ đời Minh, cố nhét vào trong một cái túi để giữ làm kỷ niệm những tháng ngày Hànội cuối cùng.

Trước khi đóng cửa, chúng tôi cố nhìn lại căn phòng khách: cành bích đào, mấy chậu cúc, đĩa hoa quả, bình hoa lay-ơn đỏ tươi, tủ chè, sập gụ và bộ sa-lông Tàu bóng loáng, các đồ cổ quý giá chúng tôi mới mua được, hết thảy trông thiệt ấm cúng, đầy màu sắc và hương vị Tết Hànội.

Đây cũng là lần đầu tiên chúng tôi thực sự có một mái ấm riêng cho mình, lần đầu tiên có khả năng và cơ hội sắm một cái Tết thiệt xôm tụ chẳng khác gì những gia-đình trung lưu khá-giả khác của Hà-nội.

Chỉ còn ít ngày nữa thôi, thế mà rồi chúng tôi phải bỏ lại tất cả...

Sau khi chúng tôi đi rồi, khi tới đây, đứng trước quang cảnh này, không hiểu bố mẹ tôi và những người thân còn ở lại sẽ có phản ứng ra sao?

Ngồi im lặng trên xe xích-lô, hai chúng tôi như mất hồn, mỗi người có những suy tư riêng. Khi qua trường Dziên Hồng trên đường Gia long, tôi thấy Tạ Hanh, người được Lê Bá Kông giao cho quản trị trường, tóc bạc phơ, mặc bộ đồ flanelle xám lợt, đứng ngay ngắn trước một đám học sinh hát "Tiến quân ca" để chào lá cờ đỏ sao vàng một cách thiệt nghiêm chỉnh.

Tôi thầm nghĩ: cái anh chàng mô phạm này, bất cứ cái gì đến tay anh ta cũng đều được thực hiện hoặc thi hành một các thiệt nghiêm túc. Hay thiệt! Khác với em là Tạ Bằng, ít nói, Tạ Hanh hay nói, và thường nói rất nhiều. Có lẽ vì anh biết nhiều quá. Nhưng chuyện đáng biết nhất thì anh lại cứ như người trên trời, u u minh minh chẳng hiểu biết một chút gì, nên khi thấy người ta nhường lại cho một ngôi trường học nho nhỏ để anh tự quản lý, thế là anh liền mê ngay và quyết định... ở lại!

Hình ảnh một ông thày giáo tuy mới đứng tuổi mà đầu đã trắng phau, mái tóc bạc phất phơ trong gió lạnh buổi sáng, tiếng lũ học trò hát bài "Tiến quân ca" sắt máu" một cách nhạt-nhẽo và thờ-ơ, lá cờ đỏ sao vàng phần phật bay trong gió sớm trông lạc lõng, miễn cưỡng, hầu như không đúng chỗ. Mấy con đường Gia-long, Carreau và hàng Cỏ trưởng giả vẫn im lìm ngủ chìm trong sự trống rỗng, và dường như đương chờ đợi một cơn bão tố ghê gớm sắp ào ào đổ tới để hủy diệt tất cả...

Đó! Những hình ảnh sâu đậm cuối cùng của Hànội thân yêu ngày chúng tôi ra đi...

Chúng đẹp hay xấu, thân yêu hay đáng ghét? Thú thiệt, tôi chẳng biết nói sao cho phải...

Có điều chắc chắn là trong lòng tôi lúc đó hết sức nôn nao, bồn chồn vì bị giao động mạnh trong mấy ngày qua và vẫn còn chứa đựng chồng chất rất nhiều nỗi phân vân... Rồi tôi bỗng như mơ tới Phát Diệm... bố mẹ và các em tôi...những ngày thơ ấu... Tôi dường như rất buồn, một cái buồn tuy mơ hồ, nhưng có lẽ trong đời, cho tới lúc đó, tôi chưa từng cảm nghiệm thấy bao giờ... Thôi, xin giã từ... giã từ tất cả...Giã từ quê hương đất Bắc..., giã từ chốn ngàn năm văn vật tôi hằng yêu mến...

Đúng ngày 30 Tết, chẳng khác gì như đi hưởng tuần trăng mật, đôi vợ chồng mới cưới chúng tôi, sau khi ở Hải-phòng mấy ngày để làm các thủ tục di cư, được chở vào Nam trên một chiếc máy bay DC4 cũ mèm của hãng Air France. Máy bay phải ghé Đà nẵng để sửa máy mất 4,5 tiếng đồng hồ, nên khi chúng tôi tới Tân Sơn Nhất trời đã chạng vạng tối.

Vì đêm nay là đêm trừ tịch, không một ai tới đón, nên khi thấy bên ngoài có khu lều trống chúng tôi kéo nhau vào ở tạm và chờ ban tiếp cư tới đón một lúc nào đó.

Có lẽ đây là một trại tiếp cư dã chiến mới được tạm thiết lập trong ngày trên một bãi trống nhỏ bên ngoài phi trường Tân Sơn Nhất, gồm mấy chục lều vải với chừng trên một trăm ghế bố. Vì quá mệt mỏi từ mấy ngày qua, lúc này tạm yên ổn, mọi người ngủ vùi như chết, chẳng ai để ý tới đêm nay là đêm giao thừa, đêm trọng đại nhất trong năm...

Thế là ngay ngày hôm sau, lần đầu tiên trong đời, chúng tôi qua một cái Tết phiêu lưu vô định, không có bích đào, không có cúc vàng, không có hương trầm, không có mưa xuân, trời thì lại nóng như thiêu như đốt, nằm ghế bố, sống trong lều vải của trại Tiếp-cư dã chiến Tân Sơn "Nhứt", suốt ngày nghe máy phóng thanh ê a ca ngợi (xin quý vị yên tâm) không phải là Bác hoặc chiến-thắng Điện Biên như ở Hànội mấy hôm trước đây, mà là Ngô chí sĩ

Chốc chốc máy phát thanh ngưng ca-tụng Ngô chí sĩ để rồi oang oang nhai đi nhai lại bài ca: *Mừng xuân ta hát nơi nơi...*

Gần trưa mồng một, sau gần 2 ngày đêm ăn uống sơ sài bậy bạ và chờ đợi dài cổ ở sân bay Hải Phòng để được bốc đi, cả bọn trên 100 mạng bỗng thấy đói. Ban tiếp cư có lẽ bận ăn Tết nên không một ai tới thăm hỏi hoặc tiếp tế bà con

Như lũ ăn mày, một số trong chúng tôi liều bỏ trại lếch thếch đi bộ ra ngoài, tìm mãi mới thấy một tiệm mì tại một góc đường. Khách hàng phần đông lam lũ. Tiếng "Sàigòng" bà con nói nghe như họ đương...diễn tuồng cải lương. Họ thản nhiên ăn uống, khạc nhổ và chửi thề. Hình như họ không hề biết hôm nay là ngày mồng một Tết...

Mì ở đây sợi to, dẹp, vàng khè, với mấy lá rau riếp và rất nhiều hẹ nổi lềnh bềnh, hoàn toàn không giống mì Hànội , nhưng lúc đói thì ăn cái gì cũng thấy ngon. Hơn nữa, lạ miệng.

Ăn xong chúng tôi đi loanh quanh để xem xét cho biết sự tình. Đây cũng là lần đầu tiên mặt đối mặt với chiếc xe xích lô gắn máy ầm ĩ điếc tai, khói bụi mù mịt đến nghẹt thở, cái phương cách giao không lấy gì làm thoải mái cho lắm, lại khá nguy hiểm mà chúng tôi không ngờ rằng mấy ngày sau đó dù muốn dù không, bắt buộc phải làm quen để có thể xê dịch đi đây đi đó ở trong vực thủ đô Sàigòn và Gia Định rộng lớn kia, hòng lo chạy các giấy tờ định cư và tìm nơi tạm trú.

Câu đối đỏ a ?

Bánh chưng xanh a ?

Giò thủ a ?

Com lê, mũ phớt a?

Tuyệt nhiên không hề thấy!

Chỉ thấy nắng chói chang. Nắng cháy người, dù hôm nay là ngày đầu xuân, tức mùng một Tết.

Đã nói là nắng "Sàigòng " mà!

Như thế đó, cái Tết Sàigòn đầu tiên của chúng tôi.

Dẫu sao, công bình mà nói, sau mấy tháng dài lo lắng, suy nghĩ và đắn đo nát óc, chúng tôi dường như đã tìm lại được phần nào sự bình tâm. Và nhất là, chúng tôi không còn lo lắng phập phồng về một cái tương lai đầy đe dọa và cạm bẫy như khi nhìn thấy Hànội toàn một màu đỏ máu chói chang hoặc khi nghe hát bài Tiến quân ca sặc mùi sắt thép kia....

Dù ngày mai chưa biết sẽ ra sao, nhưng chúng tôi có cái cảm giác là mình thực sự đã đặt chân lên vùng Đất Hứa...*

---

* Bài này phỏng theo một đoạn trích từ "Hànội trong lòng tôi" (*Từ Hànội tới Paris*), đã đăng trên Giai phẩm xuân Thế kỷ 21 (năm 2004)

Mộng làm quan

Mộng làm quan

Cách đây trên sáu chục năm, với tôn chỉ cải tiến và lành mạnh hóa xã hội, quan trường và giới trưởng giả thường là những mục tiêu rất quen thuộc mà tuần báo Phong hóa (tiếp đến là tờ Ngày nay) của nhóm Tự lực văn đoàn nhắm vào đả kích nhiều nhất.

Hầu như số báo nào cũng có những tranh hý họa với những bài viết, hoặc thơ hay chuyện khôi hài nhằm châm biếm, đôi khi cũng khá sâu sắc, hàng quan lại cùng giới giàu sang ở Bắc Kỳ thời đó.

Nhân vật ký họa Bang Bạnh, mặc dầu chỉ là một quan chức ngạch hành chính thấp nhất (bang-tá), được coi như là biểu tượng cho giai tầng quan lại, cũng như Lý Toét và Xã Xệ là biểu tượng hàng lý dịch tại các thôn xã, thường được gọi chung với bốn chữ "kỳ mục, kỳ nát" mà ý nghĩa không lấy gì làm tôn quý cho lắm nếu không muốn nói là có ý khinh bỉ, nhạo báng.

Thực vậy, Lý Toét và Xã Xệ người gầy còm, kẻ béo mập khác nhau, mỗi người một vẻ mặt, nhưng cả hai đều mang trong người tất cả những thói hư tật xấu, những cái láu vặt, tính gàn bướng, lòng ích kỷ, thói a dua cũng như những cái nhìn thực tế, sự chịu đựng dẻo dai, óc "tiếu lâm", tuy hồn nhiên và rất "tếu", nhưng đôi khi không phải là không sâu sắc của người dân An-nam ta thời xa xưa đó. Tóm lại Lý Toét và Xã Xệ tượng trưng cho tất cả những cái xấu cũng như cái tốt của người dân quê Việt Nam nói chung, miền Bắc Việt Nam nói riêng.

Dưới ngòi bút tài tình và hóm hỉnh của Lê Ta (phải chăng đó là biệt hiệu của Nguyễn Gia Trí? Hay Nguyễn Cát Tường?), ngoài Bang Bạnh, Lý Toét và Xã Xệ là những nhân vật tưởng tượng điển hình, nhiều nhân vật có thực và nổi tiếng đương thời cũng đã trở thành những nhân vật rất quen thuộc trong các tranh hý họa của Phong hóa và Ngày nay. Được nhắc nhở tới nhiều nhất là các nhân vật lớn như vua Bảo Đại, Phạm Quỳnh, Hoàng Trọng Phu, Vi Văn Định, Nguyễn Tiến Lãng, Nguyễn Đệ, Phạm Lê Bổng v.v... Phần lớn là những quan lại, khi thì mặc phẩm phục đại triều, đi hia, mang cân đai bối tử, đội mũ cánh chuồn, khi chỉ đơn sơ mặc áo dài, đội khăn đóng, đeo bài ngà, thường có những tên lính lệ đi theo sau điếu đóm.

Một số khác đại diện cho giới thượng lưu, làm ăn lớn hoặc nổi tiếng trong xã hội như thi sĩ Tản ĐàNguyễn

Khắc Hiếu, Tiến sĩ Nguyễn Mạnh Tường, các ông Phạm Lê Bổng, Vũ Văn An, Nguyễn Văn Vĩnh, Nguyễn Văn Tố, Nguyễn Độ, Ngô Tử Hạ, nữ luật sư Vũ Thị Hiền, cô ba Tý v.v... thường được nhắc nhở tới nhiều nhất.

Trong số các truyện trào phúng của Ngày nay, bài "ký sự" đăng nhiều kỳ "Tây du" được coi là nổi tiếng hơn cả. Bằng cách nhái lại chuyện Đường Tăng Tam Tạng xưa sang xứ Phật thỉnh kinh, ký sự trào phúng "Tây du" kể lại chuyến viếng thăm mẫu quốc "Pháp lãng sa" của Hoàng đế Bảo Đại lúc đó..

Trong số những người tùy tùng nhà vua, Nam Phương hoàng hậu và cặp bài trùng Nguyễn Đệ, Nguyễn Tiến Lãng là những nhân vật luôn luôn được nhắc nhở tới (ông Đệ là Chánh văn phòng của Hoàng đế, ông Lãng, con rể cụ Phạm Quỳnh, nhà văn An Nam viết văn Tây, là bí thư của Nam Phương hoàng hậu).

Vì tính cách châm biếm và trào phúng của nó nên chuyện Tây du được rất nhiều độc giả theo dõi và tán thưởng.

Tuy nói là đả kích phong kiến, chống đối quan trường, nhưng lối trào phúng của Tây du cũng như các truyện và tranh hý họa của Phong hóa, Ngày nay thường rất vui và hóm hỉnh, nhiều lúc sâu sắc nhưng không ác độc. Có mấy tranh hý họa mà mãi cho đến tận bây giờ tôi vẫn chưa hiểu ý nghĩa của chúng. Đó là mấy bức tranh vẽ cô Ba Tý và con gà ba chân.

Cô ba Tý là một nhân vật Hà thành mà từ chị bán

quà rong, dân anh chị máy nước đến bà mệnh phụ phu nhân, hầu như ai cũng đều biết tiếng. Quá khứ của cô rất mù mờ và theo lời đồn đại thì chính cô Ba Tý cũng không lấy gì làm hãnh diện gì cho lắm. Sau này giàu có, ở độc thân, cô Ba Tý dường như thích tham gia các công việc từ thiện để có thêm chút tiếng tăm với thiên hạ.

Nhà cô Ba Tý là một căn nhà cổ hai tầng lầu thời ba mươi sáu phố phường, ở vào một góc giữa hàng Bạc, trước nhà có nhiều chậu kiểng, trông cũng tầm thường như mọi nhà khá giả khác trong phố, nhưng hình như trong nhà có nuôi nhiều thú vật lạ hiếm, vì thế nên có chuyện con gà ba chân kia chăng. Tuy nhiên, như đã nói ở trên, cho tới nay tôi vẫn chưa hiểu Phong hóa (hoặc Ngày nay) đưa cô Ba Tý với con gà ba chân của cô lên báo với mục đích gì? Chẳng lẽ chỉ với mục đích chế nhạo thú nuôi các giống vật lạ của cô Ba Tý?

Cụ Phạm Quỳnh và ông Phạm Lê Bổng có lẽ là hai nhân vật được chiếu cố kỹ nhất. Lý do có lẽ là vì cụ Phạm Quỳnh tượng trưng cho những con người ham danh lợi và quyền lực tới độ quên hết sĩ khí và tư cách phải có của một nhân sĩ đồng thời cũng là vì trước đó cụ là một nhà cầm bút danh tiếng nhất Bắc Hà.

Dư luận là như thế, nhưng cứ công bình mà nói ngoài cái chuyện cam phận bầy tôi, cố chịu đấm ăn xôi, sự kết án trên đây có thể nói là hơi khắt khe đối với họ Phạm, bởi vì tuy là quan đầu triều nhưng hình như ông không hách dịch và chưa từng dùng quyền lực hay uy thế của mình để ăn hối lộ hoặc hãm hại ai.

Phạm Lê Bổng, vốn xuất thân bần tiện, tuy keo kiệt, nhưng lại rất chịu chi để mua danh nên đã được chọn làm biểu tượng cho giới trưởng giả háo danh, ưa học làm sang.

Vì quá lâu ngày nên bây giờ, ngoài cái bụng phệ, tôi không hình dung được ông Phạm Lê Bổng được hý họa như thế nào. Tôi chỉ còn nhớ một vài nét đại cương về thân thế của ông mà thôi.

Nếu tôi không lầm thì ông Phạm Lê Bổng là một nhà buôn bán lớn ở phố hàng Bồ (rue des Paniers). Ông Bổng ăn nên làm ra nhờ nghề sản xuất pháo (xưởng của ông ở trên Thụy Khuê, tương đối lớn), đắc cử Viện Dân biểu Bắc Kỳ, sau được bầu làm viện trưởng, nhờ đó ông nghiễm nhiên trở thành người bản xứ có quyền có thế nhất, hàng quan lại Bắc Kỳ từ trên xuống dưới đều phải nể mặt. Sự thực thì viện Dân biểu Bắc Kỳ trên thực tế chỉ là một cơ quan bù nhìn, chỉ có tính cách tư vấn mà thôi. các quan Tây thời Mặt trận Bình dân lên nắm chính quyền tại Pháp bày đặt ra cho vui và đẹp mắt đấy thôi, với mục đích xoa dịu phong trào đòi dân chủ hóa chế độ bảo hộ của Pháp tại hai xứ Bắc và Trung Kỳ thời đó.

Mấy năm trước, sau khi du học bên Pháp về, để thực hiện lời hứa cải cách luật pháp và canh tân chính quyền Nam-triều ở Trung Kỳ, vua Bảo-Đại đã mời một vài bộ mặt mới tham gia nội các: như trong Trung thì có ông Ngô Đình Diệm, ngoài Bắc thì có ông Phạm Quỳnh.

Như chúng ta đều biết, Phạm Quỳnh chỉ đậu "Đíp - lôm" (tức bằng Cao đẳng tiểu học, quen gọi là bằng Thành chung) nhưng ông quả thực là một học giả uyên thâm, vốn thân Pháp, rất nổi tiếng ở Bắc Kỳ, trước chủ trương báo Nam phong, có viết nhiều bài nghiên cứu về chế độ quân chủ lập hiến. Có lẽ chính vì điểm này nên ông được chính phủ Bảo hộ chú ý và tiến cử ông với Nam triều ở Huế. Ngoài ra, ông cũng rất quan tâm đến các vấn đề văn hóa và giáo dục nên vào buổi đầu ông được mời giữ chức Thượng thư bộ Học (nghe nói do sự đề nghị của toàn-quyền Varennes với sự đồng ý của bộ trưởng Thuộc địa Pháp Marius Moutet), một bộ mới được đặt ra theo chương trình canh tân chính quyền của vua Bảo Đại.

Trước thời đó, tại triều đình Huế, mọi việc học hành, thi cử, trường ốc, Quốc tử giám, Khâm thiên giám, Quốc sử quán, Thái miếu v.v... đều thuộc bộ Lễ.

Sau khi ông Diệm từ chức vì bất đồng ý kiến về một vài chuyện cải cách trong triều, bộ Lại được tạm giao cho Thượng thư bộ Hộ Thái Quang Toản đảm trách. Sau đó ít lâu, lần này do sự can thiệp của Khâm sứ Pháp Graffeuil , ông Phạm Quỳnh được giao giữ chức Thượng thư Bộ Lại, tức chức vụ quan trọng nhất trong triều.

Vì có quyền điều khiển, thuyên chuyển và thăng thưởng các hàng quan lại, bên ngoài cũng như trong triều nên trên thực tế Thượng thư Bộ Lại là vị quan đứng đầu triều, tức Thủ tướng của Nội các.

Nhân tiện, tôi muốn trình bày thêm về chuyện tại sao triều đình Huế không có chức thủ tướng.

Chuyện này bắt đầu từ khi Gia Long lên ngôi. Tuy mọi luật lệ, quan chức cũng như cách thi cử và tuyển chọn nhân tài Gia Long đều bắt chước hoặc phỏng theo các luật lệ, mô thức và định chế của nhà Thanh, nhưng vì vốn có đầu óc chuyên chế và độc tài tuyệt đối (absolutism) nên Gia Long đã có cái sáng kiến dường như rất bất bình thường khi đưa ra một luật lệ mới gọi là "tam bất lập" gồm có ba điểm như sau đây:

1. Bất lập Hoàng hậu
2. Bất lập Tể tướng
3. Bất lập Trạng nguyên

Không rõ Gia Long đã dựa vào những lý lẽ nào để đưa ra cái đạo luật kỳ dị trên đây.

Theo ý kiến riêng của tôi thì khi đưa ra luật này, có lẽ Gia Long muốn ngụ ý là hoàng đế phải vượt bậc ở trên hết mọi người trong thiên hạ: không lập hoàng hậu là vì nhà vua muốn mình sẽ là chủ nhân ông tuyệt đối chẳng những ngoài triều đình mà là toàn thể cung đình, gồm cả tam cung, lục viện.

Hoàng hậu tức là vợ cả chính thức của vua, mà đã là vợ thì theo thói đời, nhất là đối với tập tục cổ truyền VN chúng ta tự ngàn xưa, dù muốn dù không, kể như là ngang hàng với chồng. Hơn nữa theo luật nhà Thanh, hoàng hậu làm chủ tam cung, lục viện, nghĩa là toàn thể nội-cung. Đối với một vị hoàng đế chủ-trương quân chủ tuyệt đối như vua Gia Long có lẽ ông cho như thế là không ổn, nên có thể chức hoàng hậu đã vì mấy lý do không đâu đó bị nhà vua sổ toẹt chăng. Và từ đó vợ cả chính thức của nhà vua chỉ được phong là Chánh phi.

Không lập tể tướng có lẽ cũng là do cái khuynh hướng "quân chủ tuyệt đối" (monarchie absolue) của nhà vua muốn một mình một chợ, nắm hoàn toàn quyền chính trong tay, bởi vì một khi có tể tướng tức là phải có sự chia và giao quyền, hoặc nhiều hoặc ít, cho một người thứ hai, một việc mà một ông vua chuyên chính như Gia Long không bao giờ chấp nhận.

Không lập trạng nguyên hẳn cũng vẫn là do cái tư tưởng độc tài, độc tôn kia mà ra.

Thực vậy, ngay trong địa hạt khoa bảng và văn chương chữ nghĩa, không ai có thể được coi là trội và giỏi hơn nhà vua, và nhà vua phải đích thực luôn luôn là thày của thiên hạ. Trong khi đó, mặc dầu trạng nguyên trên nguyên tắc là học trò của nhà vua, nhưng trên thực tế ai cũng đều nghĩ đó là người có cái sở học ưu tú nhất nước, tất nhiên ngụ ý xuất chúng hơn cả nhà vua.

Chuyện này đối với nhà vua cũng không thể chấp nhận được, cho nên chức trạng nguyên bị Gia Long bãi bỏ cũng không phải là chuyện lạ. Thay vào đó, người đỗ đầu thi Đình gọi là Đình nguyên, cũng như người đỗ đầu kỳ thi Hội xưa nay vẫn gọi là Hội nguyên, đầu kỳ thi Hương gọi là Giải nguyên.

Riêng hai bực Thám Hoa (đứng hàng nhì, sau Trạng

Nguyên) và Bảng nhãn (hàng thứ ba thi Đình) vẫn giữ.

Ngoài ra, khi san định lại Luật pháp cũng như việc tổ chức lại các cơ chế trong triều đình và guồng máy hành chính bên ngoài, Gia Long đã nhất nhất phỏng theo luật lệ nhà Thanh, ngoại trừ ba điều vừa nói ở trên.

Riêng điều luật "bất lập hoàng hậu" về sau này hình như đã không được áp dụng đúng như ý muốn của vua Gia Long.

Sau triều-đại Gia Long, ngay từ đời Minh Mạng, hầu như hết thảy các vua nhà Nguyễn đều lập hoàng hậu. Bà Nam Phương là Hoàng hậu cuối cùng của triều đại nhà Nguyễn vậy.

Khi ông Phạm Quỳnh được mời vào Huế làm quan, dân chúng Bắc Kỳ có lẽ cũng có phần nào kỳ vọng ở nơi ông nhất là những người đồng quan điểm với ông về thuyết quân chủ lập hiến, vì họ nghĩ rằng một con người tài ba, có đầu óc, lại có thế và thân Pháp như ông, nhất định sẽ có khả năng và hoàn cảnh thuận lợi để mang nhiều cải cách đến cho triều đình Huế, nhất là trong hai phạm vi giáo dục và chính trị, vì như chúng ta đã biết hồi chủ trương tờ Nam Phong, ông đã tỏ ra rất am hiểu về các vấn đề văn hóa và giáo dục Đông, Tây cũng như những ưu điểm của chế độ *quân chủ lập hiến* theo quan điểm Tây phương.

Nhưng từ khi vào Huế, ông bỗng nhiên trở thành một con người trầm lặng để rồi từ Thượng thư Bộ Học ông được đôn lên thay thế cụ Thái Quang Toản giữ chức thượng thư Bộ Lại, quyền lực khuynh triều, và dường như ông luôn luôn được một quyền lực tối cao nào đó chống lưng.

Người ta đồn rằng chính "Thống chế Quốc Trưởng" (Pétain, chính phủ Vichy) cũng đã có đôi lần trực tiếp thư từ với họ Phạm.

Đây là một điều hết sức đặc biệt, bởi vì, kể từ sau triều đại Gia long, chuyện một ông quốc trưởng Pháp đương quyền trực tiếp giao thiệp với triều đình hoặc một nhân vật nào đó trong triều đình chưa từng bao giờ xảy ra trong chính trường Huế thời Pháp thuộc.

Tôi còn nhớ vào mùa xuân 1942, Hoàng đế Bảo Đại cùng toàn thể nội các tuần du Bắc Hà. Khi ghé qua Vinh, học trò trường Nghệ chúng tôi (thường được gọi là trường Quốc học Vinh) đã cùng các hàng quan lại, công chức và dân chúng hai tỉnh Nghệ An và Hà Tĩnh nghênh đón vua và các quan trong triều tại sân vận động thành phố Vinh. Tuy không mang phẩm phục đại triều nhưng từ Vua tới các quan đều mang áo gấm tía hoặc kim tuyến vàng, ngực đeo đầy bài ngà, kim tiền, kim khánh và đủ loại mề đay.

Riêng đối với những người ham danh vọng hoặc thích nghiên cứu về quan quyền chức tước thì đây quả thực là một quang cảnh oai phong hiếm có và xốn con mắt, là sự tổng hợp của tột đỉnh vinh quang, danh vọng trong đời người (dĩ nhiên là người An-nam chúng ta).

Hôm đó, lần đầu tiên trong đời, tôi được nhìn thấy

348

tận mắt Hoàng đế Bảo đại và toàn thể các trọng thần của triều đình Huế bằng xương bằng thịt. Vì đã quá quen thuộc với những tranh hý họa trên hai tờ Phong hóa và Ngày nay, nên tôi nhận ra được ngay cụ thượng Phạm Quỳnh, với bộ mặt vuông vuông, một cách thực dễ dàng. Cụ đứng sát cạnh phía tay mặt Hoàng đế Bảo Đại, và cũng đeo kính đen như nhà vua.

Tôi cũng không ngờ là buổi đón tiếp hết sức long trọng tại thành phố Vinh ngày hôm đó đã đi vào lịch sử như là ánh hào quang và tiếng hoan hô cuối cùng (the last hurrah) mà dân chúng VN nói chung, dân xứ Nghệ nói riêng đã dành cho Vua Bảo Đại và triều đình Huế, bởi vì chưa đầy ba năm sau, tức vào ngày 20 tháng 8 năm 1945, Trần Huy Liệu đã đơn phương độc mã từ Hà Nội vào Huế để nhân danh chính quyền "nhân dân" dẹp bỏ triều đình Huế, chấm dứt một chế độ quân chủ phong kiến đã kéo dài gần một thế kỷ rưỡi trên đất nước ta.

Họ Phạm và 2 cha con Tổng đốc Quảng Nam Ngô Đình Khôi (bào huynh của cố tổng thống Ngô Đình Diệm) cùng một số quan lại ở kinh đô Huế và các tỉnh miền Trung đã bị Việt minh nhân danh cách mạng sát hại vào dịp Việt Minh cướp chính quyền, thường được gọi là "cách mạng tháng Tám".

Thực ra thì không cần phải đợi có 2 tờ Phong hóa, Ngày nay tôi mới có ác cảm đối với quan trường. Có thể nói là ngay từ khi có trí khôn và biết điều phải trái đôi chút là tôi đã thấy không vui và chán chường mỗi khi thấy ông quan huyện Kim Sơn về làng. Phần đông các quan huyện chẳng những rất hống hách, ưa nạt nộ và coi dân như cỏ rác mà còn có cái tật đồi tệ hơn nữa là chuyên tìm cớ dọa dẫm để nặn hầu bao của dân để làm giầu.

Thực vậy, dân quê mỗi khi gặp quan huyện ai nấy đều khiếp sợ. Hơi có chuyện gì là đã phải cố gắng bằng mọi cách đi cửa trước cửa sau để đấm mõm quan huyện, dù cho có phải bán vợ đợ con.

Hồi còn ở Thượng viện, tôi đã có cái hân hạnh được bầy vai với một đồng viện xưa đã từng được bổ về làm quan phụ mẫu huyện tôi, tức huyện Kim Sơn. Ông cụ này đâu có ngờ tôi lúc đó chỉ là một thằng bé nhà quê bẩn thỉu, hôi hám, nước mũi dài thòng, đứng bên lề đường lén nhìn ông cùng gia đình chễm chệ ngồi trong chiếc xe hòm kính bóng loáng mỗi khi qúy vị xuống Phát Diệm chơi hoặc mua sắm. Hình như các hàng tổng lý Kim Sơn hồi đó rất "sợ" ông tri huyện này. Nghe đâu ông huyện rất hách và khó khăn đối với dân trong huyện. Bây giờ nhìn ông cụ tôi thấy hiền khô.

Đối với dân quê, đáng sợ và cũng đáng khinh, đáng ghét nhất phải là mấy tên lính lệ thối cùng lũ sai nha đê tiện bấu bám chung quanh quan huyện vì chúng thường mượn thế quan huyện để sách nhiễu và dùng mọi mánh khóe đê tiện để moi tiền dân chúng.

Nghèo đói mà muốn kiếm chút tiền còm của những người giàu có thì cũng có thể tạm chấp nhận được phần nào, nhưng dùng sự hăm dọa, vu vạ cáo gian, hoặc những thủ đoạn hoặc mánh lới hèn hạ, ác độc khác để tống tiền và bóc lột những người nghèo đói cùng cực như dân quê Việt Nam chúng ta thì không thể nào tha thứ cho bọn đầu trâu mặt ngựa thiếu lương tâm này được.

Mấy ông thừa, ông ký cũng chẳng hơn chúng bao nhiêu, nhưng tương đối đôi khi họ cũng còn biết giữ chút tư cách và liêm xỉ.

Đầu thời kỳ Đại thế chiến II, có một ông tri phủ nổi tiếng thanh liêm về trị nhậm hạt Kim Sơn. Ông tri phủ họ Ngô này quả có đức độ và thanh liêm, mặc dầu đời sống gia đình ông không mấy sung túc, con cái ăn mặc sơ sài, đi chân đất chẳng khác gì con cái nhà bình dân chúng tôi ở thôn quê vào thời đó.

Sau khi ông rời bỏ Kim Sơn và qua đời ít năm sau, người địa phương đã lấy tên ông đặt tên cho sân vận động thị xã Phát Diệm để ghi công và tưởng niệm ông.

Rất tiếc là sau 1954, sân vận động Ngô Gia Lễ đã không còn tồn tại.

Ông tri phủ họ Ngô tuy rất thanh liêm, nhưng vì tính tình hiền lành, chân thật, dễ tin người nên đã không kiểm soát được hành vi các sai nha, dịch lại dưới quyền mình, do đó họ đã có thể mặc tình qua mặt và thao túng ở bên ngoài mà ông phủ không hề biết. Thành ra mặc dầu quan phủ rất thanh liêm dân chúng vẫn không thoát khỏi những bàn tay dơ bẩn của bọn sai nha tức các ông thừa, thày ký, thày cò, lính lệ, đúng như tục ngữ thường nói:"quan xa, nha gần," do đó các tệ trạng tham nhũng tại phủ tôi thời đó cũng chẳng giảm bớt được bao nhiêu.

Vào cái thời xa xưa đó, mặc dầu chỉ là những đứa con nít hỷ mũi chưa sạch, chúng tôi cũng đã cảm thấy hết sức nhột nhạt khi thấy các bậc cha chú mỗi lần gặp quan huyện, quan phủ đều phải khép nép chắp tay vái một cách thiệt cung kính, để rồi sau đó, cứ một điều "bẩm quan lớn", hai điều "bẩm quan lớn", "chúng con" thế này, "chúng con" thế nọ, mặc dầu ông quan kia thường rất trẻ, có khi chỉ đáng tuổi con, tuổi cháu các cụ mà thôi. Rõ thiệt nản và chán mớ đời hết chỗ nói.

Con cháu như chúng tôi trông thấy như thế cảm thấy rất ái ngại và xấu hổ thay cho các cụ, nhưng cũng không biết làm gì khác mà chỉ biết đứng nhìn và tội nghiệp cho mấy ông già nhà quê rất đáng thương kia mà thôi.

Riêng các ông thì vẫn cứ tỉnh bơ và coi đó như là những chuyện thiên kinh địa nghĩa rất ư là tự nhiên, coi ông quan như cha như mẹ và không hề nghĩ đó là một thái độ hèn hạ, thiếu nhân cách, rất đáng xấu hổ.

Khi gặp các quan tỉnh như án sát, bố chánh, tuần phủ hay tổng đốc người dân thường phải chắp tay và cúi thấp hơn chút nữa, và lần này phải "bẩm lạy cụ lớn" chứ không được "bẩm quan lớn" một cách đơn sơ và suông sẻ như khi gặp các quan phủ, quan huyện.

Chính các hàng tri huyện, tri phủ khi gặp tuần phủ hay tổng đốc cũng phải cung kính xưng con và "bẩm bẩm, lạy lạy Cụ lớn".

Nhân chuyện "bẩm báo" lẩm cẩm thiếu nhân cách

này tôi bỗng nhớ tới một câu chuyện trong gia đình họ Nguyễn Tường do một người thân trong gia đình kể lại.

Hồi làm báo Phong hóa và tiếp đến là Ngày Nay Hoàng Đạo (tức Nguyễn Tường Long) vừa làm tham-tá lục-sự (commis greffier) tại tòa Thượng thẩm Hà Nội, lại vừa viết báo, thường chạy đôn chạy đáo về các tỉnh săn tin hoặc điều-tra các vụ "sì-căng-đan" trong giới quan trường, công việc kể ra khá vất vả và cực nhọc, đôi khi cũng rất là nguy hiểm nữa nên Hoàng Đạo phu nhân thường phàn nàn và chia sẻ nỗi lo lắng của mình với mẹ.

Vì thương con gái nên vào một ngày đẹp trời nào đó, bà cụ nhạc mời ông tham con rể tới chơi uống trà và nói chuyện .

Chúng ta có thể tạm tưởng tượng câu chuyện và cuộc đối thoại giữa đôi bên Mẹ vợ và ông con rể như sau: "Tôi thấy dạo này cậu phải đi lại và nghĩ ngợi nhiều lắm thì phải, bà cụ bắt đầu gợi chuyện, thành ra hình như mẹ chúng nó rất lo lắng. Tôi nghĩ có cử nhân luật như cậu mà tại sao cứ phải bôn ba, lật đật đây đó? Tôi nghĩ thiệt là cực khổ và vất vả cho cậu. Mẹ con chúng nó thường rất lo lắng cho cậu cũng là chuyện phải thôi".

Trong khi ông nhà báo chúng ta còn đương ngơ ngác, sững sờ chưa hiểu chuyện gì xảy ra thì bà cụ tham đã tấn công tiếp, nhưng lần này bà cụ nhằm vào chỗ yếu tình cảm mà trách nhẹ: "Theo tôi, cậu cũng nên để ý làm thế nào cho vợ con chúng nó đỡ lo lắng, đồng thời cũng nên nghĩ phải làm sao cho chúng nở mày nở mặt với chị với em một chút chứ?".

Trong lúc Hoàng Đạo chưa hết ngỡ ngàng, lúng túng thì bà cụ đã đề nghị toạc móng heo: "Làm tham tá lục sự tòa án Tây kể ra cũng như làm quan rồi, nhưng dẫu sao cũng không bằng tri huyện, tri phủ. Hay là tôi đề nghị với cậu như thế này: Thôi thì kỳ thi tri huyện sắp tới, cậu hãy cố gắng sửa soạn đi dự cho vợ con chúng nó vui. Nếu như chẳng may không đậu, chúng tôi thế nào cũng phải cố chạy bằng được cho cậu một chân tri huyện. Mọi sự chúng tôi sẽ lo hết, miễn là cậu đồng ý".

À, ra là như thế, và Hoàng Đạo đã không ngần ngại dứt khoát từ chối và cho bà cụ biết là mình hiện sống rất tự do thoải mái, mặc dầu có đôi chút vất vả. Hơn nữa, nghề nào là không vất vả. Làm quan thì cũng vất vả vậy thôi, lại bị gò bó đủ điều.

Để bà cụ yên tâm, Hoàng Đạo còn cho biết thêm là ông đi tới đâu các phủ huyện cũng đều kính nể lại được đón tiếp cơm gà, cá gỏi rất là trịnh trọng, chu đáo. Các tuần phủ, tổng đốc vẫn thường coi ông như là ngang hàng, mặc dù mình đơn giản chỉ là anh nhà báo Ngày nay. "Nếu như bây giờ mà đi làm tri huyện, Hoàng Đạo kết luận, thì coi như là con đã tự triệt hạ mình, để rồi tự giam hãm vào cái mê hồn trận của quan trường, chẳng khác gì như đương khơi khơi ở sông ở biển bỗng nhiên chạy vào rạch vào ngòi mà chịu chết."

Cụ Tham đanh thép chặn lời ngay:"Chắc cậu cũng biết, làm quan cũng có năm bảy đường làm quan. Khéo

354

léo ra thì sẽ lên như diều. Thì đó, gương ông Phạm Quỳnh, lúc đó vợ con tha hồ mà sung sướng vẻ vang!".

-- "Con xin thú thiệt, Hoàng Đạo gằn giọng hỏi lại, không hiểu ý cụ nói khéo léo là khéo léo như thế nào? Sao lại có chuyện cụ Phạm Quỳnh ở đây? Riêng con, xin thưa thực với cụ, xưa nay vốn ngông cuồng láo lếu, con không thể nào khom lưng và mở miệng, uốn lưỡi nói nổi bốn chữ "bẩm lạy cụ lớn" và xưng con với mấy ông tuần phủ, tổng đốc chuyên ăn hối lộ và hách dịch một cách hết sức hủ lậu kia. Xin cụ hãy tha cho con và quên đứt cái câu chuyện làm quan của con".

Nghe ông con rể "nhà báo" trả lời một cách dứt khoát đứt đuôi con nòng nọc như vậy, bà cụ tham hết sức thất vọng, ngồi nín thinh, cố nén thở dài bằng một ngụm trà đã nguội, nhìn ra sân sau, mặt buồn rười rượi...

Mặc dầu ghét cay ghét đắng quan trường và chức vị này nọ, nhưng rốt cuộc, mùa hè 1946, hai anh em nhà họ Nguyễn Tường cũng đã nhận tham dự chính phủ Liên hiệp, Nguyễn Tường Tam làm Ngoại trưởng, Hoàng Đạo thì giữ chức Bộ trưởng Kinh tế, tương đương với chức Thượng thư bộ Hộ của thời quân chủ trước kia. Không biết lúc đó ông bộ trưởng Nguyễn Tường Long có cảm thấy oai phong hay không? Tất nhiên là phải có rồi, vì chuyện đời thường tình là như thế. Cho đến cụ Hồ của chúng ta, cách mạng như gì mà cũng vậy thôi, ai mà chả ham quyền hành, chức tước.

Nghe nói trên một tấm bia tại khu mộ phần của họ

Nguyễn Tường ở Quảng Nam người ta thấy ghi rõ tên người xuất tiền trùng tu với đầy đủ chức vị và phẩm hàm như sau: *Nguyễn Tường Long, tham-tá lục-sự, hàn lâm kiểm-thảo.*

Điều đó chứng tỏ Hoàng Đạo, nhà báo tranh đấu cho những cải cách và tư tưởng tiến bộ cũng đâu hẳn hoàn toàn lơ là mà không lấy làm hãnh diện với cái chuyện mình được "chính phủ Nam triều" ban thưởng phẩm hàm lằng nhằng, này nọ như vừa nói ở trên.

Nhưng dẫu sao đi nữa thì lúc đó cũng đã sang thời dân chủ, bộ trưởng đâu có mũ mãng, cân đai, bối từ hoặc mặc áo gấm tía và đeo đầy bài ngà, kim tiền, kinh khánh rềnh ràng giống những vị thượng thư ngày xưa.

Trong cái bối cảnh phong kiến hủ lậu như đã nói ở trên, chắc quý vị nghĩ rằng: đã là những người có đầu óc chắc hẳn không có ai thích và chịu ra làm quan.

Nói thế là sai bét! Và trường hợp như Hoàng Đạo Nguyễn Tường Long có thể nói là rất họa hiếm.

Sự thực mà nói, mặc dầu ghét bản mặt các ông quan hách dịch và thối nát, nhưng hầu hết những kẻ đi học thời đó, anh nào cũng ôm cái mộng đỗ đạt để đi làm quan và trong số đó dĩ nhiên là có cả cái thằng tôi nữa, tức kẻ viết bài ngu xuẩn này.

Tôi còn nhớ cậu tôi mỗi lần gặp mấy ông bạn thân ở Sarraut cũ như Trần Tr . D hay Ng .Văn Th . (sau này đều đậu tri huyện) tôi thấy họ thường chỉ bàn luận một cách say sưa tới chuyện đi làm quan.

Kể ra thì cũng lạ. Có lẽ đó là cái tâm lý của phần đông những thằng học trò nhà quê xưa thấy cha chú mình bị giới quan lại khinh bỉ, đè nén nay cũng muốn đỗ đạt ra làm quan bằng người để trả thù thiên hạ cho bõ ghét.

Cũng có thể đó là một vấn đề huyết thống đặc sệt tinh thần phong kiến và quan liêu của người Việt Nam được di truyền từ bao đời trước mà cho tới nay chúng ta chưa bao giờ ngờ tới để đưa ra phân tích hoặc sửa sai huống chi nói tới chuyện gạt bỏ. Hơn nữa đã là con người, có mấy ai không ham vinh hoa, phú quý, nhất là những cái vinh hoa, phú quý đó đã được Pháp thực dân khéo léo sử dụng như những cái bẫy hoặc đúng hơn, một cái mồi câu quỷ quái, một sách lược cai trị thật là tinh vi.

Chắc có người sẽ hỏi: ngoài chuyện đi làm quan, chẳng lẽ không có những người thích học những nghề chuyên môn như y sĩ, giáo sư, kỹ sư v.v... hay sao?

Xin thưa: cũng thế thôi. Bởi vì hết thảy những ai xuất thân từ các trường Cao đẳng và Đại học đều là quan hết, nào quan đốc, quan tham, quan kiểm v.v... chẳng những thế mà đôi khi còn có những người quá ham chức quan nên bày đặt thêm nào quan phán, quan giáo, quan quản v.v... nữa. Đúng vậy, đã đi làm cho nhà nước Bảo hộ thì hầu như ai ai cũng đều có phẩm hàm hoặc ít hoặc nhiều, hoặc cao hoặc thấp, chẳng khác gì các quan lại trong triều hoặc các tỉnh bên ngoài. Nói tóm lại, chẳng mấy ai thoát khỏi cái bả vinh quang quỷ quái đó.

Nhà binh thì khố Đỏ cũng như khố Xanh, từ thượng

sĩ trở lên đều là quan hết: quan quản, quan một, quan hai, quan ba v.v... kể không hết, đến nỗi có nhiều ông trung sĩ khi về làng cũng muốn bà con gọi mình là quan ... *đội*.

Có lẽ vì đã hiểu tâm lý dân An nam chúng ta anh nào cũng ham làm quan từ khi còn ở trong bụng mẹ nên mấy anh Tây đã triệt để khai thác cái kỹ nghệ làm quan một cách thật tinh vi và khéo léo để ru ngủ và biến trước hết là những kẻ sĩ theo Hán học sau là giới trí thức Tây học thành những tay sai đắc lực và trung thành cho chính phủ Bảo hộ.

Rất có thể quý vị cũng sẽ hỏi: thế thì tự ái dân tộc và cái tinh thần ái quốc của các ông để đâu? ném cho chó gặm hết cả rồi hay sao?

Câu hỏi đến thực đúng lúc quá. Có một điều là không biết trả lời sao cho phải đây. Nói ra thì thực là tủi hổ và có lẽ quý vị cũng không tin nhưng thực tình mà nói, cho tới tận những tháng năm cuối cùng của đệ nhị thế chiến, đa số trong anh em thuộc thế hệ chúng tôi chẳng bao giờ được ai dạy dỗ hoặc nhắc nhở đến chuyện quốc gia dân tộc hay lòng ái quốc, kể cả những tờ báo đứng đắn có khuynh hướng dẫn dắt dư luận quần chúng như Phong hóa, Ngày nay v.v... Đã như thế thì làm gì có tự ái và lòng yêu nước để ném cho chó nó gặm một cách lãng phí.

Chính các bậc cha chú chúng tôi trước đó cũng chẳng có mấy ai được giáo dục và có ý thức về những vấn để quốc gia, dân tộc, thì làm sao đến lượt chúng tôi mà có được? Come on ! Xin quý vị nghĩ lại và thông cảm giùm chúng tôi.

Thực vậy, vào cái thời tạm gọi là xa xưa đó, mọi chuyện quốc gia hay dân tộc đâu có bình thường và sáng tỏ như thời đại dân chủ, tự do của quý vị ngày nay, để rồi tha hồ mà ăn to nói lớn vô tội vạ.

Ngoài ra, do ảnh hưởng của cơ cấu xã thôn tự trị từ ngàn xưa, dân chúng miền Bắc luôn luôn sống trong giới hạn của bốn lũy tre xanh nên chỉ biết cái cơ cấu làng xóm trước mắt của mình, chính phủ trung ương thì ở đâu đâu, xa lắc xa lơ, nên họ thường hết sức u u minh minh về những vấn đề mà chúng ta ngày nay gọi là ý thức quốc gia, lòng yêu nước v.v.

Trong khi đó chính quyền trung-ương ngày xưa, tức triều-đình, thường chẳng những rất xa dân mà còn luôn luôn làm mất lòng dân. Thực vậy, đối với người dân, hễ nói đến triều đình tức là nói tới chuyện sưu cao thuế nặng, bắt lính, đi làm phu đài, tạp dịch, chuyện cơm nắm, muối vừng để kéo nhau đi đắp đê, trị thủy v.v...

Đối với họ thì chính quyền nào cũng vậy. Ta cũng được mà Tầu hay Tây cũng được, miễn sao đỡ bị quan quyền áp bức và sách nhiễu, không bị đói, không bị thiên tai, ít bị đóng thuế, ít bị bắt lính, ít phải đi phu đài tạp dịch, ngày giỗ ngày Tết có chiếc bánh chưng, mấy miếng thịt lợn mỡ để ăn, xóm làng bình yên, không có trộm, không có cướp, không thấy quan, không thấy lính về làng sách nhiễu, quấy phá là hạnh phúc lắm rồi.

Các nhà viết Sử Việt Nam ngày nay thường rất thích thú và hào hứng khi nói tới hội nghị Diên Hồng đời Trần, và coi đó như là sự biểu dương cao độ nhất của tinh thần dân chủ, lòng yêu nước và cái ý chí quật cường quyết thắng của toàn dân ta trước nạn ngoại xâm thời đế quốc Mông cổ.

Ý chí quyết thắng dân tộc có thể là có, tính cách dân chủ của cuộc trưng cầu dân ý cũng có thể là có, nhưng ở đây, rất có thể là người ta quyết chiến với Mông Cổ vì trung thành với nhà Trần chứ chưa hẳn đã là thuần túy chỉ vì lòng yêu đất nước như chúng ta ngày nay vẫn thường quan niệm. Và cái quan niệm trung quân ái quốc rất đặc biệt, nhưng cũng rất mập mờ và chật hẹp này đã được giới Nho sĩ chủ trương và duy trì cho tới tận cuối thế kỷ 19 sang đầu thế kỷ 20, và rồi đã dùng nó như một chiêu bài để vận động quần chúng ủng hộ các phong trào Văn Thân chống Pháp.

Và cũng chỉ vì cái quan niệm trung quân ái quốc hẹp hòi đó, Văn Thân và phong trào Cần Vương chẳng những đã không lôi cuốn được quần chúng, mà còn gây chia rẽ lương, giáo thành 2 phe thù địch, kết quả là hàng ngàn người dân quê Gia-tô giáo ở miền Trung đã bị tàn sát một cách vô tội vạ chẳng qua cũng chỉ vì một cái tội tày đình là họ đã dám theo đạo người Tây dương.

Vì bị đàn áp và sát hại một cách quá tàn bạo và bất công nên cũng rất có thể là đã có một số người theo đạo tại những làng toàn tòng Gia-tô giáo nổi lên chống lại hoặc võ trang tự vệ (tuy nhiên chưa có tài liệu lịch sử chính xác đáng tin nào chứng minh chuyện này). Còn nếu như chỉ nói suông là họ theo đạo Gia-tô tức là theo Tây, là phản quốc, tôi thiết nghĩ đó là một chuyện hết sức vô lý, chẳng qua cũng chỉ là cả vú lấp miệng em, rất sai sự thật, hàm hồ và bất công, chẳng khác gì thái độ của những kẻ cậy thế đông vừa ăn cướp vừa đánh trống để kêu làng, đồng thời vu oan giá họa, cố triệt hạ kẻ mình thù ghét đấy thôi.

Khẩu hiệu "Bình Tây sát Tả" quả là ngang ngược, hống hách, ác độc và khát máu một cách hết sức man rợ và vô lý

Rất tiếc và cũng rất đáng ngạc nhiên là từ trước tới nay chẳng có mấy ai nhận thức ra được sự phi lý và tính cách lạc hậu, kỳ thị, chia rẽ, phản dân, hại nước và vô nhân đạo của nó. Thiệt là lạ vô cùng.

Những chuyện đàn áp vì chính kiến có tính cách kỳ thị đó, nếu xảy ra trong thời đại chúng ta, chắc chắn sẽ bị thế giới lên án nặng nề giống như những vụ ethnic cleansing xảy ra ở Iraq thời Sadam , Kosovo hay mấy nước Phi châu gần đây như Angola, Rwanda v.v... Có điều lạ và đáng lưu ý là cho tới tận đầu thế kỷ 21 này, giữa những người Việt Nam với nhau, ảnh hưởng tư tưởng và thái độ chính trị hẹp mà tôi vừa nói trên đây vẫn còn được một số người đầu óc đặc sệt thành kiến bênh vực, hoặc tệ hơn nữa, tiếp tục chủ trương và triệt-để khai thác để gây chia rẽ giữa những người không cùng tôn giáo, hoặc không cùng tư tưởng hay chính kiến.

Khi bất đắc dĩ mà phải nói lên những điều trên đây, xin thú thật, quý vị tin hay không tin, tùy ý, không phải vì tôi là một người theo đạo Gia-tô cố ý bênh vực người đồng đạo một cách chủ quan mà là với tư cách một con người Việt Nam thuần túy vốn tôn trọng sự thật, công bằng và lẽ phải. Tôi cả gan gồng mình để công khai đem ra mổ xẻ những vấn đề gai góc và phức tạp này chẳng qua cũng chỉ là chuyện chẳng đặng đừng, xin quý bạn thông cảm và không phiền lòng khi đọc những dòng mổ xẻ thiệt là chán mớ đời này.

Ngoài ra, vì đó là những ý kiến và nhận xét riêng của tôi, nên rất có thể là sai lầm, tất nhiên quý bạn có thể không đồng ý hoặc nghi ngờ, nhưng dẫu sao đi nữa cũng xin quý vị bình tâm suy nghĩ và xét lại, vì quả thực có một số những sự kiện lịch sử mà trước đây chúng ta ít có người ngờ tới là đã có thể xảy ra, hoặc đã có người bịa đặt, thêu dệt hoặc có dụng ý bóp méo để cố tranh lẽ phải về phe ta.

Có những sự kiện chỉ là những giai thoại hoặc lời đồn đại vô căn cứ không có một chút giá trị lịch sử nào. Hoặc ngược lại. Chẳng hạn như có người đã quyết đoán với đầy đủ chứng tích là qua sự liên lạc bằng thư từ giữa Thống tướng Trần Văn Soạn và ông phó Bá (Nguyễn Văn Bách) có sự giao hảo rất thân mật giữa các nhà lãnh đạo Cần vương Ba Đình và cha Trần Lục.

Thú thật, vì đây là lần đầu tôi được nghe nói tới chuyện này, lại chưa có đủ thì giờ nghiên cứu và kiểm chứng tài liệu, nên tôi vẫn còn bán tín bán nghi, chưa dám tin sự kiện nói trên là xác thực trăm phần trăm.

Ông bà ngày xưa có kể lại rằng: Khi nghe tin quân Pháp đổ bộ từ sông Hồng hà kéo qua cửa ô Quan Chưởng, tiến dọc theo Phố Mới, chia 2 ngả để tấn công vào hai cửa Bắc và cửa Đông thành Hà Nội, kẻ hiếu kỳ thuộc 36 phố phường mặc quần áo đẹp như ngày Tết kéo nhau lên núp bờ phía Nam đê Cầu Gỗ để xem Tây đánh nhau với "quan quân" chẳng khác gì như đi xem hội.

Với câu chuyện vừa kể trên đây, cũng như nhiều chuyện truyền khẩu khó tin khác, mặc dầu không được chép trong sử sách nào, nhưng xét cho cùng không hẳn là vô lý và không có phần đáng tin, và một lần nữa chứng tỏ là dân chúng thời đó, kể cả thị dân, rất thờ ơ đối với chính quyền và các vấn đề chính trị, do đó họ đã tỏ ra rất rửng rưng (!) đối với biến cố Pháp thực dân xâm lược nước ta. Nếu là vậy lòng yêu nước của họ để ở đâu.

Thực vậy, vì tò mò, họ kéo nhau như đi trẩy hội để xem hai bên bắn giết nhau như khách bàng quan và họ cho đó là chuyện riêng giữa hai quyền lực: một bên là Tây, một bên là "quan quân", chẳng dính dáng, ăn nhậu gì tới những người dân thấp cổ bé họng như họ.

Hơn nữa, thành thực mà nói, đối với họ, đã là quyền lực thì quyền lực nào cũng vậy thôi, đều là những bộ máy thống trị cay nghiệt và tàn nhẫn, ngoài ra họ cũng chẳng có ý thức gì về chuyện đất nước, và cũng chẳng hiểu yêu nước là cái gì, vì từ xưa tới nay, chưa từng có một ai nói cho họ nghe về những vấn đề đó.

Rất có thể vì không có cảm tình với "quan quân", lại muốn có sự thay đổi mới nào đó về phương diện chính quyền, nên việc họ mong cho Pháp thắng, nếu giả dụ như có xảy ra, thì cũng chẳng có gì lạ.

Nói đâu xa, ngay đến nhà chí sĩ cách mạng phát động Phong trào Đông du là Phan Bội Châu của chúng ta cũng chưa ý thức được một cách rõ rệt thế nào là quốc gia, dân tộc? Thế nào là chân chính ái quốc?

Vốn là con nhà Nho gốc Văn Thân, cụ vẫn nghĩ rằng vua tức là quốc gia, quốc gia tức là vua, chẳng khác gì một ông vua chuyên chính trong lịch sử Pháp (Louis XIV , thế kỷ XVIII) thường tuyên bố một câu xanh rờn: "Quốc gia là Ta!" để rồi kết luận là bàn dân thiên hạ ai ai cũng phải tuân lệnh và sống chết với nhà vua. Dẫu sao thì ông vua Pháp kia cũng có một ý thức nào đó về quốc gia, dù là một ý thức sai lầm.

Riêng các vị trong phong trào Cần vương họ đã kháng Pháp hoàn toàn do lòng trung quân với một mớ ý thức rất hạn hẹp và lờ mờ về dòng giống, quốc gia và dân tộc. Đối với họ, đã là trung quân thì dù chế độ hay triều đại mới có đẹp có tốt đến đâu đi nữa, nếu không phải là ông vua mình phò tá (thường thuộc dòng chính thống) thì vẫn phải tiếp tục chống cho tới cùng (mặc dầu tài năng đức độ của ông vua hay ông hoàng được phò tá đó chưa ai rõ thế nào, gia dĩ có khi cũng chẳng có gì là tốt lành hay xứng đáng).

Cụ Phan Chu Trịnh du học ở Tây về cắt nghĩa và nhắc nhở cho biết là quan niệm trung quân của các ông đã lỗi thời và dù có đuổi được Tây để tái lập nền quân chủ như ý mình mong muốn thì chẳng qua cũng chỉ là một chuyện "dịch chủ tái nô" mà thôi.

Tới lúc đó cụ Phan Bội Châu mới chợt thức tỉnh và thực sự ý thức được thế nào là Quốc gia, Dân tộc, thế nào là Yêu nước, Yêu dân một cách chân xác.

Lúc chúng tôi còn mài đũng quần ở các lớp tiểu học, tôi nhớ có lần Công sứ Ninh Bình về thăm trường để dự lễ chào "quốc kỳ" lần đầu tiên.

Sau lễ chào cờ, thường được gọi là "salut aux Trois Couleurs "và tiếp đến là hát "quốc ca" La Marseillaise , Frère directeur (hiệu trưởng) đọc diễn văn bằng tiếng Pháp bày tỏ tình yêu và lòng trung thành đối với "la Mère-Patrie " (mẫu quốc, tức nước Pháp).

Chúng tôi đều xúc động tưởng như muốn rơi lệ, vì bài "đít-cua" rất văn chương và đầy những "nobles sentiments " của Frère directeur khi ông nói về "l'amour pour la Patrie " quá hay và ai nấy đều cứ đinh ninh là mình phải có bổn phận bảo vệ la mère-patrie khi nào được gọi tới (cũng may là lúc đó Pháp vừa bại trận, thống chế Pétain lên cầm đầu chính phủ bù nhìn Vichy, nên Pháp Quốc lúc đó hầu như không có quân đội).

Trong số những kẻ ngu đó phải kể cả thằng bé hết

sức khốn nạn nhưng cũng hết sức ngây ngô và dại khờ một cách thảm hại này là tôi.

Những câu chuyện lạ lùng nhưng cũng không kém lâm ly trên đây thực ra không có gì là lạ và quá đáng.

Vào những thời kỳ đó, vì còn quá nhỏ tuổi, chúng tôi hầu như chưa có ý thức gì về chính trị và lịch sử, nhưng khi lên tới trung học, chúng tôi cũng chẳng tiến bộ hơn được là bao nhiêu, có khi còn tệ hơn nữa, vì môn "sử An Nam" (histoire d'Annam) viết bằng Pháp Văn bởi một ông giáo viên Tây thuộc nha Học chính Bắc Kỳ đối với chúng tôi chẳng khác gì lịch sử của một nước ngoài nào đó, chỉ cần học qua loa chiếu lệ, cũng như môn Việt Văn mà chúng tôi được giảng dạy bằng tiếng Pháp như một sinh ngữ 2. Trái lại, sử Pháp thì được các thày giảng rất kỹ và tường tận. Tôi còn nhớ hồi học năm thứ hai hay thứ ba trường Bưởi, thày Khang dạy sử Pháp thật là vui và hấp dẫn.

Những giai thoại lặt vặt như Bonaparte ở dơ, ít tắm, nhất là ngoài mặt trận, nên luôn luôn ngứa và gãi háng, gãi ngực, gãi nách, kể cả giữa những lúc ông hùng hồn kêu gọi quân lính, hoặc đọc tuyên cáo một cách hết sức oai phong trước mặt hoàng đế và triều đình nước Áo. Chứng cớ là trên các bức tranh vẽ chân dung ông, người ta thường thấy ông để một bàn tay lùa trong áo để... gãi(?), và mỗi buổi sáng ông đều có súc miệng nhưng không hề nhổ ra ngoài mà lại nuốt ực luôn vào bụng, nói là đã ở trong miệng rồi thì còn kể gì là dơ hay sạch, thôi thì nuốt luôn cho tiện việc sổ sách.

Những giai thoại đó, ba Khang thường kể lại từng chi tiết cho lũ học trò chúng tôi há hốc mồm ngồi nghe một cách thích thú và thán phục (các thày được lòng học trò chúng tôi thời đó thường được gọi là ba như ba Bảng, ba Chính, ba Khang v.v...).

Năm tôi đổi vào học trường Vinh, thày Sáu cũng đổi về dạy trường này. Thày Sáu, chuyên dạy Pháp và Việt văn, lúc nào cũng đóng một bộ tây trắng hoặc "phô tuýt-so" nhàu nát, thắt cà vạt đen, hút thuốc lá Job, cọc đạp xe cà tàng, lúc nào chũng chỉ có nói tiếng Tây, kể cả khi thày giảng thơ Nguyễn Công Trứ, "Tần cung oán", "Chinh phụ ngâm" hay truyện Kiều. Khi chấm các bài luận (được gọi là rédaction annamite) thày Sáu cũng vẫn phê lời phẩm bình (observation) bằng tiếng Pháp.

Ngoài cái tật thỉnh thoảng lè nhè hơi men, cụ Sáu thường mắng học sinh rất tệ, và lẽ tất nhiên, cụ chửi mắng bằng tiếng Tây. Riêng tôi, thấy 17 tuổi mà vẫn còn ở năm thứ 3, lại chây lười, có khi dám "quên" cả nộp bài luận Việt văn tức Rédaction Annamite, cho nên, đã có lúc ông cáu bẳn dằn mặt chửi tôi thiệt nặng: "Vous, salaud ! paresseux ! crétin !".

Ông đâu có biết hồi mới cải lương hành chính, vì ông thư ký hộ tịch làng tôi lầm lẫn sao đó nên tuổi của tôi bị rút xuống tới 4 năm, nên mãi khi năm lên 8 tôi mới tạm được đi học lớp 11 trường các thày dòng Phát Diệm (không hiểu tại sao mà từ vỡ lòng lên tới lớp nhất, các sư huynh trường Lasan Phát Diệm chia ra tới 11, 12 lớp, phải chăng là để các thày có thể dành nhiều thì giờ dạy đạo và đọc kinh cho lũ học sinh quê mùa và ngu đần là chúng tôi). Sau đó, vì không đủ tuổi nên tôi phải mất tới mấy năm học lớp Tư (cours Élémentaire) mà không sao thi được bằng Sơ học Yếu lược, tức cái cửa ngõ lên lớp Ba bậc Tiểu học (cours Moyen Un).

Thời đó trẻ con a-na-mít học ở các trường nhà quê đâu có thể được phép vượt qua cái lề luật tuổi tác cản đầu cản mũi kia. Cũng chính vì bị đúp lên đúp xuống đến nỗi chán học và quen tật chây lười nên tôi mới lâm vào tình cảnh bị thày Sáu chửi là đồ biếng nhác, thằng crétin. Thày Sáu nhận xét không sai, To đầu mà lại lười và dại khờ, tôi quả thiệt là một thằng crétin.

Ngày đó, tôi rất giận và không mấy ưa thầy Sáu, nay nghĩ lại, không còn giận thày, trái lại vẫn còn lưu trong lòng những hình ảnh rất sâu đậm về ông thày dạy Việt văn bằng tiếng Tây rất khác đời, khó tính, khắc khổ và dường như rất cô độc này.

Năm 1942, giáo sư Phạm Xuân Độ khi dịch và cho xuất bản cuốn "Les paroles du Maréchal " dường như ông đã tự coi mình là một con dân nước Pháp thực thụ, rất là "patriotique" và "absolument loyal" đối với "Le maréchal" rất đáng kính mến của chúng ta.

Chắc có nhiều vị sẽ thắc mắc là dù có thế đi nữa, xét cho cùng thì những thằng nhãi chúng tôi hồi đó có thể cũng chưa hẳn là đã hoàn toàn đắc tội với ông bà, tổ tiên, thế nhưng các ông đảng phái cách mệnh lúc đó làm gì, ở đâu, mà không tìm cách giáo dục quần chúng bằng cách này, hay cách khác?-

Câu hỏi đặt ra thật đúng lúc nhưng phải trả lời thế nào cho phải phép và không làm mất lòng rất nhiều người đây, nhất là đối với các vị lãnh đạo các đảng phái quốc gia chân chính rất đáng tôn kính của chúng ta?

Rất có thể vì sợ, nào là quan huyện, nào là mật thám, nào là sen đầm, nào là Kampétai (hiến binh mật vụ Nhật Bản trong mấy năm cuối cùng Thế chiến II) các ông đảng phái "chìm" kỹ lắm, hơn nữa, cũng giống như sự thiếu sót trong mấy vấn đề tối hệ trọng như tình báo và kinh tài, hình như các đảng phái chúng ta chưa hề có hoặc chưa bao giờ nghĩ tới việc tổ chức những bộ phận tuyên truyền và giáo dục quần chúng.

Nhiều nhà cách mạng khác thì lại hình như cố ý tạo nên những huyền thoại về đảng phái của mình hoặc chính bản thân mình nên lúc nào cũng bí bí, mật mật, không chịu thổ lộ với bất cứ ai về những chuyện "chính chị, chính em" của mình, kể cả bố mẹ, vợ con và anh em ruột thịt trong gia đình, coi những chuyện "bí mật" đó như những bảo vật quý giá của riêng mình, không nỡ và cũng không muốn chia sẻ với ai.

Thật là một tâm lý khá lạ lùng và có phần nào hơi bất bình thường. Có thể một phần là vì những vị đó quá lãng mạn chăng. Hoặc có thể vì quá tự tôn.

Ngày xưa tôi có cùng với bố tôi tham gia hoạt động

ít nhiều cho hội Truyền bá Quốc ngữ, nên tôi được biết Nguyễn Hữu Đang từ 1941 nhưng chỉ biết anh là một nhà giáo rất sốt sắng với phong trào diệt nạn mù chữ (anh là tổng thư ký Hội Truyền bá Quốc ngữ) và mãi tới mùa hè 1944 anh về Phát Diệm tiếp xúc với các anh em để thúc đẩy việc lập chiến khu chống Pháp, Nhật tôi mới biết anh là một trong số mấy người lãnh đạo phong trào Việt minh ở Hà Nội từ mấy năm trước

Ông Nguyễn Minh Luân, người làng tôi, bỗng nhiên biệt tăm tích. Một hôm tri huyện Kim Sơn (lúc đó Kim Sơn chưa phải là phủ) hướng dẫn Đốc binh Tây đem một trung đội lính cơ (khố xanh) yểm trợ một tá lính sen đầm về vây khu Phát Ngoại làng Phát Diệm, từ Cầu Ngói xuống tận đê 50, các bậc cha chú trong khu xóm bị trói giật cánh khỉ và thẩm vấn tại chỗ. Tới lúc đó dân làng mới vỡ lẽ là lính cơ và bọn sen đầm kéo về làng để lùng bắt tên "hội kín" Nguyễn Minh Luân.

Ông Luân (anh ruột cha Nguyễn Gia Đệ) là bà con bên ngoại của mẹ tôi, theo Quốc dân đảng, là một cộng tác viên rất đắc lực của Nguyễn Thái Học, trước học trường Kỹ Nghệ, chuyên chế bom, nhưng làng xóm và gia đình chẳng ai hay, kể cả bố mẹ và anh em trong nhà.

Trên báo chí và các sách vở trong thời kỳ này chuyện quốc gia, dân tộc chẳng bao giờ được đề cập tới, hoặc, nói một cách thẳng thắn hơn, là chẳng ai dám to gan đụng tới.

Trong "Đoạn tuyệt", tiểu thuyết đề tài của Nhất

Linh, cũng như trong một vài tác phẩm về sau này của ông, nhân vật Dũng thực sự là một nhân vật như thế nào, tác giả chẳng bao giờ nói rõ thân thế, hoặc không dám rõ ràng hơn (dù chỉ là tiểu thuyết), mà để người đọc tự tìm hiểu hoặc muốn hiểu sao cũng được, tùy ý.

Chuyện "chính chị chính em" thời đó phức tạp khó khăn là như thế, mà làm chính trị thì lại càng phải kín đáo hơn nữa nên những lớp trẻ thuộc thế hệ chúng tôi hầu như chẳng lãnh hội được gì nơi các bậc đàn anh quá thận trọng và kín đáo này, để rồi bị lóa mắt bởi những cám dỗ quỷ quái của cái bả vinh hoa phú quý hạng bét do thực dân quăng ra như một khúc xương ăn thừa cho chó gặm để nhử các tầng lớp thanh thiếu niên thuộc giai cấp nghèo, tiểu tư sản hoặc con cái công chức thời đó (những năm cuối thập niên 30 và đầu 40) là những thằng học trò dại dột và khờ khạo như phần đông chúng tôi, ngày ngày cắp sách đến các trường cao-tiểu học tỉnh, trường Thăng Long, trường Gia Long, trường Đỗ Hữu Vị, trường Đồng Khánh, trường trung học Bảo hộ (Bưởi), trường Lýcee Albert Saraut v.v... để được nghe giảng về văn chương, lịch sử và địa lý nước Pháp, và các thày Ý, thày Sáu, thày Độ, thày Chính, thày Khang, thày Đường v.v. giảng dạy văn chương, lịch sử và địa lý Việt Nam bằng tiếng Pháp (kể cả thày Võ Nguyên Giáo bên trường Thăng Long cũng không ngoại lệ).

Công bằng mà nói, có lẽ cũng nhờ được học các môn văn chương Pháp, lịch sử Pháp, địa lý Pháp, công

371

dân Pháp nên những thằng học trò A-na-mit da vàng mũi tẹt như chúng tôi đã vô hình trung được dạy khá kỹ về những vấn đề quốc gia, dân tộc, dân chủ, và cả cách mạng nữa (cách mạng Pháp 1793), mặc dù ở đây "Tổ tiên chúng ta là người Gaulois " và "tổ quốc là nước Pháp," chẳng khác gì những con dân Pháp chính cống.

Những bài thơ ái quốc hoặc đề cao những hy sinh cho đất nước (dĩ nhiên là nước Pháp), chẳng hạn như bài "Le son du cor " (hay "Le cor de Ronceveaux ? vì lâu ngày nên không nhớ rõ), hay những bài thơ của Victor Hugo nói về những người lính thời Premier Empire v.v.. thường làm cho chúng tôi rất xúc động. Cho nên ngay từ mấy năm cuối cùng của Đại Thế chiến II , khi phong trào giải phóng các dân tộc bị-trị bắt đầu nhen nhúm tại các xứ thuộc địa, với cái vốn "Ma patrie, la France ", "Les Gaulois, nos ancêtres " thiệt là dỏm và vô duyên kia, những người trẻ Việt Nam đã ý thức được ngay cái ý nghĩa và ảnh hưởng trọng đại của nó, nhờ đó họ đã kịp thời thích ứng với thời cuộc để đáp lại tiếng gọi của chính đất nước thân yêu của mình khi thời cơ tới.

Bình thường thì dân chúng Việt Nam thời đó, nhất là dân quê, đâu có ý thức được một cách minh bạch về lòng yêu nước hoặc chuyện quốc gia dân tộc như chúng ta bây giờ.

Thực sự ra vấn đề này rất phức tạp chứ không thể khẳng định một cách đơn giản, bởi vì tự ngàn xưa, cái ý thức về dân tộc và dòng giống không phải là không có, trái lại cái ý thức và tâm tình đó vẫn hằng âm ỷ trong dòng máu con người Việt chúng ta cùng với cái ý chí tự cường, tự lập, lòng yêu chuộng tự do, không chịu khuất phục người ngoài, biết trọng đại nghĩa.

Thực vậy, người Việt chúng ta bình thường có vẻ như ích kỷ, nhút nhát, nhưng cũng biết hy sinh cho nghĩa cả khi cần tới, dù phải hy sinh tới chính bản thân mình.

Chính nhờ cái tinh thần tự lập, tự cường đó mà dù bị người Hán đô hộ cả ngàn năm, người Pháp cai trị và bóc lột cả trăm năm, dân tộc ta, một khi được giác ngộ, vẫn có thể tìm ra được cơ hội tranh đấu, để rồi đứng lên tự làm chủ số phận của mình, miễn là họ được lãnh đạo tốt và đúng mức như dưới các đời Lý, Trần, Lê v.v.

Năm 1968, trong một chuyến đi Nhật, nhờ sự giới thiệu của một nhân vật trong chính giới Nhật, tôi có dịp được gặp một vị đại tá già đã có một thời làm mưa làm gió ở Việt Nam với chức chỉ huy trưởng cơ quan mật vụ Kampetai tại Đông Dương.

Ông đại tá già này, lúc đó đã ngoài 70, được các giới chính trị, quân sự và tình báo, chẳng những Nhật mà cả ngoại quốc nữa, rất kính trọng và thường kéo nhau tới hỏi ý kiến ông về các vấn đề thời sự chính trị.

Trong số đó có một ông tướng Mỹ từ Việt Nam qua. Lúc đó là thời kỳ Hoa Kỳ mới bắt đầu ồ ạt đổ quân vào Việt Nam (1965, 1966).

Ông già túi khôn Nhật Bản này có nói lại cho tôi biết là ông tướng Mỹ xem ra biết rất nhiều chuyện thâm cung bí sử của chính trường Việt Nam nhưng ông tỏ vẻ rất thất vọng về tinh thần và tư cách của dân chúng Miền Nam, chê họ là hèn nhát, lười biếng, xảo trá, tư lợi, hay ăn cắp, không biết thế nào là yêu nước, thiếu tinh thần chiến đấu v.v... Nhưng đối với miền Bắc, thì ông lại tỏ vẻ hết sức khâm phục và khen ngợi họ hết lời, nào là biết chịu đựng, can đảm, dám hy sinh cho lý tưởng, lại thông minh, sắc bén, lương thiện và có lòng yêu nước v.v. và v.v.

Ông đại tá già được giới thanh niên bảo thủ Nhật tôn sùng như là đại diện cuối cùng của Võ sĩ đạo Nhật Bản rất ngạc nhiên nên hỏi lại ông tướng Mỹ: "Phải chăng Đại tướng cho rằng dân Việt miền Bắc và dân Việt miền Nam thuộc hai chủng tộc khác nhau nên họ khác nhau về tính tình cũng như lòng yêu nước?

Ông Mỹ hơi lúng túng nhưng đã vừa dơ hai bàn tay lên trước mặt như muốn phân vua, vừa trả lời một cách lắt léo và khôn khéo theo lối mấy ông chính khách Mỹ như sau:

-- *"No! no! I don't think so, but the reality seems to tell me so!* ("nhưng mà sự thực hình như nói là *như vậy*").

Như vậy là như thế nào?

Ông đại tá hiến binh già Nhật Bản nhận thấy rõ sự lúng túng của ông đại tướng Mỹ nên đã mỉm cười và ôn tồn khuyên ông như sau: "Thưa ông đại tướng, điều ông nhận xét có lẽ cũng không sai đâu. Tuy nhiên, theo kinh nghiệm riêng của tôi là người đã có dịp xông xáo khắp

Đông Dương trong thời kỳ Đại Thế chiến II , từ Bắc vào Nam, từ Nam ra Bắc không biết bao nhiêu lần, tôi dám đoan chắc với đại tướng là dân Việt miền Bắc cũng như dân việt miền Nam đều cùng một chủng tộc, mặc dầu, vì điều kiện địa lý cũng như kinh tế khác nhau, lối sống cũng như phong tục tập quán, ngôn ngữ có khác nhau đôi chút nhưng xét chung, khi nói về phương diện con người, tinh thần quốc gia, ý chí tự lập, óc cần cù v.v.... thì người Việt nào cũng vậy thôi, cả ba miền Bắc, Trung, Nam chẳng có gì khác biệt.

Còn nếu như ông nghĩ rằng về phương diện chính trị, miền Nam có nhiều nhược điểm hơn miền Bắc thì lại là chuyện khác, tùy theo quan điểm của mỗi người. Chắc chắn có một điều là nếu như chúng ta muốn có một miền Nam tốt đẹp theo như ý chúng ta mong muốn, điều quan trọng nhất hiện nay là Miền Nam phải được lãnh đạo đúng và thật tốt. Theo như tôi được biết, miền Nam dường như ở trong một tình trạng khủng hoảng về lãnh đạo hết sức trầm trọng, nhất là từ khi ông Diệm bị lật đổ. Riêng tôi, tôi hết sức lo lắng. Tôi mong rằng Hoa Kỳ sẽ tận tình giúp người miền Nam giải quyết được cuộc khủng hoảng về lãnh đạo vô cùng trầm trọng này, nếu không, tình hình sẽ rất đáng lo ngại."

Ông tướng Mỹ hứa là sẽ đặc biệt tìm cách lưu ý chính phủ của ông về vấn đề này.

Ngoài ông Nhật, đã có nhiều người nêu vấn đề này với các nhân vật Hoa Kỳ có trách nhiệm tiếc rằng họ dường như điếc hoặc không muốn nghe, hoặc nghe rồi để đấy, coi như không hề có chuyện gì xảy ra. Có lẽ người Mỹ nghĩ rằng, sớm muộn họ sẽ có dư khả năng và phương tiện để tự giải quyết được mọi vấn đề một cách tốt đẹp, bất chấp tình hình VN tốt đẹp hay đồi tệ.

Sứ thần Habib, đặc trách về chính trị thời Bunker, rất có quyền thế tại sứ quán, nên được coi như phó đại sứ, (sau này giữ một địa vị rất lớn tại bộ Ngoại giao), khi nghe tôi đặt vấn đề với tư cách lãnh tụ một đoàn thể chính trị Việt Nam, đã trả lời tôi một cách rất lạ lùng rằng: "Thưa ông nghị sĩ, chúng tôi hiểu vấn đề, nhưng không biết phải làm thế nào, bởi vì chúng tôi không có quyền được can thiệp vào chuyện nội bộ của Việt Nam".

Cái lạ lùng và vô lý nhất là dùng thế lực và tiền bạc để mua chuộc, thúc đẩy và giúp tay sai lật đổ chính quyền, mưu sát lãnh tụ, rồi tự ý đổ quân và đất nước người ta, hành quân bừa bãi như vào chỗ không người mà không thèm ký kết gì cả, bất chấp công pháp quốc tế và chủ quyền quốc gia nước bạn thì coi là hợp pháp, nhưng khi được đương sự yêu cầu giúp đỡ và cố vấn về phương diện chính trị và lãnh đạo thì lại nói ngược lại là không có quyền, hoặc không được phép vì trái với công pháp quốc tế.

Phải chăng cái thái-độ cũng như chính-sách thiên vị và nước đôi (double standard) vô lý một cách hết sức kỳ lạ này đã là cái nguyên-nhân chính và sâu kín nhất đã đưa đến sự kiện vào một ngày đẹp trời nào đó, Mỹ đã rút đại quân về nước như một kẻ bại trận, và tiếp theo sau đó, bỏ rơi miền Nam tự do, để mặc cho cộng-sản Bắc-Việt thôn tính một cách ngon lành và dễ dàng như lấy đồ trong túi. Chúng ta nhiều người cũng đã đoán biết được như vậy, nên rất lo sợ khi thấy tình thế mỗi ngày mỗi suy sụp, nhưng họ đành chịu bất lực nhìn tình hình miền Nam tự do mỗi ngày mỗi đổi tệ hơn.

Trong khi đó, nước bạn Hoa kỳ chỉ quan tâm tới quyền lợi riêng của họ, coi nặng cái căn bệnh giả tạo *VN syndrome* cũng như quá e sợ cái dư luận hèn nhất và ích kỷ của cái quần chúng mệnh danh là "tả phái" bá láp của họ để rồi hy sinh chuyện sống còn của Miền Nam Việt Nam.

Sau cùng, với sự trợ thủ của Kissinger, Nixon đã bán rẻ Việt Nam để cố duy trì cái nhiệm-kỳ thứ hai của mình. Nói ra thì mang tiếng là ỷ lại, cái gì cũng đổ thừa cho người ngoài, không biết tự lo cho mình. Nhưng cái bề trong của cái câu chuyện chiến tranh Việt Nam nó khốn nạn, bẩn thỉu và điếm đàng là như thế đó.

Ôi! Thân phận nhược tiểu gặp cơn nguy biến mà lại gặp phải anh cả Hoa Kỳ có thể nói là tệ hại hơn số phận nàng Kiều khi gặp hoạn nạn bị rơi vào tay Sở Khanh gấp ngàn lần, bởi vì Thúy Kiều chỉ mất cái trinh tiết thừa của người con gái, Việt Nam cộng hòa chúng ta thì mất tất cả, luôn cả xác lẫn hồn.

Thiệt đáng buồn và đáng hận vô cùng.

Đầu thu 1945, ngay sau khi Thế chiến II chấm dứt, trước cái thế bị động của các phe phái chính trị gọi là các đảng cách mạng quốc gia, Việt Minh đã thành công lớn trong nỗ lực khích động tinh thần tự lập tự cường vốn vẫn hằng tiềm tàng trong dòng máu người dân Việt tự ngàn xưa để biến nó thành một phong trào đấu tranh cho đất nước có thể nói là sôi sục và rầm rộ nhất trong lịch sử cận đại Việt Nam.

Trong cái bầu không khí nồng nặc mùi đấu tranh kia, đâu ai có thể ngờ là trước đó chưa đầy 1,2 năm, trong đầu óc của những kẻ đi học như chúng tôi hồi đó lúc nào cũng chỉ lởn vởn hình bóng một *người áo xanh.* Không phải là hình ảnh của một người đẹp, hay cái anh chàng Tư mã áo xanh lãng mạn trong khúc "Tỳ bà hành" chan chứa lệ giang hồ, bởi vì bài hành rất nổi tiếng của Bạch Cư Dị chẳng ăn nhập gì tới giấc mộng của lũ học trò Việt Nam cách đây 6, 70 năm, mà chính là hình ảnh một ông quan huyện trẻ đội khăn đóng, mặc áo gấm màu xanh lam, đeo bài ngà, rất oai phong và trịnh trọng trong ngày lễ phát bằng Tri huyện tại amphithéâtre số 1 trường Đại học Luật khoa Đông Dương trên con đường Bobillot trang nghiêm rợp bóng mát.

Cho nên người ta đã không lấy làm lạ khi một nhà văn thuộc địa Pháp đã khẳng định là "trong bụng của mỗi người dân a-na-mit đều có một ông quan ngồi chễm chệ bên trong".

Làm quan kể ra oai phong và sướng thật dù chỉ là một ông tri huyện quèn trị nhậm tại một huyện lẻ quê mùa tức là một chức vị hành chánh tương đương với chức quận trưởng ở Miền Nam chúng ta trước 1975.

Làm quan huyện thời xa xưa đó, không rõ là có béo bở hơn không, nhưng dưới mắt dân chúng thời đó chắc chắn là hách dịch và oai phong hơn ông quận trưởng thời Dân chủ Cộng hòa rất nhiều.

Sức thu hút quỷ quái của quan trường chính là ở điểm này.

Trước hết, quý vị thử nghĩ coi, ông huyện chỉ phải khúm núm bẩm bẩm, báo báo với ông công sứ Tây và mấy ông quan An Nam đầu tỉnh, nhưng khi về tới huyện thì ông là ông vua một cõi, cỡi trên đầu trên cổ hàng bao ngàn người, có lính lệ và mấy ông thừa, ông ký hầu hạ và phục dịch ngày đêm. Dân chúng trong huyện, già trẻ lớn bé, các hàng tổng lý cũng như lê dân, mỗi lần gặp ông đều phải chắp tay cúi rạp chào: "Con xin phép bẩm lạy quan lớn".

Nói đến bổng lộc, quan huyện có lẽ dễ kiếm chắc hơn cả mấy cụ Thượng, cụ Tuần trên tỉnh.

Hàng ngày lý dịch và dân chúng mấy chục làng mỗi khi có việc thay phiên nhau lên huyện tìm cách đi cửa trước hoặc cửa sau để lời lạt hoặc hối lộ quan huyện bằng bạc trắng. Xin nhớ: đôi gà, đôi vịt vớ vẫn là các quan không bao giờ thèm lấy. Cửa sau, qua tay bà lớn, thường lợi hại hơn.

Có quan huyện mỗi lần thấy có phong bì dày cộm hay xấp tiền đặt trước mặt, ông chỉ đơn giản hỏi có một câu rất vắn tắt và chỉ có hai chữ, vâng, đúng vậy, chỉ có hai chữ mà thôi: "Gì đây?". Rồi như không cần câu trả lời, sẽ gạt chiếc phong bì hoặc xấp tiền vào ngăn kéo rất nhanh, nhẹ nhàng, mặt tỉnh bơ và "thiện nghệ" như máy.

Không hiểu khi người ta ví miệng quan, đít trẻ có phải ngụ ý là ông quan hay ăn bẩn nên miệng ông quan lúc nào cũng dính chút ít của quý giống như đít đứa trẻ con nhà quê ít được chăm sóc, hoặc ngụ một ý gì khác. Thú thật, đã già rồi mà tôi vẫn chưa hiểu rõ ý nghĩa xác thực của câu ví, tuy hơi thô tục, nhưng xem ra rất có lý này.

Ông tri phủ cuối cùng vùng tôi ăn bẩn một cách "nhân đạo" và thần sầu hơn nhiều.

Tháng ba đói năm Ất dậu (1945), theo thông lệ ông thường chỉ ra ngồi công đường mỗi buổi sáng một vài tiếng đồng hồ, ngoài ra ông xoa mạt chược tối ngày sáng đêm trong tư dinh, trong khi đó, sai nha của ông đi lùng một cách hết sức mẫn cán các kho thóc lúa giấu nhà nước mà không chịu khai báo.

Như mọi người đều đã biết, vào hai năm cuối cùng của Thế chiến II , Pháp và Nhật bắt dân miền Bắc phải nộp cho chúng tất cả số thóc lúa dân chúng thu hoạch được để nhà nước quản lý. Ai vi phạm lệnh này sẽ bị phạt tù rất nặng. Chính sách ăn cướp bất công và vô lý này đã gây nên nạn đói khủng khiếp tháng ba Ất Dậu, làm cho gần hai triệu dân miền Bắc bị thiệt mạng.

Mỗi lần bắt được một kho thóc không khai báo, bọn sai nha làm biên bản tịch thu tại chỗ. Nếu khổ chủ biết điều năn nỉ, nghĩa là bằng lòng hối lộ quan tri phủ một số tiền ít nhất là tương đương với giá bán chợ đen của số thóc bị tịch thu (tùy số lượng nhiều hay ít), quan phủ sẽ bỏ qua mọi chuyện, và khổ chủ sẽ không bị giải lên tỉnh để chờ ngày ra tòa lãnh án, đồng thời được giữ lại số thóc gạo. Cũng vì nhờ giữ lại được một số thóc gạo nên các khổ chủ và gia đình của họ sẽ không bị chết đói, cho nên bà con chẳng những không giận ông tri phủ mà còn khen ông là một ông quan "nhân đạo"(!) nữa.

Cái điểm thần sầu của cái cung cách ăn tiền của ông tri phủ là ở như chỗ đó vậy.

Thành ra, nhờ ông tri phủ biết ăn hối lộ một cách thần sầu kia nên quả thực là có một số lớn gia đình tiểu điền chủ vùng tôi đã nhờ đó mà thoát được nạn chết đói tháng Ba năm Ất Dậu. Trong số này, may phúc là có cả gia đình tôi nữa.

Vấn đề ông tri phủ ngồi xoa mạt chược suốt ngày với bất cứ hạng người nào cũng không phải là chuyện "cờ bịch" bình thường, bởi vì mỗi khi bạn có chuyện khó khăn bạn có thể nhờ người giới thiệu xin được hầu mạt chược với quan phủ để rồi nhân dịp đó bạn có thể giải quyết vấn đề với quan phủ, miễn là bạn phải biết cách đánh bài thế nào để quan phủ có thể phỗng hoặc ù lia lịa những ván bài thực lớn.

Các hàng tổng lý muốn lấy lòng quan phủ thường cũng phải sử dụng khổ nhục kế "cố ý thua bạc" này.

Cái hay của quan phủ là tuy ông ăn hối lộ bằng cách đánh bài giải trí với bà con tối ngày, sáng đêm, ông chẳng những được tiếng là nhân đạo mà còn được khen là một ông quan dễ dãi và bình dân nữa.

Thời buổi nay, ăn hối lộ bằng cách gá bạc kể ra cũng không có gì là đặc biệt, nhưng vào cái thời đó, dân tình vùng tôi vốn chất phác, quả là một chuyện mới lạ.

Chưa hết, một ông quan huyện nho nhỏ, ngoài bổng lộc, nếu khéo chạy chọt, bợ đỡ các quan trên, ngạch trật và phẩm hàm sẽ lên nhanh như diều.

Sau khi được bổ làm quan, một ông tri huyện mới thường phải tập sự ít nhất là hai năm, sau đó mới được lên chính ngạch hạng 4, rồi hạng 3, hạng nhì v.v...

Đó gọi là ngạch trật. Cả một vấn đề sống chết đối với cái nghiệp làm quan.

Bởi thế cho nên làm quan còn có một cái "sướng" đặc biệt khác là mỗi khi được lên ngạch trật, thăng chức hay có công lao đặc biệt các ông quan còn được triều đình (thực ra là chính phủ bảo hộ) thăng ngạch, trật, chức tước và phẩm hàm (échelon, position, titre honorifique).

Có chức vị là automatiquement có phẩm hàm. Một ông huyện mới ra lò đi tập sự thường được ban Hàn lâm Biên tu, tòng thất phẩm. Khi lên tới tri huyện hạng 4 ít nhất cũng được Thị Giảng học sĩ, tòng lục phẩm.

Trên nguyên tắc là như vậy, nhưng nếu có vây cánh thế lực hoặc khéo chạy chọt, chức vụ cũng như ngạch trật phẩm hàm sẽ được thăng mau hơn, cho nên tuy mới được lên tri phủ hạng 4 cùng một đợt, nhưng hàm của tôi là Thị độc học sĩ, chánh lục phẩm, trong khi đó anh chỉ là Thị giảng học sĩ, tòng lục phẩm mà thôi. Lý do là trước đó tôi đã một lần có công hoặc làm việc tốt (hay khéo chạy chọt, chuyện này nào ai biết?) nên được thăng thưởng đặc biệt. Nhân tiện cũng xin giải thích rõ hơn về phương diện chức vụ ngạch trật và phẩm hàm của một viên quan lại hoặc công chức thời Pháp đô hộ bình thường tiến triển như thế nào.

Hãy đơn cử trường hợp một ông quan tri huyện trị nhậm tại một huyện trung châu Bắc Việt. Chức vụ của ông là tri huyện, thuộc ngạch hành chính Bắc Kỳ (Service d'administration du Tonkin, xin phân biệt với ngạch tư pháp), đã qua thời gian tập sự, vừa được thăng (lên chức) tri-huyện hạng 4 (trật), hàm (titre honorifique) *hàn lâm thị giảng*, tòng thất phẩm (septième echelon, 1er degré)

Hàm là chức quan chúng ta thường chỉ thấy có ở trong triều, nhưng được dùng như những chức vị danh dự (*titre honorifique*) để thưởng thí cho các quan bên ngoài có công với triều đình hoặc mỗi khi được lên chức. Trong trường hợp ông tri huyện hạng 4 trên đây (*quatrième classe*), ông đã được Chính phủ Nam triều ban chức vị danh dự *Hàn lâm thị giảng*, tức một chức quan nhỏ phục vụ tại *Hàn Lâm Viện* tức *văn phòng* của nhà Vua.

Như tôi đã trình bày ở trên, công chức các ngạch tòng sự tại các cơ quan của Nhà nước bảo hộ cũng được triều đình ban thưởng phẩm hàm y như các quan lại vậy.

Chẳng hạn như một viên thư ký hạng 4, ngạch phán

sự bất cứ thuộc ngành hành chính hay chuyên môn nào, đều được hàm *Hàn lâm đãi chiếu*, tòng bát phẩm. Sau đó, ngạch trật tăng thì phẩm hàm cũng tăng theo, tới khi về hưu, nghĩa là sau ít nhất 25 năm làm việc cho chính phủ, một ông phán thượng hạng ngoại hạng có thể được thăng tới hàm *Hồng-lô tự-thiếu-khanh*, tòng ngũ phẩm, hoặc cao hơn nữa, *Hồng-lô Tự-khanh*, chánh ngũ phẩm. Lần lần lên cao hơn nữa là các hàm *Quang Lộc Tự thiếu khanh, Quang lộc Tự khanh, Thái thường Tự thiếu khanh, Thái thường Tự khanh* v.v.

Về phẩm thì trên nguyên tắc có chín bậc hoặc hàng (les neuf echelons de mérite), thấp nhất là hàng cửu phẩm cao nhất là hàng nhất phẩm. Nhưng vì mỗi bậc lại có *tòng* và *chánh* (tòng thua chánh) nên trên thực tế phẩm có tới 18 bậc (18 degrés), thấp nhất là *tòng cửu phẩm* (neuvième echelon, 1er degré), cao nhất là *chánh nhất* phẩm.

Ngoài sự phân biệt giữa tòng và chánh, về phương diện phẩm còn có sự phân biệt giữa *văn* và *võ* nữa. Thí dụ: tuy cùng Chánh Tứ phẩm, nhưng tại triều đình hay chốn đình trung, vào những thời Nho học thịnh, nhất là kể từ thời Minh Mạng, ông quan võ bao giờ cũng phải nhường chỗ ngồi trên cho ông quan văn.

Muốn giật được cái Nhất phẩm phải là *Thái-sư, Thái-phó, Thái bảo, Hiệp tá Đại học sĩ, Đông Các Đại học sĩ, Văn minh điện Đại học sĩ, Võ hiển điện Đại học Sĩ, Cần Chánh điện Đại học sĩ* hay ít nhất cũng phải là

Tổng Đốc, Thượng Thư, Cơ mật viện đại thần trở lên.

Đối với các quan, tột đỉnh danh vọng là *Ngũ tước*, gồm có, kể từ trên trở xuống: *Công, Hầu, Bá, Tử, Nam.* Phải là có công lớn với triều đình hoặc không còn phẩm hàm nào cao hơn nữa để thưởng thí, một vị quan lớn thuộc loại cơ mật viện hay thượng thư trở lên có thể được *phong tước*.

Cụ thượng Bài ngày xưa được phong *Bá* sau lên tới tước *Công (Phước môn Công)*. Ở vùng tôi, cha Trần Lục, sau khi qua đời ít lâu được vua Khải Định truy phong tước Phát Diệm Nam vì ông đã mấy lần có công trong việc bình định bằng cách hòa giải các phe đối nghịch nhau tại 3 tỉnh Thanh, Nghệ Tĩnh trong thời kỳ phong trào Văn thân gây rối và triệt hạ các làng Giáo dân trong vùng này.

Tước *Vương* thường chỉ dành cho hoàng tộc, đặc biệt là các con và anh em với nhà vua mà thôi, thí dụ *Thọ Xuân vương* (con cả vua Minh Mạng), *Tuy lý Vương* (hoàng tử Miên Trinh), *Kiên thái vương* (hoàng tử Hồng Cai, em vua Tự đức) v.v.

Ở kinh đô Huế, các quan đông hơn lợn con. Ngoài các chức vị cao cấp có tính cách hành chính như *Ký lục, Thông sự, Hành tẩu, Tham biện* (tương tự như chủ sự hay trưởng ty), *Đốc bộ* (tương tự chức giám đốc), *Tổng tài* (tương tự Tổng giám đốc), *Thị lang* (tương tự tổng thư ký, đổng lý văn phòng tại các bộ ngày nay), *Tham tri* (tức thứ trưởng), còn có hàng trăm chức vụ cao cấp hoặc trung cấp khác làm việc tại các *ty, tự, nha, phủ, viện*, hoặc ngay cạnh nhà vua như *Hàn lâm viện, Tập hiền viện, Quốc sử quán, Đại lý tự, Quốc tử giám, Khâm thiên giám, Đô sát viện, Cơ mật viện* v.v...

Lục bộ Thượng thư tức Nội các gồm có:

1/ Thương thư *bộ Lại* : lo việc nội trị, bổ nhiệm, kiểm soát và thăng thưởng các hàng quan lại trong triều cũng như các tỉnh bên ngoài. Triều đình nhà Nguyễn, theo lệ Tam bất lập không có Tể tướng (tức thủ tướng), nên thượng thư bộ Lại được coi là Thượng thư Đầu triều.

2/ Thương thư *bộ Binh*, lo việc binh bị.

3/ Thượng thư *bộ Hình*, lo về luật pháp, án từ, về hình sự cũng như dân sự, các tòa án, nhà tù v.v.

4/ Thượng thư *bộ Lễ*, lo việc lễ nghi, tế Nam Giao, học hành, thi cử, tiếp đón các sứ giả, điều hành Quốc tử giám, Khâm thiên giám, Thái miếu, v.v.

5/ Thượng thư *bộ Hộ*: lo về tiền tệ, thuế khóa, việc buôn bán, tòa Thương bạc, các kho lẫm nhà nước, các hầm mỏ v.v.

6/ Thượng thư *bộ Công*: lo việc xây cất và tu trì các dinh thự , thành quách, đường xá, sông ngòi, đê điều, cầu cống v.v.

Bên ngoài, tại mỗi tỉnh đều có các quan tỉnh: đứng đầu là *Tổng đốc* (tỉnh lớn) hay *Tuần phủ* (tỉnh nhỏ, miền Trung gọi là *Tuần vũ*). Tiếp đến là Bố chánh (coi về tiền tài, kho lẫm, thuế khóa, đường xá, đê điều v.v. *Án sát*, lo việc hình án, *Đốc học* hoặc *Kiểm học* (tỉnh nhỏ) trông coi việc học, văn miếu, tổ chức thi tuyển khóa sinh v.v Một vị quan lớn, sau mấy chục năm bôn ba chốn quan trường, hoặc cho tới khi về hưu, các chức vụ và phẩm hàm (hoặc phẩm tước, nếu là đại thần) có thể kê đầy một trang.

Trung bình thì có thể tạm lấy thí dụ bảng kê các chức tước (thường được ghi trên bài vị) của vị đại thần danh tiếng nhất của vùng tôi, Thượng thư Phạm Thận Duật (đời Tự Đức):

Phạm Thận Duật

Cố mệnh Đại thần Vinh Lộc Đại phu

Thự Hiệp biện Đại học Sĩ

Bắc Kỳ Khâm sai Đại thần

Lĩnh Hộ bộ Thượng thư

Sung Cơ mật viện Đại thần

Kinh Diên Giảng quan Quốc sử quán

Phó Tổng tài kiêm quản Quốc Tử Giám

Sung Khâm sai Bắc kỳ Đại thần

Phó Đô ngự sử viện Đô sát

Sư Bảo Dục Đức đường và Chánh Mông đường

Sư bảo Kiên Giang Quận Công phủ

Khâm sai hà đê sứ

Trên đây tôi chỉ tạm kê những chức vụ quan trọng nhất của ông mà thôi, nếu như kê hết có lẽ phải mất cả trang giấy, và chắc chắn thời nay không có tấm danh thiếp nào đủ chỗ để kê nhiều chức tước như thế.

Cũng vì Huế là kinh đô, từ trong thành nội ra đến các khu vực bên ngoài thuộc kinh đô có quá nhiều quan chức lớn nhỏ nên có sự lạm phát trong vấn đề ban phát các phẩm hàm.

Do đó, dân gian nếu có tiền cũng có thể *chạy* hay mua được một quan chức hay phẩm hàm nho nhỏ.

Ở các vùng quê, ta thấy có rất nhiều những ông Hàn, ông Cửu thuộc loại *hàn* (hàn lâm) *mua, cửu* (cửu phẩm) *chạy* này. Xưa kia, tại Kinh đô Huế, việc mua bán phẩm hàm đã biến thành gần như là một thứ kỹ nghệ vậy.

Cho nên người ta không lấy làm lạ khi thấy mấy anh kéo xe, nấu bếp hoặc đơn giản là người nhà của các quan lớn đều có cửu phẩm, và đôi khi có cả bát phẩm nữa. Một cha thợ may chỉ chuyên may quần áo cho các quan Tây tòa Khâm được thưởng tới hàm Hồng lô tự khanh, một hàm quan khá cao, thường được dành cho các hàng quan lại bên ngoài cỡ tri phủ, bố chánh.

Các ông cửu, ông hàn thuộc loại người nhà các quan nhiều khi cũng rất hách xì xằng, nhất là mấy ông cửu "bếp" hoặc cửu "kéo xe" của các nhà quan lớn, vì thế đã xảy ra nhiều chuyện thật là tếu hoặc cười ra nước mắt, chẳng hạn như chuyện cậu Nguyễn Hữu Giảng*,

---

* Theo lời kể của một người thân với gia-đình cụ Thượng Bài. Trong cuốn "*Bến Văn lâu*" của Nguyễn Lý Tưởng, tôi không thấy tên Giảng được kể trong số các con của cụ Thượng Bài. Nếu căn cứ vào "*Bến Vân lâu*" thì cậu Giảng này tên phải là Nguyễn Hữu Tý chứ không phải là Nguyễn Hữu Giảng. Phải chăng tôi đã sai? Cũng trong "Bến Vân lâu", Nguyễn Lý Tưởng có ghi rõ là cô Nguyễn Thị Tú, một người con gái của cụ Thượng Bài ở vậy, không lấy chồng. Sự thực bà Nguyễn Thị Tú có chồng là Án sát Nghệ An Nguyễn Hữu Tuấn, một ông chú bên họ ngoại của tôi. Hai người lấy nhau, không có con, chưa được 3 năm thì ông chú tôi qua đời. Bà Tú ở chung với bà chị gái (tức bà ngô Đình khôi) trong nhà tu cho tới sau 1975 mới qua đời tại Bình Triệu, Biên Hòa .

con trai út của Thượng thư Đầu triều Nguyễn Hữu Bài bị một "ông cửu" kéo xe bợp tai trước cửa chợ Đông Ba...

Cậu Giảng du học ở Pháp mới về, ít ai biết mặt, một hôm ra chợ Đông Ba chơi, đứng lớ ngớ vô ý vấp đạp lên càng chiếc xe kéo gọng đồng của phu nhân một vị đại thần. Mặc dầu chiếc xe không bị hư hại, nhưng không cần biết phải trái, ông "cửu kéo xe" nhà quan nắm cổ cậu Giảng bợp luôn mấy cái bạt tai.

Cậu Giảng vốn hiền lành nên không hề chống cự, vội bỏ về nhà vì xấu hổ.

Mặc dầu cậu Giảng, vì thể diện, không dám ho he nói năng gì với ai về câu chuyện cậu bị một anh "cửu phẩm kéo xe" hành hung, nhưng khi biết được chuyện, chính vị đại thần đã phải đích thân tới phủ quận công xin lỗi cậu Giảng và phủ quận công (cụ thượng Bài lúc đó đã được tước phong Phước Môn Công). Ngay sau đó anh kéo xe bị đuổi và hàm cửu phẩm bá hộ của anh cũng bị tước luôn.

Sau đây là một chuyện tếu khác. Có ông nhà giàu kia đãi tiệc ăn khao vì mới mua được chức Hàn lâm Đãi chiếu. Giữa tiệc rượu một ông khách ngà ngà say nói đổng cố ý cho chủ nhân nghe thấy: "Ối chao ôi, các cụ ơi! Hàn lâm cũng năm bảy đường Hàn lâm, chứ cái loại Hàn Lâm "giải chiếu" kia có gì là quý hóa hay ho, ai có chút tiền còm mà chẳng mua được. Thế mà thiên hạ cũng bày đặt ăn khao, ăn khiếc? Rõ rởm đời! Ối ông Hàn ơi là ông Hàn! Thiệt đúng là "Hàn nồi"! Hàn "giải chiếu"!

Chủ nhân nghe thấy, mặt đỏ tía tai, hầm hầm chạy lại hất đổ mâm cỗ rồi choảng chiếc mâm lên đầu ông khách. Ông này cũng không vừa, cầm chai rượu đế mới vơi nửa chừng bổ lên đầu ông "Hàn", máu me chảy đầm đìa. Tất nhiên tiếp sau đó là màn ăn vạ. Cả hai cùng ăn vạ. Cả hai cùng vừa rên và vừa la: "Ối làng nước ôi, nó giết tôi!". Riêng bà con thì được một mẻ cười thật hả hê, và cũng từ đó, câu chuyện trở thành một trong những chuyện khôi hài đen thú vị nhất trong làng tôi và rồi từ trẻ con tới người lớn ai cũng biết mấy chữ "hàn nồi", "hàn giải chiếu" tai hại kia từ đâu mà ra. Riêng bạn đọc, có lẽ quý vị cũng muốn biết *hàn lâm* là cái chức gì.

Triều Nguyễn bắt chước luật pháp và các định chế của nhà Thanh, theo đó, văn phòng soạn thảo các chiếu, chỉ nhà vua được gọi là Hàn Lâm viện, không có nghĩa như chữ Hàn-lâm viện dịch từ chữ tiếng Anh là Academy hoặc tiếng Pháp là Académie .

Các quan được bổ vào làm việc trong Hàn lâm viện đều là những tay nổi tiếng hay chữ.

Chức Hàn lâm có nhiều bậc. Cao nhất là Hàn lâm Thị Độc, thấp nhất là Hàn lâm Đãi chiếu, rồi tới Hàn lâm Kiểm thảo, Hàn lâm Biên Tu v.v...

Hai chữ *"giải chiếu"* là do hai chữ *"Đãi chiếu"* mà ông khách kia cố ý đọc chệch ra để mỉa mai và chửi xéo ông chủ nhà hám danh kia vậy. Đây chẳng những là chức Hàn lâm thấp nhất, mà cũng là chức Hàn lâm hầu như độc nhất mà dân gian ngoài Bắc ngày xưa có thể bỏ tiền ra mua để được bàn dân thiên hạ gọi mình là "ông Hàn". Cái ý cay độc của hai chữ "giải chiếu" là ở chỗ công việc "giải chiếu" cho các quan viên ngồi mỗi khi hội họp hay ăn uống ngoài đình làng là cái công việc coi như hèn hạ của một người vai vế thấp nhất trong làng, tức anh mõ.

Ngoài các chức Hàn lâm, trong triều còn rất nhiều chức vị khác mà ta chỉ thấy có ở trong triều mà thôi, chẳng hạn như Thị giảng Học sĩ, Thị độc Học sĩ, Hồng lô Tự thiếu Khanh, Hồng lô Tự Khanh, Hiệp biện Đại học sĩ, Trung nghị Đại phu, Vinh lộc Đại phu... Đông các điện Đại học sĩ, Văn Minh điện Đại học sĩ, Cần chánh điện Đại học sĩ, các Sư bảo, Thái sư, Thái tử Thái bảo v.v. và v.v.

Vì các chức vị trên đây là những chức vị quan trọng làm việc cạnh hoàng đế, lại có hạn số, vì thế nên đã được dùng làm những chức vị danh dự gọi là hàm để ban thưởng cho các quan khác làm việc ở trong triều cũng như trị nhậm tại các tỉnh. Nhưng ít nhất cũng phải là tuần phủ, tổng đốc trở lên.

Tại các làng xã ở thôn quê, các hàng tổng lý (chánh tổng, lý trưởng v.v.) có công lao hay thâm niên cũng thường được thưởng cửu phẩm (dân gian thường chỉ được cửu phẩm hoặc cao lắm là bát phẩm mà thôi, nhưng trường hợp này rất hiếm). Nếu có tú tài thì cái cửu phẩm của ông tú sẽ là *cửu phẩm văn giai*. Nếu không có đỗ đạt gì thì cửu phẩm của quý vị sẽ là cửu phẩm bá hộ.

Thời Pháp thuộc, nho học bị "phá sản" và xuống giốc tới cái độ điều kiện "phải là có tú tài" sau này được đổi thành "từ bằng sơ học yếu lược trở lên". Và những ai có bằng tú tài Pháp (Bac Métro) hoặc bản xứ (Bac.local) thì đương nhiên được coi như có cửu phẩm văn giai. Nếu trong làng không ai có phẩm hàm cao hơn, ông Tú hay cậu Tú kia sẽ được bầu làm tiên chỉ, chức vị danh dự cao nhất trong làng.

Mỗi khi làng có hội hè đình đám, theo nguyên tắc ông tiên chỉ một mình ngồi chiếu nhất tại chốn đình trung, trong khi đó anh mõ làng cũng một mình một chiếu, nhưng là chiếu cuối cùng (một mình một cỗ vì là người chức vị thấp nhất, không ai thèm ngồi chung)

Làng Văn Hải (Kim Sơn, Ninh Bình), quê ngoại của tôi, cũng như các làng khác ở Kim Sơn, là một làng duyên hải rất mới, từ xưa tới nay người làng chẳng có ai là khoa bảng hoặc làm quan, nên năm đó, sau khi đậu tú tài Pháp (Bac. Métro.) cậu tôi mới 21 tuổi nghiễm nhiên được coi như có cửu phẩm *văn giai*, được bầu làm tiên chỉ (tất nhiên phải có ăn khao trước đó) mặc dầu các ông cửu, ông bá trong làng có cả đống, nhưng họ đều là cửu phẩm *bá hộ* mà thôi. Trong số đó có ông cố ngoại và ông ngoại tôi nữa.

Tại thôn quê, thiên hạ rất coi trọng chuyện chiếu trên chiếu dưới. Tại chốn đình trung, mỗi khi có hội hè đình đám, người ta kèn cựa nhau từng chỗ ngồi, từng đĩa xôi, từng cái chả chìa, từng miếng thịt lợn mông luộc nguội lạnh, nhiều khi đánh nhau đến bể đầu cũng chỉ vì chỗ ngồi hoặc thiếu một đĩa xôi hay một miếng thịt lợn luộc nguội lạnh ruồi bâu kiến đỗ kia..

Do đó chuyện phẩm hàm đối với dân quê, nhất là hàng tổng lý ngày xưa, là một vấn đề hết sức quan trọng. Những tệ trạng này đã được hai tờ Phong hóa và Ngày nay đả phá kịch liệt và gói gọn trong ba chữ "nạn xôi thịt" (hay "tệ trạng xôi thịt")

Sự đả phá này phần lớn xét ra là rất đúng, tuy nhiên cũng không hẳn là không có đôi điều bất công cần được mổ xẻ lại. Tôi mong trong một dịp nào đó chúng ta sẽ có cơ hội đề cập tới vấn đề này nhiều hơn.

Bên ngoài làng Văn hải là làng Như Tân. Bác tôi, cụ phán H. là tiên chỉ. Bác tôi xưa chỉ có bằng Đíp-lôm (bằng Thành chung tức Cao tiểu học), làm thông phán sở Đoan (tức quan-thuế), khi về hưu, chức phán sự của ông lên tới bực *Thượng hạng ngoại hạng* (tức là tột đỉnh của ngạch phán sự), hàm Hồng lô Tự thiếu khanh, chánh ngũ phẩm, nên giữ chức tiên chỉ một cái làng quê mùa kia là quá xứng đáng rồi. Ngay đối với huyện Kim Sơn thời đó, ngoài hai ông bố chánh hồi hưu, có lẽ không có ai có phẩm hàm cao hơn ông bác tôi.

Thế nhưng một ngày kia có một ông quản lính khố đỏ về làng ăn khao đòi giành chức tiên chỉ của ông bác tôi. Dân làng ầm ầm phản đối, cho rằng một anh lính khố "đỏ cầu bơ cầu bất" tự đâu mò về dành chức tiên chỉ với cụ hưởng là quá hỗn láo. Nhưng khi ông "quan" quản kia trình bằng cấp phẩm hàm của ông, người ta mới vỡ lẽ là ông ta không phải là vô lý khi muốn giành chức tiên chỉ của bác tôi, cụ hưởng H. (Hồng lô tự thiếu khanh hoặc Hồng lô tự khanh (cao hơn) cũng đều được gọi là cụ *hưởng*), bởi vì mặc dầu chỉ là chức quản (thượng sĩ) nhưng ông quản khố đỏ kia có hàm Tổng binh, tòng *tứ phẩm*, tức là cao hơn chánh *ngũ phẩm* của bác tôi.

Cũng chỉ vì chuyện chiếu trên chiếu dưới này mà hồi đó khắp bàn dân thiên hạ hầu như ai cũng ham phẩm hàm chức tước. Cho mãi tới tận trước cuộc cách mạng Việt Minh (tháng 8, 1945), người ta vẫn còn kèn cựa tranh đua nhau vì những hư danh vô bổ đó.

Tôi biết có một ông cụ suốt ngày hầu như lúc nào cũng kể lể, phẩm bình chuyện chức tước, phẩm hàm của những người quen biết cũng như không quen biết, nào là "thằng" huyện con trai lão phán C. mới đi làm quan được mấy năm mà đã thăng tri huyện hạng ba, hàm Thị độc Học sĩ, chánh lục phẩm, nào là cụ Tuần B. về hưu được thưởng đệ nhị hạng Kim Tiền và đệ nhị đẳng Long Bội tinh, hàm Trung Nghị Đại phu, chánh Nhị phẩm v.v... và tiếp theo đó là những lời bàn hoặc phẩm bình như: "Thằng" huyện kia lên mau chẳng qua tiếng Tây khá, vợ hắn lại khéo nịnh bợ luồn cúi nên được công sứ tỉnh nâng đỡ, hoặc: cụ Tuần B. về hưu mà được đệ nhị hạng Kim-tiền, đệ nhị đẳng Long Bội tinh là hay quá rồi, nếu mà được chính phủ Tây ban cho cái Bắc đẩu Bội tinh như cụ thượng Trần năm ngoái thì đẹp biết mấy, dù là ngũ đẳng cũng là oai lắm rồi. Khổ là cụ Tuần tiếng Tây kém, việc giao thiệp với Tây kém nên chẳng có ông Tây lớn nào đỡ đầu. Thật đáng tiếc! Thật đáng tiếc!"

Không biết tay thầy dùi nào đã xúi hoặc tên thực dân Tây thâm độc và quái ác nào đã bày đặt ra cái chính sách "quan lại hóa" các chức nghiệp, đồng thời lập ra cái quy chế phẩm hàm dành cho công chức các ngành trong chính quyền ở hai xứ bảo hộ Trung Kỳ và Bắc Kỳ, để mê hoặc hầu như mọi tầng lớp trong xã hội Việt Nam, chẳng khác gì một thứ ma túy vô cùng lợi hại và nguy hiểm.

Thực vậy, ngày xưa dân ta ham làm quan phần nào cũng vì cái bả vinh hoa phú quý đó, một cái bả quỷ quái và ghê gớm làm cho người ta mờ mắt, quên mọi sự đời chẳng khác gì như bị uống thuốc mê, ăn cháo lú, đến nỗi có một số kẻ có ăn học hẳn hoi mà suốt đời chỉ biết chạy theo cái bài ngà và bổng lộc phi nghĩa chẳng còn nhớ tới đất nước, liêm sỉ hoặc tình người là cái gì.

Mới chỉ có mấy chục năm mà đối với đại đa số quần chúng hồi đó những chuyện về phong trào Cần Vương, Đông Kinh Nghĩa Thục, Cai Vàng Yên Thế v.v... và ngay cả đến cuộc khởi nghĩa Yên Bái, các vụ nông dân và nhóm đội Cung nổi dậy ở Phủ Diễn (Nghệ An) v.v... đã là những chuyện hết sức xa xôi và nếu như có ai nhắc đến thì cũng chỉ coi đó như những sự kiện lịch sử như trăm nghìn sự kiện lịch sử xa vời khác, không dính dáng gì tới hiện tại hoặc đời sống dân chúng đương thời.

Như đã kể ở trên, bên họ ngoại của mẹ tôi có một ông chú tham gia khởi nghĩa Yên Bái (tên ông là Nguyễn Minh Luân) đáng lẽ cũng bị ra tòa một lượt với Nguyễn Thái Học như nhiều anh em đồng chí khác nhưng vì bệnh lao quá nặng, việc xét xử được tạm hoãn lại. Vốn bị bệnh lao lại bị tra tấn một cách dã man nên ít lâu sau ông đã chết tại nhà Hỏa Lò Hà Nội, người nhà chẳng ai dám đi nhận xác, ngoài bà cụ thân sinh ra ông.

Trong họ, ngoài làng thỉnh thoảng cũng có người còn nhớ nhắc lại chuyện "hội kín" này nhất là vụ lính khố xanh tỉnh và lính sen đầm từ Hà Nội về vây bắt ông, nhưng không phải là để đề cao ông, trái lại như có ý muốn nêu cái biến cố ghê gớm kia như là hậu quả của một sự liều lĩnh dại dột con cháu không bao giờ nên bắt chước.

Trong đầu óc chất phác và đơn sơ của dân quê vùng tôi thời đó hai chữ "hội kín" cũng như hai chữ "cộng sản" là những danh từ *taboo* thần bí và húy ky, gợi lên trong đầu óc đơn sơ, chất phác của họ những gì thật là ghê gớm được cụ thể hóa với hình ảnh của những tên lính lệ đê tiện chuyên đi sục sạo trong dân gian, những tên lính sen đầm Tây dữ tợn, tra tấn và đánh đập người không tiếc tay, rồi quan tòa "áo đỏ", nhà Hỏa Lò, me-sừ xừ Hà-Nội (ông đội Công), máy chém v.v... Có người lại nghĩ "hội kín" là những băng đảng bí mật, chuyên đi khủng bố và giết người không gớm tay.

Có một lần, trong khi bổn đạo đương xem lễ 4 giờ rưỡi sáng tại nhà thờ lớn Phát Diệm, có người ngủ gật ú ớ la sảng, làm cho một người khác cũng đương ngủ gật giật mình. Không hiểu tại sao người này bỗng hoảng hốt thất thanh kêu lớn: "Hội kín! Hội kín!".

Thế là cả nhà thờ, không cần biết nếp tẻ ra sao, đè lên nhau thất thần bỏ chạy. Trong khoảnh khắc, nhà thờ vắng teo, chỉ còn lại vài ba người gan dạ ngơ ngác ngồi lại tiếp tục xem lễ dưới ánh sáng lờ mờ của mấy ngọn bạch lạp leo lét trên bàn thờ.

Nếu nói đến chuyện chết vì cách mạng, bên ngoại tôi cũng có người chết vì cách mạng nhưng trong một trường hợp ngược lại trường hợp Nguyễn Minh Luân.

Ông này là chú họ mẹ tôi, tốt nghiệp trường Cao đẳng Sư phạm Đông Dương năm ông 25 tuổi (hình như cùng khóa với các cụ Hoàng Khôi, Vũ Hoán, Vũ Ngô Xán, Vũ Chứ v.v....) được bổ vào dạy học tại trường Trung học Khải Định tức Quốc học Huế.

Ông nổi tiếng viết Pháp văn hay nên được mời giúp Thượng thư đầu triều lúc bấy giờ là cụ Nguyễn Hữu Bãi soạn thảo các giấy tờ giao dịch với bên phủ Khâm, do đó được Phước môn Công đặc biệt chú ý và gả cô gái áp út cho ông. Người thời đó đồn rằng: một cậu ấm trong gia đình họ Ngô cũng yêu thầm nhớ vụng cô, nhưng không lọt được vào mắt xanh nên thất chí, nguyện suốt đời không bao giờ lấy vợ. Tuy nhiên câu chuyện thất tình này, thật hư thế nào, kẻ viết bài này cũng chỉ là văn kỳ thanh, tức nghe người ta nói lại, nên không dám bảo đảm là sự thực "xăng puộc xăng".

Ông chú mẹ tôi sau được đặc cách hoán chuyển giữ chức Án sát Nghệ An (là giáo sư tốt nghiệp CĐSP Đông Dương, ông có hàm Đốc học, cũng là một chức quan tỉnh, nên việc cải dụng cũng dễ dàng) đúng vào thời kỳ Phong trào nông dân Nghệ-Tĩnh khởi nghĩa.

Lúc đó hình như miền Trung chưa có các tòa án Tây, nên các vụ án chính trị tại miền Trung thường do các tòa Nam án ở mấy tỉnh lớn như Nghệ-An, Thừa-Thiên, Quảng-Nam thụ lý, nhưng hồ-sơ các vụ quan trọng đều do sở mật-thám và tòa công-sứ Tây thành lập và quyết định tội trạng sẵn, các tòa án Nam của Nam triều cứ việc chiếu theo đó mà xét xử, kết tội và lên án (thường rất nặng từ 15, 20 năm khổ sai cho tới chung thân hoặc tử hình).

Đối với một ông Án-sát quá trẻ gốc nhà giáo mới ra lò lại nặng tinh-thần trách-nhiệm thì những vụ án cách-mạng này thường là những vấn đề hết sức khổ tâm và nan giải, nhất đối với những vụ mà bên Tòa sứ đã đề nghị án tử hình.

Đêm đêm ông thường quên cả vợ và thức khuya tới 2, 3 giờ sáng để đọc và nghiên cứu các hồ sơ. Lúc nào cảm thấy buồn hoặc bí lối, không biết phải luận xét các vụ án ra sao, ông thường vặn máy hát nghe mấy đĩa ca Huế để tạm giải khuây.

Hình như trước đó ông đã nhiễm bệnh lao, nay lại quá lo lắng về những vụ hình án liên can tới cách mạng, nên ông giữ chức án sát chưa đầy hai năm bệnh bỗng bột phát rồi qua đời ngay sau đó ít lâu, lúc ông mới 29 tuổi.

Thành ra, tuy chẳng làm cách mạng mà ông cũng chết vì cách mạng là như thế.

Không biết ngày xưa ông có mộng làm quan hay không, nhưng theo như người trong nhà cho biết, vì sớm mồ côi cha, lại nhà nghèo nên ông đã chọn nghề dạy học bạc bẽo để sớm có công ăn việc làm giúp đỡ mẹ già.

Có một điều lạ là cũng giống như thân phụ mình trước đó, ông làm quan chỉ được mấy năm và cũng chỉ thọ đúng 29 tuổi.

Ông Cụ huyện ngày xưa đậu tú tài tại một khoa thi hương trường Nghệ An. Nhà có hai anh em, ông anh ra Phát Diệm theo cụ Sáu ngồi dạy học tại nhà ông đồ Phú sau lấy vợ rồi lập nghiệp tại làng Lưu Phương, con cháu đầy đàn.

Ông em chỉ có tú tài nhưng mộng lớn nên vào Huế để tìm cơ hội tiến thân. Ông chơi đàn nguyệt rất hay nên trong khi thời cơ chưa tới ông xin được một chân nhạc công trong ban nhạc Đại nội và từ đó, vốn là chân tú tài, ông đã có thể xoay xở xin được hoán chuyển thành tri huyện. Như đã nói ở trên, ông làm tri huyện tại một huyện nhỏ ở tỉnh nhà Thanh Hóa chưa đầy hai năm thì qua đời và cũng thọ đúng 29 tuổi, để lại hai người con, một gái, một trai.

Câu chuyện trùng hợp về hai cái chết ở trên đây kể ra cũng chưa hẳn là đầy đủ nếu không có đoạn kế tiếp sau đây. Tuy là chuyện riêng trong gia đình nhưng vì tính cách khá lạ lùng của nó tôi xin phép được kể tiếp trong bài "tạp ghi" này.

Số là vào khoảng hơn mười năm sau, theo ý mẹ tôi, tôi xin đổi từ Bưởi vào Collège de Vinh, quen gọi là trường quốc học Nghệ, để cậu ruột tôi, lúc đó làm tham tá quan-thuế tại Bến Thủy, cách Vinh 13 cây số, tiện bề trông nom tôi. Với những cựu học sinh tên tuổi như Hoàng Xuân Hãn, học trò trường Vinh nổi tiếng là học "gạo"nhất nước.

Rất tiếc là ngay sau đó, cậu tôi lại được lệnh thuyên chuyển ra làm việc tại Thanh Hóa.

Ông cậu em mẹ tôi học cùng khóa với các anh Trần Trung Dung, Nguyễn Văn Thư, cô Hoàng Thị Nga (con gái cụ tuần Trung, em Gs. Hoàng Cơ Nghị) tại Sarraut, là người Phát Diệm đầu tiên đậu Bac métro, cũng có mộng học luật để đi làm quan, nhưng vì gia cảnh không mấy dư giả nên phải phá ngang thi tham tá quan thuế.

Tuy không có cơ hội đi làm quan, nhưng hình như ông cũng rất lấy làm hài lòng về các phẩm hàm của ông, nào là Hàn lâm Kiểm thảo, nào là Hàn lâm Biên tu v.v...

Mỗi lần gặp tôi, ông thường đem ra bàn tán về những chuyện lẩm cẩm này, nhưng vào lúc đó, dường như tôi cũng rất khoái nghe để rồi đôi khi cũng có lời bàn hoặc hỏi han thêm điều này điều nọ với ông cậu tôi.

Vào ngày chủ nhật trước khi đi Thanh Hóa, như để từ biệt, ông rủ tôi đạp xe đạp một vòng quanh thành phố Vinh một lần cuối cùng.

Chúng tôi bắt đầu đạp xe đi từ nhà thờ Cầu Rầm, ghé qua chợ tỉnh, vòng sang nhà máy Trường Thi, ghé thăm chùa Diệc, trở về phố Ga, rồi sau cùng, vào trong thành qua lối cửa Đông.Khi đi qua tư dinh án sát ở trong thành, ông chỉ cho tôi coi và kể lại câu chuyện và điểm trùng hợp trong hai cái chết của bố con ông án T. trên đây cho tôi nghe.

Nhìn căn nhà cổ 5 gian tư dinh án sát, hai cậu cháu không thể không cảm thấy bùi ngùi...

Mấy ngày sau, tôi xin phép nhà trường ra ga Vinh từ sáng sớm còn mờ sương để tiễn cậu tôi đi Thanh Hóa.

Sau khi về quê ăn tết năm đó, nhân tiện trên đường trở lại Vinh, tôi có ghé Thanh hóa thăm cậu tôi. Gặp tôi ông mừng lắm, chuyện trò thực là vui vẻ.

Bẵng đi chừng ba tháng sau, vào một buổi tối tôi đương cùng ngồi học chung với các anh em nội trú thì ông Tổng giám thị vào trao cho tôi một tờ điện tín màu xanh lợt: *Oncle H. est décédé cet après-midi . Priez pour lui.*

Tôi tính lại thì thấy cậu tôi cũng qua đời đúng năm ông 29 tuổi, giữa lúc ông đương sửa soạn thi vào ngạch Kiểm tra Quan thuế (Controleur des Douanes & Régies) Có điều rất đáng tiếc và cũng đáng lưu ý là hai bố con ông án T. và cậu tôi là ba người có ăn học và tương lai nhất bên họ ngoại tôi từ trước tới nay, và họ đều chết năm 29 tuổi.

Vào khoảng đầu thập niên 60, câu chuyện về cái chết bất ngờ của cậu tôi bỗng dưng được ký giả Tô Văn (cũng vốn người Thanh Hóa) "hâm" lại trên một tờ nhật báo ở Saigon một cách khá hấp dẫn trong một thiên điều tra rất ly kỳ về vấn đề thư của người Mường ở trên vùng Thường Xuân (Thanh Hóa) với những chi tiết khá lạ lùng mà chính tôi cũng chưa hề nghe thấy nói tới bao giờ. Không biết cái ông Tô Văn nhiều chuyện này có thêm mắm thêm muối vào để cho câu chuyện ly kỳ kia thêm gây cấn hay không.

Người ta nói làm quan có số, mồ mả ông cha phải đắc địa. Vùng tôi không hiểu phong thủy ra sao, nhưng Phát Diệm nhất định không phải là Hành Thiện, vì đường khoa cử, công danh rất kém, trước kia chưa từng có ai đậu cử nhân, tiến sĩ, mà làm quan thì cũng chỉ có đến tri phủ hay bố chánh là cùng.

Có lẽ một phần cũng vì đa số các làng trong vùng mới được thành lập vào khoảng giữa thế kỷ 19, nghĩa là mới được chừng hơn một trăm năm mà thôi, dân chúng nghèo đói, làm ăn rất là vất vả, con cái nhà khá giả chỉ mong học đủ chữ để đọc và viết văn tự mua bán ruộng đất, trâu bò mà thôi, hoặc ít chữ nôm để đọc sách kinh, sách bổn.

Hồi Tây mới sang, có người được đi làm quan, sau lên tới chức tri phủ, nhưng không phải vì đỗ đạt, mà chỉ nhờ có một lồng chim xanh.

Ông tri phủ "chim xanh" này hình như gốc tu xuất, nhờ học lỏm mấy ông cố Tây nên biết bập bẹ được năm ba câu tiếng Pháp, dở ông, dở thằng, chẳng có nghề ngổng gì ra hồn. Một hôm bà vợ mua được hai cặp chim xanh, bắt ông ngay sáng hôm sau phải xách lồng đựng bốn con chim xanh kia lên tỉnh ly Ninh Bình để tìm công ăn việc làm, vì ông vô công rỗi nghề đã quá lâu rồi.

Khi ông ra đi, bà vợ chanh chua nhắc nhở: "Phen này đi mà không kiếm được việc gì, ông đừng có hòng vác cái thần xác vô dụng về nhà báo cơm nữa nghe!"

Lên tới Ninh Bình, nhớ lời vợ căn dặn, ông buồn thối ruột. Trong khi chưa biết tính đi đâu để kiếm việc, ông ngồi lở ngở trước cổng chợ tỉnh để nghỉ chân, nhân tiện mua bát nước chè tươi uống cho đỡ mệt.

Tình cờ bà đầm vợ công sứ dắt chó và con đi ngang qua. Thằng Tây con thấy lồng chim xanh mê quá nằng nặc đòi "măng" mua cho bằng được nhưng anh chàng nhà quê gàn bướng kia, nhớ lời vợ đe dọa, nhất định không chịu bán, mặc dầu mụ đầm chịu trả tới một đồng bạc, một số tiền khá lớn vào thời đó (lương thông ngôn một tháng chỉ có 9, 10 đồng). Hỏi gặng tại sao không chịu bán, cha nhà quê cho biết định đem chim đi biếu để xin việc.

Bà đầm cười rộ ngoéo tay: "Cái gì chứ chuyện đó dễ ợt, hãy xách lồng chim ... et toi, salaud, suis moi!".
(...và mày, thằng tồi, hãy theo tao!)

Không hiểu bà "đầm xòe" nói với thằng chồng Tây công sứ thế nào mà chỉ nội một tuần sau ông tu xuất được bổ đi làm tri huyện tại một huyện trong tỉnh Ninh Bình mặc dầu ông tu xuất kia trước đó chưa hề được giữ một chức vụ nào trong xã hội dù là chức trương tuần, tức chức vị nhỏ nhất ở trong làng, và dĩ nhiên ông chưa hề có một chút kinh nghiệm nào trong việc cai trị.

Lại có một ông khác, vốn là bố chánh hồi hưu, một đời chỉ mơ ước chức tuần phủ mà không sao đạt được, nên khi phải về vườn ông rất buồn.

Trong nhiều năm, ngoài thì giờ săn sóc hòn non bộ khá lớn phía trước biệt thự ba tầng lầu của ông, ông cùng một thày địa lý đi khắp nơi tìm kiếm và sau cùng ông tìm được một phần đất rất tốt trên một ngọn núi thấp trong dãy Tam Điệp thuộc phủ Nga Sơn (Thanh Hóa). Tôi không rõ thế đất như thế nào nhưng theo lời đồn thì con cháu của những ai táng trên ngôi đất đó sau sẽ làm quan tới Tuần phủ hay Tổng đốc nhưng có điều là ngôi đất này chỉ phát có một đời mà thôi.

Mặc dầu là như thế, sau mấy ngày tính toán kỹ giờ giấc, một đêm trăng kia ông bố hồi hưu sai một người nhà tâm phúc đem cốt của cụ huyện thân sinh lên táng tại ngôi đất trên một đỉnh đồi bên trong Điền Hộ. Ông người nhà tâm phúc không cần biết nếp tẻ gì hết, vội vã về đào mả bố mình lên, đem hài cốt cụ cố huyện chôn đại vào đó, rồi vội vàng đem hài cốt của ông thân sinh mình lên táng trên đỉnh núi, không cần suy xét nếp tẻ, tới lui gì hết.

Mấy chục năm sau, vào thời cụ Diệm, hai người con trai của ông người nhà tâm phúc của ông bố chánh hồi hưu kia, không hiểu vơ vơ vẩn vẩn thế nào mà rồi đều được làm tỉnh trưởng, nghĩa là tương đương với chức tuần phủ, tổng đốc ngày xưa.

Nhưng hai người này cũng chỉ làm tỉnh trưởng được mấy năm mà thôi, đúng như lời tiên đoán căn cứ theo thế đất trên đây.

Ngày xưa làm tuần phủ hay tổng đốc, mặc dầu dưới quyền Công sứ Tây, nhưng đối với dân chúng và người đời oai phong hơn nhiều lắm. Cũng chính vì thế mà cho tới tận 1945, khi chính phủ Trần Trọng Kim ra đời, trừ một số nhỏ vốn dòng dõi yêu nước và cách mạng hoặc được các đảng phái bí mật giác ngộ, đa số thanh, thiếu niên thời đó vẫn chưa chịu mở mắt, vẫn coi cụ Thượng Quỳnh như là mục đích tối thượng của cuộc đời, đồng thời cũng là tiêu biểu cho tuyệt đỉnh vinh quang phú quý.

Tôi còn nhớ ông cậu ruột làm tham tá của tôi hồi còn sống vẫn thường thì thầm kể những kỳ tích về cụ Thượng làm quan đầu triều kia cho tôi nghe, nào là chuyện Quốc trưởng Pétain biên thư mừng sinh nhật ông 50 tuổi và chính Đức Giáo hoàng Pio XII cũng đích tay biên thư cho ông. Tất nhiên tôi rất tin và thán phục cụ Thượng Phạm Quỳnh với những chuyện tuy rất lặt vặt này, nhưng có thể coi như là kinh thiên động địa đối với đầu óc non nớt, khờ khạo và nhà quê của những thằng đầu xanh chúng tôi thời buổi lạc hậu đó.

Và buồn cười hơn nữa là cho tới lúc đó vẫn còn có nhiều kẻ mơ mộng chiếc bài ngà. Chính kẻ viết bài này cũng là một trong số những con người cận thị khờ khạo đó. Thực vậy, sau khi đậu Thành chung, tôi vẫn mơ mơ màng màng suy tính trong đầu là sau khi đỗ tú tài hai vào khoảng 47, 48 sẽ đi học luật chừng 3 năm, và nếu như hết sức cố gắng, vào khoảng 1951, 1952 gì đó, khi nào có khoa thi tri huyện, nhất định sẽ tham dự, miễn sao thi đậu, tư pháp cũng được, hành chính cũng được. Nếu như đậu được tri huyện hành chính thì là tốt nhất, vì sẽ được bổ đi trị nhậm các huyện, tha hồ mà béo bở, hách đâu kém gì những Trần Ch . Th ., Trần Trung D., Thái Vĩnh Th., Nguyễn Văn Th. v.v.

Nhưng người tính không bằng trời tính, vì đâu có ai ngờ là chỉ mười mấy tháng sau đó, hầu như tất cả mọi sự trên đời này đều bị đảo lộn hết. Và một giai đoạn đổi đời kinh thiên động địa nhất của lịch sử đất nước bắt đầu, và giấc mộng đỉnh chung của tôi kể như hoàn toàn tiêu tan.

Vào những cái ngày gọi là Cách mạng tháng Tám, nhà vua cũng như các hàng quan lại, hết thảy đều bị phế bỏ. Một phần bị giết hại như Thượng thư đầu triều Phạm Quỳnh, Tổng đốc Quảng Nam Ngô Đình Khôi, và một số quan chức nhỏ như tri huyện Cung Đình Vận v.v... số lớn còn lại phải trốn chui trốn lủi để tránh nạn bắt bớ giam cầm của Việt Minh.

Vào cái đêm Việt Minh cướp chính quyền, Trần Trung D. lúc đó làm tri huyện Yên Mô, một mình trong bộ pyjama lội bộ trong đêm tối chạy về Phát Diệm cách đó chừng 4, 5 cây số, tạm lánh tại nhà cụ thông gia với thân phụ anh (cụ phán H.) nên thoát nạn. Cũng may là việc cướp chính quyền tại phủ Kim Sơn do nhóm Công giáo Cứu quốc từ chiến khu Rịa kéo về chủ trương nên anh D. đã có thể yên ổn trở về Hà Nội mấy ngày sau đó, không hề có ai làm khó dễ anh.

Sau Cách mạng tháng Tám, hầu như toàn dân bị lôi cuốn vào một trào lưu mới. Trong những ngày tháng đầu của cách mạng tháng Tám đó, người dân suốt ngày phải liên miên tham gia hết biểu tình lại đến khai hội, hết khai hội lại đến biểu tình tới đêm khuya mới được nghỉ trở về nhà để rồi sáng sớm hôm sau lại tiếp hoạt động "cách mạng" như ngày hôm trước.

Như thế đó, họ bắt đầu tiêm nhiễm những tư tưởng mới và làm quen với các danh từ mới như cách mạng, dân chủ, dân quyền, độc lập, tự do, giai cấp đấu tranh v.v.... những danh từ dường như họ chưa từng bao giờ được nghe nói tới trước đó. Đồng thời hết thảy những gì thuộc chế độ cũ đều bị lên án và coi như là sản phẩm của thực dân và phong kiến chuyên chế. Bị lên án nặng nhất dĩ nhiên là đế chế và hàng quan lại phong kiến độc tài, bóc lột và gian ác.

Dù muốn dù không, tôi cũng như phần đông thanh niên nam nữ lúc đó đều tham gia cách mạng một cách hết sức nhiệt tình.

Có một vài lần, đứng giữa một rừng cờ đỏ sao vàng với một đám đông la hét như điên như cuồng, tôi bỗng nhiên nhớ tới cái mộng làm quan của mình trước đó không bao lâu để rồi tự cười thầm. Tuy cách mạng mới xảy ra có mấy tháng, thế mà tôi cứ tưởng câu chuyện kia

cũng như vua Bảo Đại và chính phủ Trần Trọng Kim đã
là những chuyện xa xưa hàng bao nhiêu thế kỷ.

Trong cái bầu không khí sôi sục hận thù lúc đó,
hình như tôi đã có đôi lần tự thầm trách mình tại sao lại
có thể có những lúc ngây thơ và ngu dốt đến như thế...
và dĩ nhiên với tất cả sự thành thật của lòng mình.

Có một điều hết sức trớ trêu là trên phương diện
cách mạng và lòng yêu nước, thành thực mà nói, tôi phần
nào đã được giác ngộ và dẫn dắt bởi những người mà sau
đó chẳng bao lâu, tôi đã không có thể đứng chung với họ
trên cùng một giới tuyến chính trị.

Thiệt đáng tiếc vô cùng!

Nay nghĩ lại những sự việc xảy ra cách nay đã bao
nhiêu năm cùng với cái mộng làm quan buổi thiếu thời,
tôi cảm thấy thằng nhỏ là mình lúc đó thiệt khờ và tội
nghiệp. Dẫu sao thì cũng chỉ là một giấc mộng, mà đã là
một giấc mộng thì đâu có tội tình gì, có phải thế không
các bạn? Hơn nữa, đối với lớp người già như chúng tôi
thì ngay đến cuộc đời chẳng qua cũng chỉ là một giấc
mộng, nếu cái gì cũng chấp nhất thì thiệt là mệt quá!

Đã là một giấc mộng thì lớn hay nhỏ cũng thế thôi.
Mà rồi nghĩ cho tận cùng kỳ lý thì trên đời này đâu có gì
là quan trọng, phải không các bạn? huống chi một giấc
mộng làm quan cỏn con của tôi trong lúc thiếu thời.

Giấc mộng con làm quan của tôi đã tan biến từ
lâu lắm rồi, và những người thuộc hàng quan lại ngày
xưa, từ hàng tri phủ trở lên, kể như chẳng còn mấy ai, họa

chẳng còn lại một vài vị tri-huyện thuộc lớp cuối cùng nay tuổi thọ đã trên dưới chín mươi. Thế hệ những Phạm Văn Nhu, Tôn Thất Hối, Trịnh Như Tiếp, Đỗ Quang Giai, Phạm Như Phiên v.v...thì cũng đã qua đi từ trên 3,4 thập niên rồi.

Hồi còn ở Thượng viện Đệ nhị cộng hòa, trong số các đồng viện, ít nhất cũng còn bốn vị gốc quan lại. Đó là các anh: Trần Ch . Th , cựu tri huyện, Trần Tr . D. cũng là cựu tri huyện, Phạm Nh . Ph ., cựu bố chánh và cụ Đỗ Q.G., cựu tri phủ. Trong số bốn vị này, ba người đã qua đời từ lâu, chỉ có Tr . Tr . D, sau khi bị cầm tù mười mấy năm, đã chạy sang được Hoa Kỳ để có dịp được hít thở lại cái không khí tự do ít năm trước khi vĩnh viễn rời bỏ cuộc đời đầy trớ trêu và oan trái này...

Lúc sang đây, anh đã 80 tuổi, cách ăn nói của anh hoàn toàn thay đổi với những danh từ anh quen nói ngày xưa, tức hồi còn sinh sống ở đất Bắc trước 54 như tàu bay, tàu hỏa, xe ô tô, một cốc rượu bia, một bát phở, thịt lợn, quả giữa, đánh rắm, đi ỉa...v.v. Ngoài ra còn có thêm một vài danh từ mới hết sức lạ lùng hoặc buồn cười như tàu bay lên thẳng, tàu bay khí đẩy, tàu bay Con Ma, tên lửa, lính thủy đánh bộ, dép râu v.v...

Ngoài ra, lúc nào anh cũng chỉ thèm ăn phở.

Ngoài phở anh chẳng nhớ hoặc thèm bất cứ một thứ cao lương mỹ vị nào khác. Có lẽ đó là kết quả của những năm tháng dài quá đói khổ trong trại cải tạo, mà suốt đêm ngày anh chỉ mơ màng có được tô phở.

Năm năm sau, anh qua đời. Nghe nói bữa ăn cuối cùng của anh trước khi từ giã cõi đời này hình như cũng lại là một...*bát phở*. Ôi bát phở! bát phở tái nạm gầu giòn, nóng hổi, thơm nức mùi chanh cốm, húng và hành ngò, tới sắp chết mà rồi chúng ta cũng không thể nào quên được nó.

Cũng như phần đông thành phần trí thức cùng thế hệ, giấc mộng ban đầu của anh là chiếc áo gấm màu lam và chiếc bài ngà. Và anh đã đạt được giấc mộng một cách thiệt suông sẻ. Tiếc rằng giấc mộng quá ngắn ngủi, như gió thoảng, như mây trôi, và đã hoàn toàn tan biến chỉ trong có một đêm, một đêm cuối hạ 1945.

Dẫu sao đi nữa, tôi thực sự vẫn cứ băn khoăn là trong những phần ở trên, dường như đôi lúc tôi đã quá nặng lời và khắt khe đối với những người ham danh lợi, chức vị và quyền thế, đặc biệt là hàng quan lại khệnh khạng, hách dịch và tham nhũng. nhưng mà rồi sau đó tôi cũng thường lẩm cẩm tự hỏi: Nếu như thời cuộc đất nước không có gì thay đổi, nghĩa là chế độ vua quan phong kiến vẫn được duy trì cho tới ngày nay, nếu như tôi "may mắn" đạt được giấc mộng làm quan như những Trần Ch . Th ., Trần Tr . D., Nguyễn Văn Th . v.v. không biết tôi đã có thể là một ông quan như thế nào? Thanh liêm hay thối nát? Và ngoài ra, tôi cũng thường tự hỏi:Không biết tôi có nên ghi ơn mấy ông Tây thuộc địa đại gian đại ác kia, hoặc các "đồng chí" vĩ đại, những "đỉnh cao trí tuệ", đã giác ngộ và dạy dỗ tôi về các vấn đề yêu nước, tự do. dân chủ và cách mạng hay không?

Khi đặt ra mấy câu hỏi như vậy, mấy ông bạn phiá

bên kia chắc chắn sẽ cho rằng tôi đã mỉa mai các "đồng chí" cách mạng. Bà con phía bên này hẳn là ngạc nhiên và cho rằng tôi ăn nói láo lếu, bậy bạ, là bồi Tây, là thân Cộng. Mà dù có độ lượng, tử tế mấy đi nữa quý vị cũng nhất định sẽ lắc đầu tặc lưỡi cho rằng đó là những câu hỏi dở dẩn của một thằng cha già khùng điên.

Riêng đối với tôi, từ bao nhiêu năm qua, xin thú thiệt, đó quả là những băn khoăn thực sự, chứ không phải là những thắc mắc không có lý do và căn nguyên. Tuy nhiên, cho tới tận ngày hôm nay, đã gần 80 tuổi đầu rồi mà tôi vẫn chưa tìm ra được một giải đáp thích đáng.

Đáng buồn là suốt buổi thiếu thời, chúng tôi đa số chỉ là những thằng bé nhà quê khù khờ và ngu dại không hề được ai chỉ bảo hay hướng dẫn về những chuyện đất nước ghê gớm và "chí tử" kia.

Quả đúng là như thế, chúng tôi tuyệt nhiên đã không hề có cơ hội được giác ngộ sớm như những Nguyễn Thái Học, Nguyễn Tường Tam, Lý Đông A, Vũ Hồng Khanh hay Nguyễn Hữu Đang.

Cũng chính vì thế mà thế hệ chúng tôi dường như đã bị lợi dụng và lôi cuốn dễ dàng vào một cơn lốc máu lửa dài, dữ dội và tai hại nhất trong lịch sử dân tộc.

Ngày nay, ngồi ở đây, trên cái đất giang hồ tứ chiếng mà cũng rất tự do là xứ Cờ Hoa này, nói những chuyện về Đất nước, chống Cộng, ái quốc, cách mạng và nhân quyền sao mà nó quá dễ dàng, ngon lành và tự nhiên đến thế? tự nhiên như hơi thở, như ngày đi, như ngày lại, như ăn cơm như uống nước... Nó ngon lành, nó dễ dãi đến nỗi người ta coi đó gần như là một trò giải trí hằng ngày trên con đường Bolsa và quên đứt đi là trước đây hơn 60 năm, trên mảnh đất chữ S khốn khổ kia người ta chỉ dám nhắc tới những danh từ đó một cách thì thầm. Các bạn trẻ ngày nay có biết tại sao không? Vì đối với cái thời cổ lỗ đó, những danh từ kia là những danh từ húy kỵ tối nguy hiểm, có thể mang đến tù tội hoặc mất cái mạng chó như chơi. Nhưng mà rồi chẳng bao lâu sau đó, sang cái thời mà người ta gọi là giải phóng, là đổi mới (cách mạng mà!), thì lại càng ghê gớm hơn nữa, hàng triệu sinh mạng con dân Việt đã bị hy sinh trong suốt một thời gian (cũng ngắn thôi) hơn nửa thế kỷ, cũng chỉ vì mấy cái chữ Dân chủ, Cách mạng, Tự do và Nhân quyền tối ư hiền lành mà ngày nay chúng ta dường như coi là vô hại và hiền hơn ổ bánh ga-tô.

Có đôi lúc quẫn trí tôi thường tự hỏi một câu hỏi xem ra ngu muội, phi lý và có thể nói là rất phản động: Phải chăng cái giai đoạn gọi là sống kìm kẹp dưới chế độ lạc hậu vua quan phong kiến và ách đô hộ dã man thời Pháp thuộc đã là cái giai đoạn vàng son, hạnh phúc nhất trong lịch sử cận đại Việt Nam chúng ta?

Phải chăng độc tài quân phiệt, cũng như độc tài đảng trị đều "xem xem" nghĩa là đều "bửn", tàn bạo và tệ hại hơn chúng ta tưởng rất nhiều nhất là cái thứ độc tài đảng trị đại gian, đại ác rất đáng kinh tởm kia?

Và rồi tôi cũng lại nghĩ, làm quan mà thanh liêm, tử tế thì đâu có đến nỗi tệ. Vua quan thì cũng có năm bảy đường vua quan, phong kiến cũng có năm bảy đường phong kiến, chứ đâu có phải ông quan nào cũng đều là thối nát hoặc hèn nhát. Có Trịnh Như T. thì cũng có họ

Ngô Gia tên Lễ. Ngày nay có Phan Kế Toại thì ngày xưa cũng có Phan Thanh Giản hay Hoàng Diệu.

Hơn nữa, làm quan sướng lắm chứ! Lại rất oai phong. Ngày nay đến tổng thống Hoa kỳ cũng không được người ta xưng con và bẩm bẩm báo báo như đối với một chân tri huyện quèn bản xứ A-na-mít ngày xưa. Cho nên, cái mộng làm quan của tôi cũng chỉ là một chuyện bình thường, đâu có gì là sai trái? Phải không quý vị? Sai và vô lý nhất chính là anh chàng Lý Thụy, tức đồng chí Nguyễn Ái Quốc, tức bố già Hồ Chí Minh, tự dưng ở đâu trở về cầm đầu một lũ phá thối, cái gì cũng đòi dẹp, cái gì cũng đòi phá, đòi chém, đòi bắn bỏ

Trước khi kết luận bài tạp ghi này, bẩm lạy cụ lớn thượng họ Phạm, kẻ hậu sinh này xưa vốn coi cụ là thái sơn bắc đẩu, là gương soi, là mẫu mực trên chốn quan trường đầy vinh quang, phú quý, nay muốn xin phép cụ lớn, trước hết là được bày tỏ lòng bái phục cái tài lèo lái của cụ lớn trên chốn hoạn lộ, sau xin có vài lời tâm tình như sau.

Nếu như xưa không có "cách mạng", không có các đồng chí thối thời đất nước chúng ta đâu có đến nỗi khốn khổ như ngày nay. Trên đầu trên cổ toàn dân thì vẫn là đấng quân vương, tiếp đến là các bậc phụ mẫu chi dân, tức cha mẹ dân đen chúng con, trên thì có các cụ lớn đại thần, tiếp đến là các cụ lớn trên tỉnh, rồi xuống tới các hàng tri phủ, tri huyện, trên trên, dưới dưới một lòng trị dân, trị nước. Cuối cùng là vạn đại chi dân ngu cu đen chúng con đây. Vẫn biết đã là phận dân đen thì đời đời phải chịu khổ chịu cực, nhưng sơn hà xã tắc phải có tôn

413

ty, trật tự, chứ đâu có cái cảnh lộn sòng, trên không ra trên, dưới không ra dưới, đồng chí con, đồng chí mẹ, đồng chí ông, đồng chí cháu, nay kiểm thảo, mai đấu tố, tiêu thổ kháng chiến, chết chóc liên miên

Ôi cụ thượng họ Phạm! nếu như cụ có muốn trách thì đầu tiên hãy trách cái ông vua biếng nhác, vô lương tâm và vô tích sự kia. Thiệt đúng vậy, cựu hoàng chúng ta đã mang cả cái ngai vàng và giang sơn gấm vóc dâng cho giặc mà không cứu nổi cái mạng chó của mấy người bày tôi thân cận và trung thành nhất của mình.

Ới già Hồ ơi là già Hồ! Ông thử nghĩ lại coi, mẹ Việt Nam đã làm gì nên tội, ngoài cái tội quê mùa, chất phác, lại nghèo khổ tự bao đời, không biết đua đòi mác-xi, mác-xít, mà chỉ biết hết lòng nuôi nấng và dạy dỗ bầy con theo lối ông bà ngày xưa... Đã đành thiên hạ vẫn còn có rất nhiều người ngưỡng mộ ông, và dân trong nước, thành thực hoặc giả dối, nhiều kẻ vẫn tôn sùng và coi ông như một vị đại anh hùng dân tộc. Thế nhưng, những kẻ hận thù ông cũng đâu có ít, và rồi lịch sử còn đó, sau này chắc chắn sẽ không thể mãi mãi dễ dãi buông xuôi đối với một con người đầy mâu-thuẫn và rất khó hiểu như ông.

Và sau hết, bẩm cụ lớn Thượng họ Phạm, riêng đối với kẻ hậu sinh này, bình thường ra, nếu như muốn chớp một cái bài ngà tri huyện, cũng đâu phải là một chuyện quá khó khăn, và rồi sau đó cũng sẽ mũ mãng cân đai nghênh ngang như ai. Nếu như lại học được cái nghề đón gió tuyệt hảo của cụ lớn Thượng, cái chức thượng thư đầu triều rồi cũng có ngày thôi, lúc đó lộc đỉnh chung tha hồ mà hưởng, trọn đời vinh hoa phú quý, kim tiền, kim khánh bảo long bội tinh, bắc đẩu bội tinh đầy ngực.

Chỉ mới nghe kể sơ sơ mà đã thấy mê rồi.

Ha, ha! hay thực là hay cho cái giấc mộng đỉnh chung của ta! Thế mà đã có lúc ta đi a-dua với với mấy ông Phong Hoá, Ngày nay chế diễu, chửi bới, đòi bài trừ quan trường và phong kiến. Kể ra cũng lạ và ngu thiệt là ngu!

Đúng vậy, chính trong bài phiếm luận này, dường như đôi khi tôi cũng đã quá sàm sỡ và nặng lời chửi bậy nói bạ, phải không quý vị? Những lúc phẫn chí, tôi thường hồ đồ và ăn nói hàm hồ, sống sít như thế, xin bà con thông cảm, đừng giận và thứ lỗi cho.

Đúng vậy, mê làm quan quả là cả một vấn đề huyết thống ngàn năm của con người A-na-mít chúng ta.

Sách Tây đã chả nói như thế là gì.

Quý vị đồng ý với tôi chứ?

Nhưng mà.cái thời đại huy hoàng và oanh liệt với những mũ mãng, cân đai, bối tử, áo gấm, bài ngà, kim tiền, kim khánh thực là rềnh rang và xốn con mắt xưa kia nay đâu còn nữa!

Và cái mộng làm quan của tôi!

Cái mộng làm quan của tôi!

Nó thực sự đã vĩnh viễn đội nón ra đi cùng với ông Phạm Quỳnh từ trên 60 năm qua rồi!

Tôi mong rằng, sau khi đọc bài tạp ghi này cũng như toàn thể cuốn sách do ông già lẩm cẩm này viết, các thế hệ trẻ sẽ phần nào hiểu biết cha ông mình hơn nhất là đối với những cái ngu, cái dốt và những nỗi khổ tâm hoặc nhục nhằn vì bị đè nén, áp bức hay lừa bịp mà cái thế hệ chó đẻ chúng tôi đã cắn răng chịu đựng suốt cả cuộc đời, hết Tây tới Nhật, hết phong kiến tới cách mạng, rồi kháng chiến, rồi cuộc chiến tranh huynh đệ tương tàn hầu như bất tận mà có người còn gọi là chiến tranh "ủy nhiệm", "ủy quyền" quái quỷ gì đó......

Ngoài ra, câu chuyện về cái mộng làm quan của tôi xưa kia dường như có nhiều điều khó tin, tuy nhiên cái giấc mộng đỉnh chung đó cũng đâu có gì nên tội, vả lại cũng đâu phải là một chuyện hoàn toàn phi lý, phải không quý bạn?

Ôi, kết cuộc, cái gì rồi cũng là mộng ảo cả mà thôi...các họ Hồ, họ Ngô, họ Mao, vua Bảo Đại, ông Thiệu, ông Thọ, ông Đồng, ông Minh, Kennedy, Johnson, Nixon, Mac Namara v.v. cũng đều đã hóa ma. Còn lại chăng, hoặc tốt hoặc xấu, là chút tiếng để đời...

Và sự phê phán rất nghiêm minh của lịch-sử.

Thôi thì để tạm yên dạ, đỡ buồn, đỡ giận, chúng ta cứ tạm tin như vậy đi...

Phần
PHỤ LỤC

TÔI ĐỌC
"ĐƯỜNG XƯA LỐI CŨ".

Trà Lũ

Tác giả *Sơn Diệm* Vũ Ngọc Ánh vừa gửi cho tôi một tác phẩm lớn.

Ngày xưa, thời thập niên 1950 ông đã từng viết khoảng 20 tác phẩm, tất cả đều là sách giáo khoa hoặc biên khảo vì ông là giáo sư văn chương. Ngày nay, cuối thập niên 2000 này, khi đã hơn 80 tuổi vàng, ông mới viết tiếp. Cuốn sách đầu tiên của ông tại hải ngoại mang tên *Đường Xưa Lối Cũ*, dày hơn 400 trang, là một trong mấy tuyển tập tạp bút, theo như tôi được biết, ông muốn kể lại cho con cháu nghe rất nhiều chuyện của mấy thế hệ gần đây.

Sách gồm 3 phân đoạn rõ rệt, phần đầu ông viết về quê hương sinh quán, miền Kim Sơn – Phát Diệm, phần giữa ông viết về những sinh hoạt chính trị khi ông là một Thượng Nghị Sĩ của VNCH, và phần cuối ông viết về những những ưu tư, những kinh nghiệm và nhận xét về chính trị, về Đất Nước, về cuộc đời v.v. khi mà chính cuộc đời của ông tại hải ngoại đang đi về chiều.

Đọc xong tác phẩm, tôi thấy ông viết các bài ở nhiều thời gian khác nhau nên văn phong thay đổi rõ rệt.

Khi viết về quê hương Phát Diệm, ngòi bút ông ông linh hoạt khác thường. Ông nói về các món ăn, chỉ nghe ông tả ta đã thấy ngon qúa chừng : nào nhựa mận thịt cầy với riềng với mẻ với củ chuối, nào gỏi cá mè với riềng với thính với lá sung lá mơ lá húng, nào canh rau đay tím nấu với cua rốc, nào tôm he, nào cá khoai . . . Đấy mới là vài món ăn đặc trưng. Ông còn nói tới việc quê ông trồng lúa, trồng cói và nghề dệt chiếu nổi tiếng. Nhưng những thứ này là phần phụ. Phần chính mà ông đắc ý nhất và tự hào nhất là những dòng viết về miền 'địa linh nhân kiệt'. Ông ca ngợi hết lời Doanh Điền Sứ Nguyễn Công Trứ, người khai sinh ra miền Kim Sơn, rồi Khâm Sai Đại Thần Trần Lục, người tiếp sức Nguyễn Công Trứ mở mang Kim Sơn, và xây quần thể Nhà Thờ Phát Diệm với một lối kiến trúc đặc trưng VN. Kiến trúc này mang thông điệp Việt-Nam-hoá đạo Thiên Chúa và được đánh giá là đầy lòng yêu nước và đã đi trước ý của Công Đồng Vatican nửa thế kỷ. Rồi Giám Mục Lê Hữu Từ, người khai sinh ra Khu An Toàn Phát Diệm nơi che chở cho bao nhiêu người quốc gia. Khu An Toàn này nổi tiếng đến độ nó đã nằm trong nghị trình thảo luận của Hiệp định Đình chiến Geneve 1954 : nó sẽ được bảo vệ là đất của phe Quốc Gia sau khi chia đôi đất nước, như thể chế Bá Linh bên Đông Đức. Tác giả không viết về việc này nhưng Tiến Sĩ Nguyễn Tiến Hưng, cựu bộ trưởng Bộ Kế Hoạch của VNCH mới cho tôi biết khi ông tìm thấy tài liệu trong các hồ sơ vừa được giải mật bên Hoa Kỳ.

Phần giữa cuốn sách tác giả viết về các hoạt động

chính trị từ khi ông từ giã trường học để vào Thượng Nghị Viện. Ông sinh hoạt với các bộ mặt lớn trong chính trường VNCH. Ông là người chủ xướng việc thành lập Đoàn Dân Vận Quốc Ngoại đem đoàn văn nghệ Tình thương sang Âu Châu giải độc thời Hội Nghị Paris (1969).

Đọc ông, chúng ta mới đầu có cái cảm tưởng như ông đang viết hồi ký, nhưng thực ra, theo như tôi nghĩ, ngoài những phần về văn nghệ, âm nhạc, đời sống xã hội VN trước thế chiến, những giai thoại về người xưa v.v. ông đang ghi chép rất nhiều những dữ kiện lịch sử quan trọng một cách sống động, đôi khi với một chút hài hước, đôi khi thiệt thấm thía hoặc sâu sắc, giúp chúng ta hiểu biết thêm về một số sự kiện và nhân vật lớn của VNCH như Ngô Đình Diệm, Bảo Đại, Phạm Quỳnh, Hồ Chí Minh, Võ Nguyên Giáp, Nguyễn Hữu Đang v.v.

Rồi tại sao chúng ta chống Cộng, tại sao chúng ta thua ? Tóm lại, những sự kiện tuy vụn vặt, ít người nói tới, nhưng rất quan trọng, sẽ giúp ích rất nhiều cho các nhà viết sử cận đại VN sau này.

Phần sau cùng là những sinh hoạt chính trị ở hải ngoại sau 1975. Đáng nói nhất là việc ông cùng cựu nghị sĩ Phạm Nam Sách và một nhóm cựu nghị sị khác như Đặng Văn Xung, Huỳnh Văn·Cao, Trần Trung Dung v.v. đề nghị vận động các nước đã ký Hiệp Định Paris 1973 thẩm xét lại việc thi hành hiệp đinh và bắt VC tuân lệnh. Việc này không thành công nhưng nhờ nó ta biết thêm được nhiều sự kiện, chẳng hạn tâm trạng cuối đời của Ông Trần Văn Lắm, một nhân sĩ Miền Nam, một cựu chủ tịch Thượng Nghị

421

Viện, một ngoại trưởng có lòng nhưng không cưỡng lại được vận đen của đất nước.

Sống ở hải ngoại đã trên 30 năm nhưng tác giả lòng vẫn hướng về đất tổ Việt Nam, mong sao cho đất nước thoát vòng Cộng Sản. Ông đã giãi bầy thật rõ ràng lòng ông trong bức thư dài gửi bạn bè trong đó nổi bật những dòng này :

......Đã từ lâu, dân chúng đều đã phẫn nộ tới cực điểm, hoặc ngấm ngầm hoặc công khai. Và chỉ cần thêm một giọt nữa là nước sẽ trào ra khỏi chén. Nhưng phải làm thế nào để có giọt nước kia ? Đó mới chính là cái điểm then chốt cho cách mạng giải phóng vậy.

Tôi hoàn toàn đồng ý với tác giả. Đã hơn 60 năm ở trong nước và hơn 30 năm ở hải ngoại, chúng ta đã cố gắng hoài mà vẫn chưa sao làm ra được giọt nước này.

Trên đây là một đôi điều của kẻ hậu sinh mạo muội viết về sách của bậc đàn anh.

Trà Lũ
Canada, Mùa Xuân Kỷ Sửu 2009

422

Hồ Linh

Tâm Sự Của Một Người Em

Nếu có ai hỏi tôi cảm tưởng sau khi đọc tác phẩm Đường Xưa Lối Cũ của Sơn Diệm Vũ Ngọc Ánh, tôi không ngần ngại mà nói đây quả thực là một tác phẩm tuyệt vời mà tôi hằng mong đợi. Chuyện này không có gì lạ vì tác giả là người anh cả của đàn con chín anh chị em của cha mẹ chúng tôi. Những chuyện anh kể dù không một chữ nói về đám em ún của anh, nhưng khi đọc tác phẩm này, chúng tôi đã tìm thấy chính mình trong đó.

Làm sao không tuyệt vời khi anh viết về những hình ảnh thân thương và đầy kỷ niệm đẹp nơi trang trại "Tân Minh Trang" của gia đình, những vườn cây trái, những bè rau muống hoa tim tím bên bờ ao, những con cá chép, cá mè bắt từ dưới ao nhà lên, còn đang giẫy "đành đạch", để làm gỏi đãi khách; cái món nhậu da bò gác bếp vào một chiều đông lạnh, mưa gió đầy trời. Đó là một thời thanh bình, hạnh phúc, nhất là trong những ngày mùa gặt châu ngọc.

"Trời mưa sầu ướt không gian
Lạnh lùa song trúc nước tràn mái hiên
Đã bao đêm nặng ưu phiền
Xôn xang muôn nỗi chong đèn nghe mưa
Ao ngoài sóng vỗ bơ vơ
Thềm khơi hiu quạnh nhắc mùa cô liêu
Trăng suông lụi nhạt tiêu điều

Đèn hoa bóng ngả xiêu xiêu vách nhà"
(Mưa Mùa Cổ Điển)

Thưa, dù đôi khi cũng có những nỗi buồn mưa thu, nhưng cũng rất đẹp và rất "Đường Thi".

Làm sao không tuyệt vời khi anh ghi lại những đêm kỷ niệm dịu dàng khi ánh trăng lấp lánh trên giòng Ân Giang. Gió lên và nước lên và trăng lên hòa lẫn sương khói vây quanh, thấp thoáng ánh đèn chai của chị bán hàng rong trên phố khuya im vắng và thơ mộng!

"Giòng Ân ướt đẫm hơi trăng
Phố khuya thấp thoáng đèn hàng gánh mau"

Làm sao không tuyệt vời khi anh tả cái mát tê người khi đặt lưng trên cái sập đá hình bánh chưng để nhìn lên vòm trời tròn bánh giầy (tượng trưng cho ý niệm nhân bản của triết Việt) giữa phương đình nhà thờ Phát Diệm vào một buổi trưa hè ve kêu ra rả trong những lùm cây nhãn cổ thụ!

Làm sao không tuyệt vời khi anh nhắc tới những đêm hòa nhạc cổ điển Tây Phương tại rạp Kiến Thái hay Nhà hát Đức Cha (mô hình giống nhà hát lớn Paris) trong khuôn viên nhà thờ Phát Diệm thời cách mạng Mùa Thu! Này "ông" Đỗ Thế Phiệt đã chơi những bản Serenade của Schubert, Thiên Thai của Văn Cao; ông Nguyễn Văn Hiếu lướt trên phiếm đàn piano bài Tristresse của Chopin, Ave Maria của Schubert, nhất là bản Moonlight của Beethoven, anh Hiếu (1) chơi đoạn mở đầu Sonata với tiếng đàn không nhanh nhưng dồn dập nhờ phần đệm, sau đó là tiếng vĩ cầm của anh Phiệt (1) tha thướt như tấm lụa bạc lấp lánh ánh sao, và nhiều nhiều nữa, trong những đêm trăng thanh gió mát mà khán giả chỉ vẻn vẹn gia đình người đang trân quí hổ trợ và khuyến khích hai đại nghệ sĩ thời tao loạn này. Vì thế, năm sáu mươi năm qua, kể cả thời bên Mỹ này, mẹ chúng tôi vẫn khăng khăng nói không ông Mỹ, ông Tây nào (thêm mấy ông Nga Xô nữa), chơi đàn hay bằng anh Phiệt, anh Hiếu. Vâng, sự đền bù đó quả xứng đáng vì đã mấy ai, kể cả thời nay, được chiều lòng đến như thế.

Cụ Vi Huyền Đắc vừa nằm hút thuốc phiện vừa điều khiển mấy nghệ sĩ tập kịch dưới nhà ngang, mặc dầu vào thời đó, lệnh Đức Cha cấm ngặt các giáo dân không được ngả bàn đèn trong nhà.

Khi nhớ lại những ngày ban đại hòa tấu tập đàn hát trong ba gian nhà khách rộng lớn của chúng tôi, tôi mường tượng ra hình ảnh hai cô con gái bà Cừ tức nữ ca sĩ Thanh Tước, diện váy đầm đen, áo trắng bồng tay, nhảy cò cò trước hè, trong khi mẹ các cô đang khổ sở vì nốt nhạc "rê mi-nơ" đổi sang "rê ma-dơ" nơi bài Serenade của Schubert. Nhắc tới vụ mẹ tôi thuê con gõ (thuyền lớn, không có mái chèo mà phải chống sào mới đi được) lên mãi tận Lạc Thủy chở đàn piano về cho ban nhạc, tôi như thấy anh Hiếu đang xòe hai bàn tay đặc biệt, để có thể chơi đàn cho hay, những kẽ giữa các ngón tay của anh đã phải cắt ra, khi chúng tôi ngồi trên Cầu Ngói chờ đàn về. Ôi ai có thể yêu nghệ thuật bằng ông danh cầm thủ này?

Không tuyệt vời sao được, qua tác phẩm này, anh có những nhận xét rất lý thú và hiểu biết rành rẽ về "đất lề, quê thói" của một quê hương nghèo, cổ hủ nhưng cũng lịch sự và rất hiếu khách. Khi đề cập tới những món ăn thôn dã, anh diễn tả như một thứ tinh hoa của quê hương, những món "đặc sản" rẻ thôi, mà đi tới đâu, bà con Phát Diệm chúng tôi vẫn nhớ và thèm ăn! Trong gia đình, từ bé đến lớn, các em nhìn tác giả như một con người văn minh, lịch lãm, đã được đi "du lịch" nhiều nơi, nên nghĩ anh chỉ chuộng những cái văn minh, tỉnh thành, ăn cơm tây, uống rượu tây và nghe nhạc tây, nhưng không ngờ anh cũng "quê mùa" đến thế!

Không tuyệt vời sao được khi thấy một gặp gỡ tình cờ, nhưng rất quan trọng cho quê hương, giữa ba học giả Phát Diệm, mỗi người một phương diện, đã biện hộ cho vai trò của Cha Trần Lục, linh hồn của Kim Sơn-Phát Diệm, trong thời bình định phong trào Văn Thân: Lê Hữu Mục qua tác phẩm Trần Lục, linh mục Trần Văn Kiệm qua tác phẩm mới đây Danh Nhân Việt Nam và bây giờ Sơn Diệm Vũ Ngọc Ánh qua Đường Xưa Lối Cũ". Một sự việc đáng kính phục! Quả thực, Đường Xưa Lối Cũ mang nhiều ý nghĩa.

Trong hai mươi năm qua, các nhà Đại Nam, Cơ Sở Đông Phương, Cơ Sở Kinh Doanh, Tự Lực, Xuân Thu xuất bản và phát hành gần hai mươi tác phẩm văn của tôi, trong đó, tôi có viết một số kỷ niệm về quê hương Phát Diệm, Như Tân, nhưng không biết sao lúc nào tôi cũng thấy thiếu một cái gì đó thực quan trọng. Đến nay, tác phẩm Đường Xưa Lối Cũ của Sơn Diệm Vũ Ngọc Ánh ra đời, tôi mới thở phào nhẹ nhõm vì tôi đã biết những gì mình thiếu.

Tuy nhiên, tôi biết tác giả rất khiêm tốn khi phải viết về mình. Viết văn tự truyện mà giữ chừng mực được

426

như thế là hiếm lắm. Vì thế, có rất nhiều chuyện về chính anh, chúng tôi đã thấy anh không viết kỹ hơn để đền bù cái giá mà anh đã bỏ ra cho "nghệ thuật bất vị gì cả". Vì thế, tôi xin phép nhắc lại, để gọi là gìn vàng giữ ngọc" cho con cháu giòng họ Vũ Phát Diệm hiện trôi nổi khắp "năm châu bốn bể". Xin quí độc giả thông cảm và miễn thứ cho.

Thực tôi không nhớ rõ ngày đó tôi bao nhiêu tuổi, chỉ biết gia đình vẫn còn ở căn nhà cũ xây dựng từ ngày cha mẹ chúng tôi về Như Tân lập nghiệp, tôi đã ngồi rất lâu xem anh vẽ một bức ảnh Chúa Giê-su chịu chết trên cây Thánh Giá, với những dấu đanh máu me đầm đìa. Một hôm cha xứ tới chơi, không biết anh tặng hay cha xin, bức hình đó sau này tôi còn thấy treo trong phòng khách nhà xứ. Thời cách mạng tháng Tám, trong khí thế đấu tranh cao ngút ngàn, anh vẽ bức tranh lớn bằng cái chiếu một thanh niên thân thể cường tráng, bắp thịt nổi lên cuồn cuộn, tay phải nắm lại, giơ ngang mày, trong tư thế chào kiểu cách mạng (Tây chào thì tay phải xòe ra, chào kiểu nhà binh sau này). Bức tranh mầu này được treo trong những buổi khai hội. Đến nay, nó phiêu bạt nơi đâu không rõ. Sau này tôi còn thấy anh vẽ nhiều tranh, một ít tranh dầu, nhất là những hình ảnh trong các sách giáo khoa anh viết. Vì thế, không lạ, thời 1946-1947, anh đã đón mấy bạn họa sĩ về ở trong nhà chúng tôi như ông Phạm Tăng (có chú em bằng tuổi tôi tên Hán, không biết bây giờ ở đâu?), Nguyễn Xuân Phái và sau này Nguyễn văn Phương đi lại rất thân mật ở Saigon trước 1975. Năm 1947, cha tôi giao quyền cho anh vẽ họa đồ (blue print) xây dựng tòa nhà mới ở trại Tân Minh Trang (anh chưa từng học môn kiến trúc), và sau một năm xây dựng, tuy tiền phí tổn gần gấp đôi khi dự trù, nhưng nó đẹp và lớn nhất vùng Kim Sơn (chỉ thua nhà thờ Phát Diệm).

Trong Đường Xưa Lối Cũ, tác giả nói nhiều đến những bộ sách giáo khoa anh viết, nhưng có lẽ anh cũng coi là tầm thường, cuốn Thành Ngữ Việt Anh Pháp do nhà Dziên Hồng của anh Lê Bá Kông xuất bản ở Hà Nội 1951. Tôi muốn nhắc tới nó vì thấy anh đã chăm chỉ làm việc suốt một mùa nghỉ hè tại trại nhà chúng tôi ở Như Tân, lúc ấy anh mới ngoài hai mươi.

Một điều mà tôi cũng ngỡ ngàng khi anh viết về bài Tiếng Đàn Âm Thầm của Lê Thương mà từ tấm bé, tôi đã từng nghe mẹ tôi "ru chúng tôi ngủ" (2). Chưa bao giờ anh em chúng tôi nói với nhau về kỷ niệm này, không ngờ lại trùng hợp một cách lý thú.

"Tiếng đàn âm thầm

Đêm trường canh ba tiếng ngâm

Não nùng tấm lòng

Hồn anh thấp thỏm nhớ mong

Anh đứng chờ em trên đường thanh vắng

Mong suốt tàn canh, nỗi lòng cay đắng

Tiếng đàn âm thầm

Làm say đắm tình ái ân

Nước trên trời mưa xuống

Tưới vào vết thương muôn nghìn đau đớn

Của người biệt ly

Tấm lòng hoài nghi

Trầm luân cuộc thế, nếm bao cay đắng

Tiếng đàn âm thầm...

Anh khởi sự viết nhạc vào năm một chín bốn mươi ba, tôi nghĩ cũng không thua lắm những người viết nhạc Việt đầu tiên của ta. Anh không nói nhiều tới "cái sự nghiệp âm nhạc" của anh, nhưng tôi không bằng lòng "tha" cho tác giả vì những bản nhạc do anh sáng tác thời đó đã từng là cái "hoạ" lớn cho các em của anh, nhất là tôi! Ngày đó tôi chừng sáu bảy tuổi, mỗi khi làm xong một tác phẩm mới là anh bắt chúng tôi tập hát. Nhiều lúc tôi bực mình quá khóc rống lên là mẹ tôi tới "can thiệp" để giải vây cho. Nhưng khi bà vắng nhà thì đành chịu thôi. Các anh chị lớn không dám phản đối, thấy tôi phá bĩnh, cũng nhân đó vội giải tán để thoát nạn. Nhưng cho tới nay nghĩ lại số phận của những tác phẩm này, tôi thực tiếc. Hay, dở không quan trọng, chỉ nghĩ đó là những kỷ niệm trân quí của gia đình. Cũng rất may, dẫu hồi đó chúng tôi "mắc nạn", nhưng nhờ thế mà chúng tôi còn nhớ được một số trong những tác phẩm này. Thế nhưng, mỗi khi nhắc nhở tác giả, anh cho rằng chẳng đáng gì, vì nó đã qua đi cái thời "huy hoàng" của chúng.

Chiều tím nhẹ rơi trong sương lam
Nước triều dâng sóng gợn êm đềm
Đây sông cả, quê nhà in bóng
Dưới hàng cây vươn đón gió ngàn.
Chiều nay thu đã xuống ú u ù u
Trời lạnh trên sông vắng, chợ đã về
Xa bến lâu, thương người, sông nước đầy vơi.
Cô lái đò ơi, thuyền đâu hãy ghé vào đây cho tôi sang với
Vắng khách thuyền giữa giòng sông chơi vơi.
Hãy đón tôi sang nhà tôi nơi đó,

Dưới hàng cây lá rủ trên bến đò
Cô còn nhớ tôi không
Mỗi khi thu xuống, tôi vẫn hay về làng
Năm năm lưu lạc giang hồ
Nhớ quê nhớ cả miệng cô lái đò.
Thuyền đã tới bến
Cô hãy cho tôi lên, thuyền cô dần trôi triền miên
Kìa ánh trăng lấp lánh giòng sông sáng ngời
Năm năm lưu lạc giang hồ
Nhớ quê, nhớ cả dáng cô lái đò xinh.

Đó là lời bài Chiều Tím ngày xưa, nay chúng ta cho là những hình ảnh ước lệ, nhưng thời đó coi như khá mới mẻ.

Và tác phẩm Chiều Ân Giang, con sông chính nằm trong lòng quê hương chúng tôi, ai là người xa cố lý mà không thương nhớ con sông thân yêu này:

Trăng đã lên bâng khuâng mây in trên giòng Ân
Giang
Sông nước lăn tăn huy hoàng trầm trăng sáng
Theo nước lên mang mang gió phương xa vừa dâng
Chiều Ân Giang trời sao êm đềm!
Hỡi sông thân yêu
Mà năm tháng, trời xanh mây trắng
Hằng soi bóng với bao con thuyền nhẹ buông
Mỗi lần rời bước xa lòng quê hương
Trái tim ta không hề quên gió trăng trên giòng nước
Ân Giang.
Đây triền sông mà ta hằng thương mến
Ta về đây tìm sống lại những ngày

Đây là nơi mà biết bao kỷ niệm
Giữ hồn ta lại cố hương trọn đời...

Và đây, Làng Tôi:

Làng tôi bóng in trên giòng nước hiền,
Bờ tre xanh ngắt, nắng chiều êm
Quanh năm dân đinh vui việc đồng áng
Lúa khoai vun trồng gắng công ngày đêm.
Hỡi đồng lúa xanh tươi
Hỡi giòng nước tháng năm đầy vơi
Khúc ca thanh bình ai hát lên lừng vang
Làng tôi thêm tươi sáng.

Một hôm chiến chinh lan rộng tới làng
Bờ tre xơ xác, ngõ vườn hoang
Lăm lăm dân đinh buông cầy cầm súng
Ước mong trở về khi nào giặc tan...

Nhạc cách mạng:

Phụ nữ Hoa Lư một ngày thu
Sao lòe ánh mắt sắc trời lên trên tóc chói huy
hoàng
Gió mênh mang thổi bay giòng sống vinh quang
Cờ lau ngàn xưa chiều đan ngợp gió
Thúy Sơn sầu đọng ngàn đời
Nghe vang sông núi những lời thề xưa."

Nhạc Giáng Sinh:
Giữa chiều đời muôn sóng gió

Mình Chúa sinh ra nơi hang bò lừa nghèo khó
Sao không về đây với ánh sáng Thiên Đường
Đang nằm nơi đâu hỡi dân chúng muôn phương
Cớ sao lại để Chúa một mình chơ vơ
Giữa đêm đông lạnh vắng như tờ
Nhìn tuyết trắng rơi khắp lối
Nơi hang đá lạnh tăm tối
Lòng mẹ Maria xót xa tơi bời"

Không biết tôi có chủ quan lắm không khi nghĩ tới những kỷ niệm nơi quê nhà, "cây đa bến cũ, con đò ngày xưa", những lời châu ngọc ấy thực vừa đủ cho một bài thơ, một ca khúc, dù ở đây chưa ghi một nốt nhạc. Bài *Chiều Tím* được xuất bản ở Hà Nội trước năm 54, bài *Làng Tôi* in trên một tờ giai-phẩm Xuân xa xưa.

Những bản phổ nhạc vào thơ cũng rất đáng ghi nhớ: Mùa Xuân Chín của Hàn Mặc Tử, Tống Biệt của Tản Đà, Thuyền Đi của Huy Cận, Tỳ Bà Hành của Phan Huy Vịnh dịch thơ Bạch Cư Dị, Mầu thương Nhớ, Lạc Giữa Đường Thi của Nguyễn Duy Diễn (3)...

Ôi, còn nhiều nữa mà Đường Xưa Lối Cũ đã làm tôi phải rưng rưng nước mắt. Và không biết bản nhạc sau đây có phải là tác phẩm cuối cùng anh viết vào thời di cư năm 1954 tại Hà Nội. Nào hay tôi đã thuộc nó tự bao giờ, vì khi đó, sự lo lắng "đi hay ở" đã chiếm hết nỗi lòng của chúng tôi. Bản nhạc rất ray rứt, đúng như tâm trạng của những ai sắp bỏ đất Bắc vào Nam:

Rồi mai đây, theo gió bốn phương
Lòng nặng sầu vui ta cất bước lên đường
Thầm nhớ nhau, nhớ những ngày vui ấy
Ôi biết bao kỷ niệm, bao nhớ thương.

432

Còn gặp nhau hôm nay ta cứ luôn vui hoài
Cùng vui hát
Tuy rồi mai xa biệt nhau
Nhưng tình ta sẽ không phai.

Hy vọng một ngày nào, những bản nhạc này được ghi lại, bất cứ dưới hình thức nào, vì chúng ta đều biết rằng không gì để lại cho con cháu quí giá bằng gia tài tinh thần, có tiền cũng không thể mua nổi.

Đường Xưa Lối Cũ đã giúp cho chúng tôi nhớ tới quê hương mà hiện nay hầu như đã vuột khỏi tầm tay, có chăng chỉ còn lại những kỷ niệm đẹp của một thời dĩ vãng mà bây giờ dù có về sống nơi đó chăng nữa, cũng chẳng còn tìm lại được.

.....*"Trong một khung cảnh hoàn toàn đổi thay, hoang vắng và xa lạ như vậy, ngọn tháp quét vôi màu trắng cũ kỹ họ Rosa nay đã biến thành một màu xám nham nhúa và cây Cầu Ngói vắng tanh không người qua lại trông tàn tạ, bơ vơ và vô lý, không ăn nhập gì với Phát Diệm trong hiện tại"*...

(Trích *Đường Xưa Lối Cũ* trang 201).

Bất hạnh thay!

Hồ Linh Vũ Ngọc Anh
Mùa Xuân Kỷ Sửu, 2009

(1) Thời đó chúng tôi xưng hô với các ông như vậy, vì các ông là bạn của anh tôi
(2) Bài Mẹ, trong Tùy Bút Hồ Linh xuất bản năm 1997 tại San Jose.
(3) Một số những bài này đã có in với phần nhạc trong Tùy Bút Hồ Linh

HÃY ĐÓN ĐỌC

Sắp Phát Hành Trong Nay Mai

1. CÂU CHUYỆN ÂM NHẠC

Sơn Diệm Vũ Ngọc Ánh viết về nguồn gốc
âm nhạc mới Việt Nam, thú nghe âm nhạc cổ điển
những giai thoại về âm nhạc v.v. Người yêu nhạc
không thể không đọc tác phẩm này

2. DẤU VẾT THỜI GIAN

Thơ của *Sơn Diệm Vũ Ngọc Ánh*
được góp nhặt trong trong 20 năm qua

3. TỪ HÀNỘI TỚI PARIS

Đủ mọi thứ chuyện trên trời dưới bể.
Nếu đã đọc *Đường Xưa Lối Cũ* mà thấy
thích thú, xin hãy tìm đọc
Từ Hànội tới Paris

4. BỐN ĐIỂM TỰA CỦA LỊCH SỬ VIỆT NAM

Sơn Diệm VũNgọc Ánh là một sử gia.
Ông có những nhận xét rất thấu đáo về tiến
trình cũng như những điều kiện chi phối hướng
đi của lịch sử và sự phát triển của dân-tộc VN

5. NGUỒN GỐC DÂN TỘC VIỆT NAM

Sơn Diệm Vũ Ngọc Ánh trình bày một
giả-thuyết tổng hợp mới về nguồn gốc dân tộc

Thư từ và chi-phiếu xin đề: Quin Vu
Địa-chỉ: *3339 E. Springcreek , West Covina , CA 91791*
E-mail : *millenn.3.pub@live.com*

434